રાત્રિયા

ઈન્ફિનિથિઝમ (અનંતવાદ)નું પ્રતીક રાત્રિયા,
જીવનના સાતત્ય, સ્થાયિત્વ અને સતત વિકાસનું પ્રતીક છે.
રાત્રિયા વિકસવાની ઝંખનાનું પણ પ્રતીક છે.
ઉચ્ચતમ, અંતરતમ અને અપાર.

આ વિશ્વમાં જીવનના નવા માર્ગ માટેની
આ મહાન એષણાને પારખીને

મહાત્રયા રા

દ્વારા દિવ્યતાથી ભરપૂર
ઈન્ફિનિથિઝમ (અનંતવાદ)
પ્રસ્તુત કરવામાં આવ્યો
કોઈ પણ વ્યક્તિના માર્ગ તરીકે જેને
અધિકતમ અને અધિકતર મેળવવાની તીવ્ર ઈચ્છા હોય...

www.twitter.com/mahatria

ઈન્ફિનિથિઝમ (અનંતવાદ)

એટલે અધિકતમ અને અધિકતર ઝંખતા કોઈપણ મનુષ્યને પ્રગતિના પંથે લઈ જતો માર્ગ. આ ઝંખના માનવીય પ્રયાસના - આધ્યાત્મિક, ભાવનાત્મક અને ભૌતિક - એવા કોઈ પણ ક્ષેત્રમાં હોઈ શકે. તેની વિસ્તૃત, અસીમ સંભાવનામાં શ્રદ્ધા રાખી, માનવ સ્વભાવને પરિવર્તિત કરતો, ઈન્ફિનિથિઝમ (અનંતવાદ) અપેક્ષિત સફળતા સુધી દોરી જાય છે.

www.facebook.com/infinitheism

www.infinitheism.com

અધિકતમ અને
અધિકતર

મહાત્રયા રા

અનુવાદ : હર્ષદ દવે

MANJUL
મંજુલ પબ્લિશિંગ હાઉસ

First published in India by

Manjul Publishing House
Corporate and Editorial Office:
•2nd Floor, Usha Preet Complex, 42 Malviya Nagar, Bhopal 462 003 - India
Sales and Marketing Office: 17/32, Ansari Road, Daryaganj, New Delhi 110 002 - India
Registered Office: •10, Nishat Colony, Bhopal 462 003
E-mail: manjul@manjulindia.com Website: www.manjulindia.com

Distributed by

Navbharat Sahitya Mandir
•Opp Patasa Pole, Nr. Jain Derasar, Gandhi Road, Ahmedabad - 380 001 - India
•202 Pelican House, Gujarat Chamber of Commerce Compound,
Opp. H. K. College, Ashram Road, Ahmedabad - 380 009 - India
Tel.: 079 - 22139253, 22132921 E-mail: info@navbharatonline.com
Website: www.navbharatonline.com

Gujarati translation of *Most and More* by *Mahatria Ra*

This edition first published in 2018

ISBN 978-93-87383-62-3

Translation by Harshad Dave

Printed and bound in India by Thomson Press (India) Limited.

• • •

એ દિવ્ય સંયોગ છે કે સમય અને આકાશની અસીમતામાં તમે મને મળ્યા અને હું તમને મળ્યો. તમે મને ઝાલી રહ્યા છો એ હકીકત દર્શાવે છે કે, તમારું જીવન કોઈ મહત્ત્વની પ્રગતિના ઉંબરે આવી ઊભું છે.

હું કથાવાર્તાઓ દ્વારા જ ઘડાયો છું અને હું મને પોતાને અવ્યક્ત, એટલે કે જે વ્યક્ત થઈ ન શકે, તે દ્વારા જ વ્યક્ત કરું છું. આમ છતાં મારી વાતોમાં તે ઘણાં સ્વરૂપે વ્યક્ત થાય છે. અને તે તમને તમારું પોતાનું સર્વવ્યાપી સમૃદ્ધ ભવિષ્ય ઘડવા માટે સમર્થ બનાવે છે.

તમે જે સૂક્ષ્મ દૃષ્ટિ ધરાવવાને પાત્ર છો તેને મારા અસ્તિત્વના દિવ્ય પ્રકાશથી પ્રકાશિત થવા દો. મને તમારા જીવનમાં પ્રવેશ કરવા દો.

મારું નામ છે...

અધિકતમ અને અધિકતર

પોતાને ઉન્નત કરીને વિશ્વને ઉન્નત કરવા ઝંખતી
પ્રત્યેક વ્યક્તિને સમર્પિત.

મહાત્રયા રા

અનુક્રમ

• • •

તમે શું બનવા ઈચ્છો છો? કોઈ ખાસ કે સામાન્ય માણસ?

આ નિર્ણય તમારે અત્યારે જ લેવાનો છે. તમે જીવનમાં સામાન્ય માણસ જેવા બનવા માગો છો? જો તમે તમારા જીવનમાં એક સામાન્ય માણસ બનવા માગતા હો તો ટોળામાં ભળી જાઓ. તમારું અસ્તિત્વ ટોળામાં જ ખોવાઈ જશે. જો તમે જીવનમાં કાંઈક બનવા માગતા હો તો જાગો અને એવા બનવા પ્રયત્ન કરો. જો તમને સામાન્ય લોકોની જેમ જીવવાનું ગમતું હોય તો તમે સામાન્ય લોકો જેવા જ બની જશો. જો તમે બીજા બધા લોકો જેવા ન બનવા માગતા હો તો તમારે કોઈએ ન કર્યું હોય એવું કાંઈક કરવું પડશે. સાવ નવા જ રસ્તે ચાલશો તો તમને તમારું ઈચ્છિત સ્થાન મળી જશે.

તે પોતાનું હસવું રોકી શકતો ન હતો. તે ખૂબ જ ખુશ હતો. હવે પછીના બે કલાક બાદ તેની ખાસ ક્ષણો હશે! સમગ્ર વાતાવરણ અપેક્ષાથી ભરપૂર. અવ્યક્ત ચેન્નઈથી પ્લેનમાં બેઠો હતો. બે કલાક પછી તે પૂના પહોંચી જવાનો અને ત્યાં તે એવી વ્યક્તિને મળવાનો હતો, જેનો તેના જીવન પર ખૂબ જ ઊંડો પ્રભાવ હતો.

જીવનમાં જે કાંઈ 'પહેલીવાર' બનતું હોય તેની યાદગીરી મનમાં જડાઈ જતી હોય છે અને તેની સ્મૃતિને આપણે આપણી ભીતર ખાસ જાળવી રાખીએ છીએ. અવ્યક્તને પોતાના ઘરથી બહાર રહેવાનો પહેલો અનુભવ પૂનામાં જ મળ્યો હતો. પૂનામાં જ તેને પહેલી નોકરી મળી. તેણે પોતાનો પહેલો પગાર પણ પૂનામાં જ મેળવ્યો. પોતાનાં માતા-પિતા તથા ભાઈ માટે પહેલીવાર ભેટ પણ તેણે પૂનામાંથી જ ખરીદી

હતી. પૂનામાં જ તેની ઝળહળતી કારકિર્દીના દરવાજા ખૂલ્યા હતા. પૂના સાથે અવ્યક્તની 'પહેલીવાર'ની આવી ઘણી સ્મૃતિઓ જોડાયેલી હતી. આથી, ઘણી રીતે પૂના તેને પોતાના બીજા ઘર જેવું લાગતું હતું. વિમાનમાં બેઠો ત્યારે અવ્યક્ત બહુ જ ખુશ હતો; તેને જરા પણ એવું નહોતું લાગતું કે તે કોઈ બીજા શહેરમાં જાય છે. તેને એવું લાગતું હતું કે જાણે તેને સ્વર્ગમાં જવાનો વિઝા અને ટિકિટ મફતમાં મળી ગયાં હોય!

અવ્યક્ત એ વિચારતો હતો કે તે ક્યાંથી ક્યાં પહોંચી ગયો છે. તેને પોતાની પૂનાની પહેલી મુસાફરીની યાદ આવી ગઈ. ત્યારે તે ટ્રેનના સેકંડ ક્લાસમાં હતો. જ્યારે તે પહેલીવાર પૂના આવ્યો ત્યારે ટિકિટના ૮૦ રૂપિયા આપ્યા પછી તેની પાસે ફક્ત ૨૦ રૂપિયા બચ્યા હતા તેની પાસે ત્રણ જોડી કપડાં સિવાય તેના દૂરના એક ભાઈ પાસેથી તેણે માંગેલાં શૂઝ હતા અને તે પહેરવા માટે તેની અંદર છાપાં ભરાવવા પડતાં હતાં. ત્યારે અવ્યક્તના કુટુંબની આર્થિક પરિસ્થિતિ નબળી હતી અને કુટુંબમાં અવ્યક્ત સહુથી મોટો હોવાથી તેણે જાતે જ નિર્ણય લીધો કે પોતાના કુટુંબનું ભરણપોષણ કરવાની જવાબદારી તે પોતે જ ઉપાડશે. ત્યારે તેની ઉંમર ફક્ત ઓગણીસ વર્ષની હતી અને તે કૉલેજના છેલ્લા વર્ષમાં ભણતો હતો. એ વખતે તે સોફ્ટવેર તાલીમ સંસ્થામાં નોકરી કરવા જઈ રહ્યો હતો.

અને આજે દશ વર્ષ પછી તે વિમાનમાં બેસીને જઈ રહ્યો હતો તે વિમાનનું ભાડું જ તેને તે વખતે મળતાં વાર્ષિક પગાર કરતાં પણ ઘણું વધારે હતું! કેટલું બધું બદલાઈ ગયું હતું! અવ્યક્ત જે વ્યક્તિને પૂનામાં મળવા જતો હતો, તેનું તેના માટે આટલું બધું મહત્ત્વ કેમ હતું? પીટર અવ્યક્તના પહેલા બોસ હતા. અવ્યક્ત ઘણીવાર પોતાના મિત્રોને કહેતો, 'હું પૂના ગયો ત્યારે એક છોકરો હતો અને પીટરે મને ખરેખર એક હોંશિયાર માણસ બનાવ્યો. જ્યારે હું પીટરને પહેલી વાર મળ્યો ત્યારે હું એક નવોસવો, અનુભવ વગરનો, સામાન્ય, અવ્યવસ્થિત કર્મચારી હતો. તેમણે મને અનુભવી, પ્રભાવશાળી, વ્યવસ્થિત, કાર્યક્ષમ અને કુશળ વ્યવસાયી બનાવ્યો. અત્યારે હું જે કાંઈ પણ છું તે આ પીટરને લીધે જ છું.'

અવ્યક્તે જ્યારે પોતાની કારકિર્દીની શરૂઆત કરી ત્યારે તે કિશોર વયનો હતો. સંસ્થાના ક્લાસમાં આવતી છોકરીઓને જોઈને ઘણીવાર તે બેધ્યાન બની જતો. ક્યારેક તે ઑફિસનું કામ છોડીને ફિલ્મો જોવા જતો રહેતો. તેનું કામ ન થયું હોય ત્યારે તે કોઈપણ રીતે પોતાની વાતને વાજબી ઠરાવી દેતો. તે પોતાના જીવનથી ખુશ ન હતો કારણ કે તેને એમ લાગતું હતું કે તેના ઉપર બહુ નાની ઉંમરે ઘણી મોટી જવાબદારી આવી પડી હતી તેથી તે પોતાની કિશોરાવસ્થાને પૂરી માણી શક્યો ન હતો. તેને પોતાની યુવાનીના ધમાલ-મસ્તી ગુમાવ્યાનો અફસોસ થતો હતો. સંજોગવશ તેને નોકરી કરવી પડતી હતી અને તેની સામે તેના મનમાં આક્રોશ રહેતો હતો. તે એવું અનુભવતો હતો કે જાણે તે ૧૯ વર્ષનો અલ્લડ છોકરો તો ક્યારેય થયો જ નથી.

જાણે તેના નસીબમાં જ લખાયું હોય તેમ અવ્યક્ત પીટરને ત્યાં કામ કરતો હતો. પીટર કડક, શિસ્ત અને સંપૂર્ણતાનો આગ્રહ રાખનારા તથા સોંપવામાં આવેલું કાર્ય થવું જ જોઈએ એવો મિજાજ ધરાવતા મેનેજર હતા. પીટરે પંદર વર્ષની ઉંમરે જ પોતાના પરિવારનું ભરણપોષણ કરવા માટે કામ કરવાની શરૂઆત કરી હતી એટલે તેમના મનમાં ઓગણીસ વર્ષના અવ્યક્ત માટે બિલકુલ સહાનુભૂતિ ન હતી. પીટરના હુકમોનું પાલન ન કરી શકતો હોવાથી અવ્યક્તે નોકરીમાંથી રાજીનામું આપીને ઘરે પાછા ફરવાનો નિર્ણય લઈ લીધો.

પીટરે તેનું રાજીનામું હાથમાં લઈને કહ્યું, ‘તારી સાથે અંગતપણે વાત કર્યા વગર હું તારું રાજીનામું મંજૂર નહીં કરું. ઑફિસમાં કાંઈ અંગત ચર્ચા ન કરાય; હું ગમે તેટલી કોશિશ કરું તો પણ તું ઑફિસમાં મારી સાથે નિઃસંકોચપણે વાત નથી કરવાનો. તું મને એક મેનેજર માનીને જ વાત કરવાનો, અને તને એમ લાગશે કે હું કોઈ ખાસ હેતુથી જ તારી સાથે વાત કરું છું. માટે આજે સાંજે આપણે બોટ ક્લબમાં મળીને વાત કરશું.’

તે સાંજે બોટ ક્લબ જતી વખતે અવ્યક્ત મનમાં એ જ વાત વિચારતો

રહ્યો: 'પીટરને તારા વિચારો પર છવાઈ જવા દેતો નહીં. તું તારી વાત પર અડગ રહેજે. હાર ન સ્વીકારી લેતો. તારી વાત પર મક્કમ રહેતાં શીખ. જો તારે જીવનને માણવું હોય તો તારે પૂના છોડીને ઘરે જવું જ જોઈએ. કુટુંબની જરૂરિયાત ભલે ગમે તે હોય, આ જ તો મોજ-મજા કરવાનો સમય છે, આ કાંઈ જવાબદારીઓના બોજ હેઠળ દબાઈ જવાનો સમય નથી.'

ખરેખર તો અવ્યક્ત તે સાંજે તેના બોસને મળવા નહોતો માગતો પણ એ સાંજ અવ્યક્તના જીવનની એક યાદગાર પળ બની ગઈ. બોટ ક્લબમાં મળ્યા બાદ તેઓ નદીના કાંઠે એક બાંકડા પર બેઠા ત્યારે બંનેના હાથમાં ભેળની પ્લેટ હતી. પીટરે અવ્યક્ત સામે જોઈને કહ્યું, "આપણો પરિચય થોડા મહિનાઓનો જ છે એટલે મારા માટે તો સહુથી સહેલો રસ્તો તો એ જ કહેવાય કે હું તને જવા દઉં. પણ એવું કરું તો હું તારી અંદર રહેલી ક્ષમતાને બહાર આવતાં અટકાવી રહ્યો હોઉં એવું મને લાગે છે. મને એમ થાય છે કે હું તારી અંદર રહેલી ક્ષમતાને, તું જે બની શકે તેમ છે તે સંભવિતતાને રોકી રહ્યો છું. એક ઓગણીસ વર્ષના છોકરાને મનમાં કેવું થતું હશે તે હું સમજી શકું છું. મેં પણ મારી યુવાનીના દિવસો ગુમાવ્યા છે અને હું આજે પણ તે સમયને યાદ કરું છું. પણ અવ્યક્ત, મોટો પ્રશ્ન તો એ છે કે 'શું તું ફરજિયાત ધોરણે આવા ઓગણીસ વર્ષના છોકરાની વ્યાખ્યામાં બંધાવા માગે છે?' ફિલ્મો, પાર્ટીઓ, મોજશોખ, છોકરા-છોકરીઓ સાથે મૈત્રી અને ધીંગામસ્તી - બધાં એવું જ કરે છે ને? તું એ ટોળામાંનો એક શા માટે બનવા ઇચ્છે છે? તું એવો કેમ બનવા નથી ઇચ્છતો કે જે ટોળાં કરતાં અલગ હોય? જેને પોતાની કારકિર્દી આટલી નાની ઉંમરે શરૂ કરવાની તક મળતી હોય એવા ભાગ્યશાળી લોકો કેટલા હશે? અવ્યક્ત, તને તો તારા જીવનની શરૂઆતમાં જ આવી તક મળી છે. તું તેનો પૂરેપૂરો લાભ કેમ નથી લેતો? આ તકને હાથમાંથી સરી જવા ન દે."

ત્યાં સુધીમાં તેમણે ભેળ ખાઈ લીધી હતી. પીટર ઊભા થયા અને તેમણે લટાર મારવાનો પ્રસ્તાવ રજૂ કર્યો. તેઓ લટાર મારતા હતા ત્યારે

પીટરે પોતાનો હાથ અવ્યક્તના ખભા પર રાખ્યો. ઓગણીસ વર્ષના એક યુવકને આ વાત ઘણી અર્થસભર લાગી. તેને એવું લાગ્યું કે આ રીતે તેનું સન્માન થાય છે. પીટરની એ ચેષ્ટામાં છુપાએલા સ્નેહનો સ્પર્શ તેણે અનુભવ્યો. અંદરખાને તેને એક અજબ જેવી બેચેની થતી હતી. જ્યારે તમે તમારા જીવનમાં પોતાનાથી કોઈ મહાન વ્યક્તિને તમારા પર આત્મીય સ્વજન જેવો ભાવ રાખતા જુઓ ત્યારે તમને આ પ્રકારની હળવી ધ્રુજારી થતી જ હોય છે. અવ્યક્તની મનોદશા પણ કાંઈક એવી જ હતી. છતાં પણ અવ્યક્તને મનમાં થયું કે પીટર પોતાનો હાથ તેના ખભા પરથી લઈ ન લે તો સારું. અવ્યક્ત માટે અત્યારે પીટરના શબ્દો કરતાં તેની હાજરી જ તેને વધારે લાગણીશીલ કરી મૂકે તેવી હતી.

પીટરે પોતાની ઉત્સાહપ્રેરક વાત આગળ વધારી, "આ નિર્ણય તારે અત્યારે જ લેવાનો છે. શું તું જીવનમાં કોઈ સામાન્ય માણસ જેવો બનવા ઇચ્છે છે કે કોઈ ખાસ માણસ જેવો? જો તું જીવનમાં એક સામાન્ય માણસ બનવા માગતો હો તો તારી નોકરી છોડી દે અને ઘેટાંની જેમ બધાની પાછળ પાછળ ચાલતો રહે. ટોળાનો એક સામાન્ય માણસ બની જા. પણ જો તું જીવનમાં કાંઈક બનવા માગતો હો તો ટોળાથી અલગ ઊભા રહેવાની હિંમત દેખાડ. જો તું બધા લોકોની જેમ જ જીવશે તો તેમના જેવો જ થઈ જશે. જો તું એ બધા લોકો જેવો ન થવા માગતો હો તો તારે કોઈએ ન કર્યું હોય એવું કાંઈક કરવું પડશે. જે રસ્તે બધા જઈ રહ્યા હોય તે રસ્તે જશે તો એ બધા જ્યાં પહોંચશે, તું પણ ત્યાં જ પહોંચશે. જો તું સાવ જુદા જ રસ્તે જશે તો તને નવું જ લક્ષ્ય મળશે. આ સહેલા લાગતા સવાલનો જવાબ આપ અવ્યક્તઃ 'શું તું ખરેખર ઓગણીસ વર્ષનો એક સામાન્ય છોકરો જ બનવા માગે છે કે ઓગણીસ વર્ષનો એવો છોકરો બનવા માગે છે કે જેને બીજા બધા છોકરા પોતાનો આદર્શ માને ?"

પીટરે અવ્યક્તના ખભા પરથી પોતાનો હાથ લઈ લીધો. પણ હવે તેનાથી અવ્યક્તને કોઈ ફેર નહોતો પડતો. તેની અંદર જાણે કાંઈક સુષુપ્ત એવું

જાગી ગયું હતું. જીવનમાં કેટલીક ક્ષણો એવી પણ આવતી હોય છે કે જે ખૂબ જ મહત્ત્વની ગણી શકાય અને આવી પળો જીવનમાં ગણીગાંઠી જ આવતી હોય છે. આ પણ એવી જ એક પળ હતી.

અવ્યક્તની આંખોમાં પાકો નિર્ધાર જોઈને પીટરે પોતાની વાત ચાલુ રાખી, "જીવનમાં માત્ર બે જ વિકલ્પ હોય છેઃ 'પોતાના ગમા અને અણગમાને જીવનના હેતુ પ્રમાણે ઢાળો, અથવા જીવનના હેતુને પોતાના ગમા અને અણગમા પ્રમાણે ઢાળો.' બેટા, જો તું જીવનમાં કાંઈક બનવા ઈચ્છતો હોય, જો તું ટોળાથી જુદો જ બનવા ઈચ્છતો હોય, જો તું ઓગણીસ વર્ષનો એવો છોકરો બનવા ઈચ્છતો હોય જે બીજા ઓગણીસ વર્ષના છોકરા માટે પ્રેરણાનો સ્રોત બની શકે, તો તારે માટે એક જ વિકલ્પ રહે છે." એટલું કહીને પીટરે ખીસ્સામાંથી અવ્યક્તનું રાજીનામું બહાર કાઢ્યું અને તેને ફાડીને કચરાટોપલીમાં નાખી દીધું.

વિમાન ઊતરવાની જાહેરાત થતાં જ બધા મુસાફરોને સીટ બેલ્ટ બાંધવાનું કહેવામાં આવ્યું. ત્યારે અવ્યક્તે પોતાની આંખમાં ધસી આવતાં અશ્રુ લૂછી નાખ્યાં અને તે મનોમન બોલ્યો, "આભાર પીટર. આજે ઓગણત્રીસ વર્ષનો થયો છું. તો પણ હું પોતાને સતત એ જ યાદ અપાવું છું કે કાં તો હું ઓગણત્રીસ વર્ષનો એક સામાન્ય છોકરો બની શકું અથવા તો પછી હું ઓગણત્રીસ વર્ષનો એક એવો છોકરો થઈ શકું કે જે એવડી ઉંમરના બીજા છોકરાઓ માટે પ્રેરણાનો સ્રોત હોય. એમાં શંકાને સ્થાન જ નથી કે એવું કરવા માટે મારા ગમા-અણગમાને જીવનના હેતુ પ્રમાણે ઢાળવા સિવાય મારી પાસે બીજો કોઈ વિકલ્પ જ ન હતો. પીટર, તમારો ઘણો ઘણો આભાર."

વિમાન પૂનામાં ઊતર્યું, એ સ્થળ કે જ્યાંથી અવ્યક્તના જીવનના ઉડ્ડયનની શરૂઆત થઈ અને તેનું જીવન ઉન્નત થયું.

શું તું ખરેખર ઓગણીસ વર્ષનો એક સામાન્ય છોકરો
જ બનવા માગે છે? જીવનમાં માત્ર બે જ વિકલ્પ હોય
છે: પોતાના ગમા અને અણગમાને જીવનના હેતુ પ્રમાણે
ઢાળો, અથવા જીવનના હેતુને
પોતાનાં ગમા અને અણગમા પ્રમાણે ઢાળો.
જો તું જીવનમાં કાંઈક બનવા ઈચ્છતો હોય, જો તું
ટોળાથી જુદો જ બનવા ઈચ્છતો હોય, જો તું એવો
માણસ બનવા ઈચ્છતો હોય કે જેને લોકો આદર્શ બનાવે
તો તારા માટે એક જ વિકલ્પ રહે છે.
તો શું તું ઓગણીસ વર્ષનો સામાન્ય છોકરો બનવા માગે
છે કે ઓગણીસ વર્ષનો એક એવો છોકરો બનવા ઈચ્છે છે
કે જેને એવડી ઉંમરના બીજા છોકરાઓ પોતાનો
પ્રેરણાસ્રોત માને?

તમારા ભવિષ્યની શરૂઆત આજથી થાય છે

પુસ્તકનાં જે પાનાં તમે હમણાં વાંચ્યાં તે તો માત્ર શરૂઆત જ છે. પુસ્તકનો આનંદ તો તમે હજુ સુધી જે પાનાં નથી વાંચ્યા એ પાનાંમાં છે. જ્યારે તમે તમારી આવતીકાલનાં અનેક નવાં અને તાજાં પ્રકરણો લખવાની ક્ષમતા ધરાવતા હો તો પછી વારંવાર ભૂતકાળના જ કોઈ પ્રકરણને શા માટે વાગોળ્યા કરવું? તમારી સામે આવવાનાં છે એ પ્રકરણોમાં જ જીવનની યશગાથા રહેલી છે. તમારા ભવિષ્યને તમારા ભૂતકાળની અસરથી બચાવો. આપણે જીવનમાં પાછળ નહીં પણ હંમેશાં આગળ જવું જોઈએ. પાછા ફરીને આપણે કોઈ નવી શરૂઆત ન કરી શકીએ, પરંતુ આપણે આજે શરૂઆત કરીને એક નવો અંત લાવી શકીએ. તમારા ભૂતકાળની આગળ એક સીમારેખા દોરી લો. તમારી વીતેલી કાલ તો ગઈકાલે જ પૂરી થઈ ગઈ હતી. તમારા ભવિષ્યની શરૂઆત આજથી થાય છે.

• • •

મહાનતાથી એક જ સાંજ દૂર

ભલેને આપણો જન્મ એક મધ્યમવર્ગના કુટુંબમાં થયો હોય, પરંતુ આપણે આપણા આ જીવનમાં જ એવી ઊંચાઈએ પહોંચી શકીએ કે જેથી ઔદ્યોગિક ક્રાંતિ સર્જાય. ભલે આપણો જન્મ અભણ માતા-પિતાને ત્યાં થયો હોય, પરંતુ આપણે વિશ્વભરમાં ડંકો વગાડી શકીએ એટલા તેજસ્વી બનીને નામ ઉજાળી શકીએ. બાળપણના દિવસોમાં ભલે આપણને અનાડી ગણવામાં આવ્યા હોય, પરંતુ ભાવિ પેઢી માટે આપણે આદર્શ બની શકીએ. આપણે જે છીએ અને આપણે જે કર્યું છે તેને આપણે જે બની શકીએ તેમ છીએ તેની સાથે કાંઈ જ લાગતુંવળગતું નથી. આપણે જે બનવા ધારીએ તે આપણે બની શકીએ.

સ્કૂલે હમણાં જ નેશનલ ક્વીઝ ચેમ્પિયનશિપની ફાઈનલમાં જીત મેળવી છે. સ્કૂલમાં બધાં માટે આ એક ભાવસભર પળ હતી. ગયે વર્ષે તેઓ બહુ જ ઓછા અંતરથી હારી ગયા હતા. સ્કૂલમાં બધાંની આંખો ભરાઈ આવી હતી, ત્યારે પણ અને અત્યારે પણ! માત્ર કારણો જુદાં હતાં. નિવ્યા બંને વખતે ટીમમાં હતી. સ્કૂલની એસેમ્બ્લીમાં જીતનો ઉત્સવ ઊજવવાના સમયે પ્રિન્સિપાલે નિવ્યાને બે શબ્દ કહેવા માટે આમંત્રણ આપ્યું. નિવ્યા માઈક પાસે આવીને ઊભી રહી. પહેલાં તેણે પોતાના સાથીઓ તરફ જોયું, પછી પ્રિન્સિપાલ તરફ ફરી અને અચાનક રડી પડી. ઘણા વિદ્યાર્થીઓ અને શિક્ષકો એના મનોભાવોને સમજી શકતા હતા અને ત્યારે કેટલીયે આંખો ભીની થઈ ગઈ હતી. આ માત્ર નિવ્યા માટે જ નહીં આખી સ્કૂલ માટે પણ એ જીતની ક્ષણો હતી.

નિવ્યાએ સ્વસ્થ થઈને કહ્યું, “પહેલાં હું આદરણીય પ્રિન્સિપાલનો તેમણે આપેલા પ્રોત્સાહન માટે આભાર માનું છું. તેમની કાર્યશૈલી એવી છે કે તેમણે નક્કી કરેલા ક્ષેત્રમાં અમને સહુને ટોચ પર જોવાનું જ જાણે તેમના જીવનનું એકમાત્ર ધ્યેય હોય. હું મારાં માતા-પિતાનો પણ આભાર માનું છું કે જેમણે પોતાની ‘મરજી’ મારા ઉપર લાદવાને બદલે મને મારી ઈચ્છા મુજબનો અભ્યાસ કરવાની અને તે ઉપરાંત બીજી બધી બાબતો નક્કી કરવાની સંપૂર્ણ સ્વતંત્રતા આપી. જો હું મારા શિક્ષકોનો આભાર ન માનું તો હું મારું કર્તવ્યપાલન ચૂકી જઈશ, તેઓ અવારનવાર મને કહેતા હતા કેઃ ‘નિવ્યા, તું એ કરી શકે છે.’ મને કદાચ મારા પોતાના ઉપર ન હોય એટલો બધો ભરોસો તેમને મારા પર છે. મને ખબર છે કે ગયે વર્ષે અમે ફાઈનલમાં હાર્યાં હતાં ત્યારે મારા મનમાં કેવું થતું હતું અને આજે સફળતાનો આ અનુભવ તેનાથી કેટલો અલગ છે! આ બધી બાબતોથી અલગ, આ રૂપાંતરનું શ્રેય માત્ર એક જ વ્યક્તિને ફાળે જાય છે. આજે આપણી સ્કૂલને જે રાષ્ટ્રીય ઓળખ મળી છે તેનો બધો...” નિવ્યાની નજર ભીડમાં આમતેમ કોઈને શોધવા લાગી અને તે અવ્યક્ત પર આવીને સ્થિર થઈ.

અવ્યક્ત એક તાલીમાર્થી હતો, તેને ગયે વર્ષે જ ગણિતનો વિષય ભણાવવા માટે સ્કૂલમાં લેવામાં આવ્યો હતો. જો કે ૨૫૦ શિક્ષકોના એ વિશાળ સમુદ્રમાં કેટલાક શિક્ષકો જ અવ્યક્તને તેના નામથી ઓળખતા હતા, પણ તે પોતાના વિદ્યાર્થીઓમાં બહુ જ લોકપ્રિય હતો. પોતાને ભણાવવાના વિષયને લીધે નહીં પરંતુ જીવનને લગતી બીજી બાબતો ઉપર વાતચીત કરવા માટે તે જાણીતો હતો. અવ્યક્ત ચાલીસ મિનિટના પિરિયડમાંથી ત્રીસ મિનિટ પોતાના વિષયને ભણાવતો હતો અને બાકીના સમયમાં તે વિદ્યાર્થીઓ સાથે વાતચીત કરતો હતો. તેમને જીવનનાં વિવિધ પાસાં અંગે પ્રેરણા આપતો હતો. ખરેખર જોઈએ તો શિક્ષકો વચ્ચે તેનું લોકપ્રિય ન થવાનું એક કારણ એ પણ હતું કે તે પરંપરાગત શિક્ષણની પદ્ધતિઓનો ભંગ કરી રહ્યો હતો અને એ તેમને યોગ્ય નહોતું લાગતું. તેઓ રોષપૂર્વક કહેતા, “તું સાવ અનાડી છો,

વધારે પડતા ઉત્સાહમાં આવીને આવા બધા અખતરા ન કર. એવું બધું કાંઈ કામમાં નથી આવતું. તું સિલેબસ પણ પૂરો નહીં કરી શકે."

પણ થોડો આ બાબતમાં પણ વિચાર કરો. પરંપરાગત અથવા જૂની પદ્ધતિઓનો ઉપયોગ કરીને કોઈપણ નિષ્ણાત ક્યારેય એક પણ વ્યવસ્થાતંત્રમાં ક્રાંતિકારી ફેરફાર નથી કરી શક્યો. જે લોકો વ્યવસ્થાતંત્રના ચીલાચાલુ માળખાથી અલગ રીતે કામ કરતા હોય અને નવી દૃષ્ટિ ધરાવતા હોય તેવા જ લોકો ક્રાંતિકારી ફેરફાર કરવામાં સફળ થઈ શકે. વ્યવસ્થાતંત્રનું મુખ્ય કામ સંભાળનારા લોકો કરતાં જે માણસો એ તંત્રની બહાર રહીને કામ કરતા હોય તેઓ વધારે સફળ થઈ શકે છે. કોઈપણ શિખાઉ વ્યક્તિમાં ઘણી સંભાવનાઓ રહેલી હોય છે. કોઈ નિષ્ણાતના મનમાં પણ એવી સંભાવનાઓ હોય છે ખરી પરંતુ શિખાઉ વ્યક્તિમાં જેટલી સંભાવનાઓ હોય તેટલી વધારે નથી હોતી!

અવ્યક્ત ભણાવવાની વાતમાં શિખાઉ હતો એટલે તેનામાં અવનવા અખતરા કરવાની અને નવી શોધ કરવાની સંભાવના ભરપૂર હતી. પણ મોટેભાગે, શિક્ષકોને એવા શિક્ષકો નથી ગમતા હોતા કે જેઓ તેમના વિદ્યાર્થીઓમાં પ્રિય અને પ્રશંસાપાત્ર હોય. અવ્યક્ત જાણતો હતો કે તેની રીતમાં કોઈ ખામી નથી અને ધીમે ધીમે સ્કૂલ તેને સમજી જશે એટલે તે હંમેશાં પોતાને ઠીક લાગે તેમ કરતો હતો.

નિવ્યાએ અવ્યક્ત તરફ જોઈને કહ્યું, "...તેનું બધું શ્રેય તેમના દ્વારા આપવામાં આવેલા દસ મિનિટના એક સત્રને ફાળે જાય છે. ગયા વર્ષની હાર પછી સ્કૂલમાં બીજે દિવસે પણ હું અભ્યાસમાં ધ્યાન નહોતી આપી શકતી. મને એમ લાગતું હતું કે મારા કારણે જ સ્કૂલની હાર થઈ. એ બધું મારા ચહેરા પરથી જણાઈ આવતું હતું. અને કદાચ તેઓ ગણિતના પિરિયડમાં આ વાત સમજી ગયા હતા. તે દિવસે, અવ્યક્ત સરે મારી સામે સીધી નજર માંડીને વાત કરી અને તેમની આંખોમાં પહેલાં ક્યારેય ન જોઈ હોય એવી એક ચમક સાથે તેમણે કહ્યું, 'નિવ્યા, તું બસ એટલું જ

ધ્યાન રાખ કે મહાનતાથી તું ફક્ત એક સાંજ જેટલી જ દૂર છો.' પછી તેઓ વિદ્યાર્થીઓ તરફ જોઈને બોલ્યા, 'તમે લોકો જ્યારે પણ તમારા ગમતા ક્ષેત્રમાં આગળ વધવાનો પ્રયત્ન કરશો ત્યારે તેમાં હાર અને જીતની ક્ષણો આવશે. જ્યારે બધું જ એક ગીતની જેમ સરળતાથી ચાલતું હોય ત્યારે હકારાત્મક વિચારો કરવા એ કાંઈ ચારિત્ર્યની મહાનતા ન ગણાય, પરંતુ જ્યારે બધાં જ પાસાં અવળાં પડતાં હોય તેવી પરિસ્થિતિમાં હકારાત્મક વિચારો કરવા એ જ ચારિત્ર્યની મહાનતા છે'."

નિવ્યાએ સમાપન કરતા કહ્યું, "આ ફાઇનલની એક સાંજ પહેલાં હું મને પોતાને સતત એમ જ કહેતી રહી હતી કે હું મહાનતાથી ફક્ત એક સાંજ જેટલી જ દૂર છું. ત્યાં સુધી કે જ્યારે એ રાત્રે હું સૂવા ગઈ ત્યારે મારા અજાગ્રત મનમાં ક્યાંક ને ક્યાંક એ વાત પડઘાતી રહી કે હું મહાનતાથી ફક્ત એક સાંજ જેટલી જ દૂર છું. આ રીતે હું મારા તરફથી અને મારી આખી ટીમ તરફથી આ જીત અવ્યક્ત સરને અર્પણ કરું છું."

કેટલાક લોકો નિવ્યાને અભિનંદન દેવા માટે આગળ આવ્યા તો કેટલાક લોકો અવ્યક્તને અભિનંદન આપવા દોડ્યા. હજુ આ ઉત્સવ ચાલુ હતો ત્યાં જ પ્રિન્સિપાલે માઇક પર આવીને કહ્યું, "શું અવ્યક્તના દસ મિનિટના સત્રથી આટલો બધો ફેર પડી શકે? અવ્યક્ત! મેં તો તને આવી રીતે બોલતાં ક્યારેય નથી સાંભળ્યો. તું આખી સ્કૂલને આવું દસ મિનિટનું સત્ર કેમ નથી આપતો? એથી મને પણ તારી વાત સાંભળવાની તક મળશે." હર્ષનાદ વચ્ચે સંકોચ અનુભવતો અવ્યક્ત પોતાની બેઠક પરથી ઊભો થયો અને રસ્તામાં નિવ્યાને અભિનંદન આપી તે સ્ટેજ પર આવ્યો. તે પહેલી જ વાર આટલા બધા માણસો સમક્ષ બોલવા આવ્યો હતો. આ પહેલાં તે ક્યારેય માઇક પર નહોતો બોલ્યો. તે માઇક પાસે આવીને ઊભો રહ્યો અને જાણે કે તેને મળેલી તકની મજાક કરતો હોય તેમ તેણે પ્રિન્સિપાલને પૂછ્યું, "મારે શું કહેવું જોઈએ?" ત્યાર પછી તેના ચહેરા પર અજંપાભર્યું સ્મિત રેલાયું. અને હમણાં જ નિવ્યાએ તેનું જે વ્યક્તિત્વ ઉપસાવ્યું હતું તે જાણે ઝાંખું થઈ ગયું. ત્યાં એકઠા થયેલા લોકોમાંથી એક વિદ્યાર્થીએ મોટેથી કહ્યું, "અવ્યક્ત સર! કાંઈક

તો બોલો. તમે મહાનતાથી માત્ર એક ભાષણ જેટલા જ દૂર છો." બધાં ખડખડાટ હસવા લાગ્યાં. પ્રિન્સિપાલે તેને પ્રોત્સાહિત કર્યો, "અવ્યક્ત શરૂ કર. કાંઈક તો કહે."

થોડા એવા શિક્ષકો પણ હતા કે જેમને અવ્યક્તનાં વખાણ નહોતાં ગમ્યાં, તેઓ બધાં તેના સંકોચની એ પળોનો પૂરેપૂરો આનંદ માણી રહ્યા હતા અને સંતોષ પામી રહ્યા હતા. અવ્યક્તે પોતાની આંખો બંધ કરીને બોલવાનું શરૂ કર્યું.

"ચેસબોર્ડની કલ્પના કરો. તેમાં પહેલી હરોળમાં બધાં શક્તિશાળી મહોરાં ગોઠવેલાં હોય છે - બે હાથી, બે ઊંટ, બે ઘોડા, એક રાજા અને એક રાણી. બીજી પંક્તિમાં આઠ પ્યાદાં હોય છે. જો કે આપણે પહેલી હરોળમાં રહેલા મોહરાને શક્તિશાળી માનીએ છીએ પણ તેમનામાં એક ખામી છે. એક હાથી, રમતના અંત સુધી હાથી જ બનીને રહે છે; ઊંટ માત્ર એક ઊંટ અને એક રાજા ફક્ત એક રાજા જ બનીને રહી શકે છે. ભલે તમે તેને માત્ર રૂક, બિશપ કે નાઇટ તરીકે જુઓ, અથવા કોઈ શિખાઉ તેમને હાથી (રૂક), ઊંટ (બિશપ) કે ઘોડા (નાઇટ) તરીકે ઓળખે... તેનાથી કોઈ ફેર પડતો નથી; પરંતુ આ ત્રણેય શક્તિશાળી ગણાતાં મહોરાં, જીવસૃષ્ટિના નીચલી કક્ષાનાં સ્વરૂપો એટલે કે પશુઓનાં પ્રતીકો છે અને તેમની એક ખાસ ખાસિયત છે. તેઓ પોતાની એ ખાસિયત સાથે જીવે છે અને તેની સાથે જ મૃત્યુ પામે છે. જો કે જન્મ સમયે કેટલાક પશુઓ માનવી કરતાં ઘણાં વધારે સક્ષમ હોય છે. તેમને એવો અભિશાપ મળેલો છે કે તેઓ પોતાની પ્રકૃતિ અને સ્વભાવથી મર્યાદિત રહે. એ જ પ્રમાણે ચેસના પટ પરનાં આ મહોરાં પણ, કથિત શક્તિ ધરાવતા હાથી, ઘોડા અને ઊંટ પણ પોતપોતાની મર્યાદાઓથી બંધાયેલા છે."

કાંઈક નવું અને કાંઈક સારું સાંભળવાની આશામાં, પ્રિન્સિપાલે પોતાની ખુરશીની દિશા અવ્યક્ત તરફ ફેરવી. અત્યાર સુધી જે શિક્ષકો ઊભા રહીને સભા પૂરી થવાની રાહ જોઈ રહ્યા હતા તેઓ હવે બેસવા માટે ખાલી જગ્યા શોધતા હતા. નિવ્યાના મુખ પર સ્મિત રમતું હતું...

સાચું કહીએ તો તેનો ચહેરો સ્મિતથી વધુ સુંદર લાગતો હતો. તે પોતાના અવ્યક્ત સરને મનથી વંદન કરી રહી હતી. તેને માટે તો ત્યાં તેના અવ્યક્ત સર અને તે પોતે જ હાજર હતા, બીજા કોઈનું જાણે કે ત્યાં અસ્તિત્વ જ ન હતું!

અવ્યક્ત હવે જાણે પોતાની સ્વાભાવિક શૈલીમાં આવી ગયો હતો અને પોતાના વાક્પ્રવાહમાં વહી રહ્યો હતો. "બાકી રહેલાં બે મહોરાં એટલે કે રાજા અને રાણીનું શું? શેક્સપિયરે કહ્યું છે તેમ, 'કેટલાક લોકો જન્મથી જ મહાન હોય છે, કેટલાક લોકો મહાન બને છે અને કેટલાક લોકોના માથે મહાનતા લાદવામાં આવે છે.' શેક્સપિયરની ભાષામાં કહીએ તો જે 'જન્મથી મહાન' હોય તેનું પ્રતીક રાજા છે. જેના માથે મહાનતા લાદવામાં આવે છે તેનું પ્રતીક રાણી છે. જો કે ગ્રેટ બ્રિટનની રાણીની બાબતમાં આથી ઊલટું બને છે. તેમ છતાં, અહીં પણ રાજા અને રાણીનાં મહોરાં પણ એક જ પ્રકારની પ્રકૃતિ સાથે રહે છે અને એ જ પ્રકૃતિ સાથે મૃત્યુ પામે છે."

અત્યાર સુધી અવ્યક્ત આંખો બંધ કરીને બોલી રહ્યો હતો, તેણે અચાનક પોતાની આંખો ખોલી અને પહાડી અવાજમાં પોતાની વાત ચાલુ રાખી, "હવે આપણે પ્યાદાંની વાત કરશું. શેક્સપિયરની ભાષામાં કહું તો મારા માટે પ્યાદાં એવાં લોકોનું પ્રતીક છે કે 'જેઓ મહાનતા મેળવે છે.' દરેક પ્યાદું ચેસનું સહુથી શક્તિશાળી મહોરું બનવાથી - એટલે કે ક્વિન બનવાથી માત્ર છ ડગલાં જ દૂર હોય છે. આ પ્યાદું સાચા અર્થમાં એક સામાન્ય માણસનું પ્રતિનિધિત્વ કરે છે, તમે અને હું... જો કે આપણી પ્રકૃતિ એક જ પ્રકારની છે, પરંતુ આપણે આપણી એ પ્રકૃતિની પેલે પાર જવાની ક્ષમતા પણ ધરાવીએ છીએ. ભલેને આપણો જન્મ એક મધ્યમવર્ગના કુટુંબમાં થયો હોય, પરંતુ આપણે આપણા આ જીવનમાં જ એવી ઊંચાઈ સર કરી શકીએ કે જેથી ઔદ્યોગિક ક્રાંતિ સર્જાય. ભલે આપણો જન્મ અભણ માતા-પિતાને ત્યાં થયો હોય, પરંતુ આપણે વિશ્વભરમાં ડંકો વગાડી શકીએ એટલા તેજસ્વી બનીને નામ ઉજાળી શકીએ. બાળપણના દિવસોમાં ભલે આપણને અનાડી ગણવામાં

આવ્યા હોય, પરંતુ ભાવિ પેઢી માટે આપણે આદર્શ બની શકીએ. આપણે જે છીએ અને આપણે જે કર્યું છે તેને આપણે જે બની શકીએ તેમ છીએ તેની સાથે કાંઈ જ લાગતુંવળગતું નથી. આપણે જે બનવા ધારીએ તે આપણે બની શકીએ. આપણી અસફળતાના દિવસો વિષે માત્ર આપણે જ બેધડકપણે એવું કહી શકીએ - 'તો તેમાં શું થઈ ગયું, અમે મહાનતાથી ફક્ત એક સાંજ જેટલા જ દૂર છીએ. અમે પણ પ્યાદાંની જેમ ખાસ પ્રકૃતિ અને સ્વભાવ સાથે જન્મ્યા છીએ, પણ એવું કાંઈ જરૂરી નથી કે મૃત્યુ સુધી અમે એવાને એવા જ રહીએ. અમે પણ, પ્યાદાની જેમ મહાનતાથી ફક્ત થોડાક પગલાં જ દૂર છીએ."

પછી અવ્યક્તે પ્રિન્સિપાલની સામે માથું નમાવ્યું અને ત્યાંથી જતો રહ્યો. બધાં ઊભા થઈને તાળીઓ પાડવા લાગ્યા અને પ્રિન્સિપાલ મેડમે આગળ આવીને અવ્યક્તને ઉમળકાથી અભિનંદન આપ્યાં. નિવ્યા અવ્યક્ત પાસે દોડતી આવી અને બોલી, "સર તમારો ઘણો ઘણો આભાર." જાણે કે આશીર્વાદ આપતો હોય તેમ અવ્યક્તે નિવ્યાના માથે હાથ મૂક્યો અને કહ્યું, "મને તારા પર ગર્વ છે અને તને સહુથી અધિક અને તેનાથી પણ અધિક મળે તેવી શુભકામનાઓ..." પછી અચાનક શરમાઈને તે સ્ટાફરૂમ તરફ જતો રહ્યો.

થોડાં અઠવાડિયાં પછી, અવ્યક્તે જોયું કે વસ્ત્રોના એક મોટા શો-રૂમમાં એક મોટા ટી-શર્ટ ઉત્પાદક દ્વારા એનો સંદેશો ચોરીને, ટી-શર્ટ પર તેને છાપીને, એ ટી-શર્ટ્સ વેચવામાં આવી રહ્યાં હતાં. 'મહાનતાથી એક જ સાંજ દૂર.' બીજા એક ટી-શર્ટ પર ચેસ-બોર્ડનું ચિત્ર હતું અને એક મૂછોવાળું પ્યાદું કહી રહ્યું હતુંઃ 'મહાનતાથી છ પગલાં દૂર.' અવ્યક્તે ટી-શર્ટ હાથમાં લઈને જોયું, તે હસ્યો અને મનોમન બોલ્યો, "આ પ્યાદાને (પોનને) મૂછોવાળું કેમ બતાવ્યું? મારાં પ્યાદાંમાં માત્ર પુરુષોનો જ નહીં... સ્ત્રીઓનો પણ સમાવેશ થાય છે."

પરંપરાગત અથવા જૂની પદ્ધતિઓનો ઉપયોગ
કરીને કોઈપણ નિષ્ણાત ક્યારેય એક પણ વ્યવસ્થાતંત્રમાં
ક્રાંતિકારી ફેરફાર નથી કરી શક્યો.
જે લોકો વ્યવસ્થાતંત્રના ચીલાચાલુ માળખાથી અલગ
રીતે કામ કરતા હોય અને નવી દષ્ટિ ધરાવતા હોય તેવા
જ લોકો ક્રાંતિકારી ફેરફાર કરવામાં સફળ થઈ શકે.
વ્યવસ્થાતંત્રનું મુખ્ય કામ સંભાળનારા લોકો કરતાં જે
માણસો એ તંત્રની બહાર રહીને કામ કરતા હોય તેઓ
વધારે સફળ થઈ શકે છે. કોઈપણ શિખાઉ વ્યક્તિમાં
ઘણી સંભાવનાઓ રહેલી હોય છે.
કોઈ નિષ્ણાતના મનમાં પણ એવી સંભાવનાઓ હોય છે
ખરી પરંતુ શિખાઉ વ્યક્તિમાં જેટલી સંભાવનાઓ હોય
તેટલી વધારે નથી હોતી!

હોદ્દાને વફાદાર રહો

જો કોઈ સંસ્થાનો પ્રમુખ પોતાના હોદ્દાને વફાદાર ન હોય તો તે સમગ્ર સંસ્થા માટે જોખમી બની જાય છે; તે સંસ્થાના વિકાસના માર્ગમાં બાધક બની જાય છે. જ્યારે તે પોતાના હોદ્દા સાથે સંકળાયેલી જવાબદારીઓને વફાદાર રહીને કામ કરે ત્યારે જ તે સંસ્થાને પ્રગતિના પંથે આગળ લઈ જવા માટે યોગ્ય બની શકે. હોદ્દો સંભાળ્યા બાદ તેણે તે સંસ્થાની નાની-નાની બાબતો પર અથવા રોજિંદી મુશ્કેલીઓ પર જ પોતાનું ધ્યાન કેન્દ્રિત ન કરવું જોઈએ. જો તે એમ કરે તો તે કંપનીનો સહુથી મોંઘો કારકુન બની જાય છે. એને બદલે સંસ્થાના પ્રમુખ પાસેથી એવી અપેક્ષા રાખવામાં આવે છે કે તે કંપનીના ભવિષ્ય માટે એક નવો દૃષ્ટિકોણ વિકસાવે. બીજા સાથે લાંબા ગાળાના સંબંધો અને સહકાર વગેરેની ચર્ચા કરે, કંપનીના સ્ટાફમાં પોતાપણાની ભાવનાનું અને ખાસ સંસ્કૃતિનું સર્જન કરે, પોતાની નીચે કામ કરનારાઓને પસંદ કરે, વૈવિધ્ય ઉપર ધ્યાન આપે અને સહુથી મહત્ત્વની વાત એ છે કે તે બધી જ વ્યવસ્થાને સ્વાભાવિકપણે સક્રિય રાખવા ઉપર ધ્યાન આપે. તેની મુખ્ય જવાબદારી એ કહેવાય કે તે સંસ્થાને આવતીકાલ માટે તૈયાર રાખે.

હું પુષ્કળ મેળવવાને પાત્ર છું

તમારા વિચારો જ તમારી વાસ્તવિકતાનું સર્જન કરે છે. તમે જે વસ્તુ પર ધ્યાન કેન્દ્રિત કરો છો તે વસ્તુ તમને અવશ્ય મળે છે. જ્યારે તમે કોઈ વસ્તુ પર તમારું ધ્યાન કેન્દ્રિત કરો છો ત્યારે તમે તેને તમારી તરફ આકર્ષો છો. કોઈપણ પરિસ્થિતિને તમે જે રીતે જોવા ઈચ્છો તે રીતે જોઈ શકો છો. 'જે તમારે નથી જોઈતું' તેના પર ધ્યાન આપવાને બદલે 'જે તમારે જોઈતું હોય' તેનાં પર તમારે ધ્યાન કેન્દ્રિત કરવું જોઈએ. મુખ્ય નિયમ તો એ જ છે કે હું જે વસ્તુ પર મારું ધ્યાન કેન્દ્રિત કરું છું તે જ વસ્તુ મને મળે છે. એટલે 'વ્યક્તિગત પુષ્કળ મેળવવા' પર ધ્યાન કેન્દ્રિત કરવાનું પસંદ કરો.

શુક્રવારે સાંજે, પાંત્રીસ વર્ષથી મોટી પાંચ વ્યક્તિઓએ નક્કી કર્યું કે તેઓ ચેન્નઈના ગાંધી બીચ પર મળશે. તેઓ એંશીના દસકાની શરૂઆતમાં એક સાથે જ ગ્રેજ્યુએટ થયા હતા અને કૉલેજમાં હતા ત્યારથી તેઓ એકબીજાના જિગરજાન મિત્રો બની ગયા હતા. તેમની સહુની મહત્ત્વાકાંક્ષા એન્જિનિયરીંગનો અભ્યાસ કરવાની હતી પણ તેને બદલે આર્ટ્સ કૉલેજમાં આવીને તેમની મહત્ત્વાકાંક્ષા પૂરી થઈ (કે અધૂરી રહી!). ખરું જોતાં તો તેમના મનમાં રહેલી પોતાની નિરાશાની ભાવનાને લીધે જ તેઓ એકબીજાની નજીક આવ્યા હતા. કૉલેજના પ્રથમ દિવસે જ તેમની પાસે વાતચીત કરવાનો એ એકસરખો જ વિષય હતો. અને આ રીતે તેમની વચ્ચે જાણે એક સંબંધ બંધાઈ ગયો હતો. તેમનામાંથી ત્રણ તો ભણવામાં તેજસ્વી હતા; ચોથો ભલે અભ્યાસમાં તેમના જેટલો હોશિયાર ન હતો પણ તેનું વ્યક્તિત્વ અસાધારણ હતું. અને પાંચમો અવ્યક્ત, તેને તો કૉલેજે એટલા માટે આવવું પડતું હતું કે તેને જવા આવવા માટે માત્ર

આ એક કૉલેજ જ હતી. તેમના પ્રોફેસરો અથવા તેની સાથે ભણનારા વિદ્યાર્થીઓમાંથી કોઈનેય એવી કલ્પના પણ નહોતી કે અવ્યક્ત પોતાનો અભ્યાસ પૂરો કરી શકશે. આ પાંચેય મિત્રો અઢાર વર્ષ પછી ફરીવાર મળી રહ્યા હતા.

જીવનમાં સમય આપણને સહુને એક એવાં વળાંક પર લઈ આવે છે કે જ્યાં આવીને આપણને પોતાનો ભૂતકાળ એવો લાગવા માંડે છે કે જાણે આપણે કોઈ બીજાનું જીવન જીવી રહ્યાં છીએ. કોઈપણ પ્રગતિશીલ વ્યક્તિના જીવનમાં અઢાર વર્ષનો સમય ઓછો ન ગણાય. ત્યારથી માંડીને અત્યાર સુધીમાં ઘણુંબધું બદલાઈ ગયું હતું. તેઓ બેદરકાર યુવાનોમાંથી જવાબદાર પુરુષો બની ગયા હતા; હવે તેઓ પોતાનાં માતા-પિતા માટે ચિંતાનો વિષય બનવાને બદલે પોતાનાં બાળકોના ભવિષ્યની ચિંતા કરનારાં માતા-પિતામાં બદલાઈ ગયાં હતાં. હકીકતમાં ત્યારથી અત્યાર સુધીમાં ઘણુંબધું બદલાઈ ગયું હતું.

અવ્યક્ત સિવાય બીજા ચારેયે માસ્ટરની ડિગ્રી મેળવી લીધી હતી; તેમાંથી બે જણાની પાસે તો પોસ્ટ-ગ્રેજ્યુએટની બબ્બે ડિગ્રીઓ હતી. અલબત કૉલેજકાળથી જ જ્યારે પણ આ પાંચેય મિત્રોનો ઉલ્લેખ થતો ત્યારે વાક્યમાં 'અવ્યક્ત સિવાય' જેવા શબ્દો અચૂક બોલવામાં આવતા હતા. તેમાંથી બે મિત્રો સોફ્ટવેરના વ્યવસાયમાં હતા અને અમેરિકામાં સ્થાયી થઈ ગયા હતા. એક પબ્લિક સેક્ટરમાં હતો અને બીજો પ્રાઈવેટ એન્ટરપ્રાઇઝમાં જોડાઈ ગયો હતો. તેઓ બધાં 'અવ્યક્ત સિવાય' સારો પગાર મળે તેવા હોદ્દા પર હતા અને બધા પાસે પોતાની માલિકીનો એપાર્ટમેન્ટ હતો. એક મધ્યમવર્ગના કુટુંબ માટેનાં સામાજિક ધારાધોરણો મુજબ તેઓ ઠરીને ઠામ થઈ ગયા હતા.

જોકે એ સહુએ જીવનમાં આટલે સુધી પહોંચવાની ધારણા કરી હતી. પણ તેઓ અવ્યક્તની અકલ્પનીય પ્રગતિથી આશ્ચર્યચકિત હતા. અવ્યક્તે ત્રણ સંસ્થાઓની સ્થાપના કરી હતી અને ત્રણેય સારી રીતે વિકસી રહી હતી. તે ઝાકઝમાળ ભરેલી સમૃદ્ધ જીવનશૈલી જીવી રહ્યો હતો. ચારેય

મિત્રોને અવ્યક્તની આટલી બધી પ્રગતિ જોઈને નવાઈ લાગતી હતી કારણ કે તેમને પૂરી ખાતરી હતી કે અવ્યક્તનો બૌદ્ધિક આંક (આઈક્યૂ) સરેરાશથી ઓછો હતો. ઘણીવાર આપણે માણસોની બુદ્ધિ પર લાગેલાં આવાં લેબલને કારણે એમની પાસેથી કાંઈ આશા રાખવાનું પણ છોડી દઈએ છીએ. તેમને ગળા સુધી ખાતરી હતી કે અવ્યક્તની પાસે ખાસ કોઈ પ્રતિભા ન હતી અને ન તો કોઈ વિશેષ લાયકાત હતી; તેનામાં ખાસ કહેવાય એવું કાંઈ નહોતું. હકીકતમાં તેઓ અવ્યક્તનો એક ખાસ ગુણ તો સાવ ભૂલી જ ગયા હતા; શક્ય છે કે અઢાર વરસ દરમિયાન તેમની યાદશક્તિમાં ઘટાડો થયો હોય. જ્યારે તેઓ બધા કૉલેજના એ દિવસોમાં ટાઈપરાઈટિંગ અને શોર્ટહેન્ડ શીખી રહ્યા હતા, ત્યારે અવ્યક્તે આ બધું શીખવાની ના પાડતાં કહ્યું હતું કે, "એક દિવસ મારી પાસે એક સેક્રેટરી હશે, જેને આ બધું કામ કરતાં આવડતું હશે." જ્યારે બધાએ બેન્કની નોકરી માટે પરીક્ષા આપવાનું વિચાર્યું ત્યારે અવ્યક્તે તેનું ફોર્મ ખરીદવાનીયે ઘસીને ના પાડી દીધી અને કહ્યું હતુંઃ "કાઉન્ટરની સામેના ભાગ સાથે મારે કાંઈ લેવાદેવા નથી. હું મને પોતાને ત્યાં કલ્પી જ નથી શકતો. એક દિવસ બેન્કવાળા મારી પાસે આવશે." જ્યારે સહુએ તેને પ્રોત્સાહિત કરવા માટે કહ્યું કે ભલેને પત્રવ્યવહારના માધ્યમથી મળે, પણ તેણે ગ્રેજ્યુએટથી આગળની ડિગ્રી માટેનો અભ્યાસ કરી લેવો જોઈએ ત્યારે તેણે પૂરેપૂરા આત્મવિશ્વાસથી કહ્યું હતું, "હું પોસ્ટ-ગ્રેજ્યુએટ નહીં બનું પણ એક દિવસ એવી ડિગ્રી ધરાવતા યુવકો મારા માટે કામ કરતા હશે."

જોકે, અવ્યક્ત પોતાના નામની જેમ એકદમ અલગ હતો. તે ટોળાંથી તદ્દન જુદો જ- 'હટકે' હતો. તે બીજાથી એટલો બધો જુદો હતો કે સ્કૂલમાં ભણતા ત્યારે પણ તે વિદ્યાર્થીઓને કહેતો, "એક મધ્યમવર્ગના કુટુંબમાં જન્મ થવો એ એક વાત છે, પણ એ જોવું કે તે વ્યક્તિનું મૃત્યુ મધ્યમવર્ગના કુટુંબમાં ન થાય એ તેની પોતાની પસંદગીનો વિષય છે." જ્યારે તેની કોલોનીના મિત્રો એવો વિચાર કરતા કે કઈ ક્રિકેટ ટીમમાં ભાગ લેવો, ત્યારે અવ્યક્ત એમ વિચારતો કે પોતાની ટીમ કેવી રીતે બનાવવી કે

જેથી તે તેને પોતાની મરજી મુજબ ચલાવી શકે. તે ઘણીવાર પોતાનાં માતા-પિતાને કહેતો: "જો કોઈએ નેતૃત્વ કરવાનું હોય તો હું જ નેતૃત્વ કેમ ન કરું?" અવ્યક્તના વ્યક્તિત્વનું રહસ્ય, તેની ખરી પ્રતિભા અને જાદુઈ લાકડી એ હતાં કે તે વૈચારિક તબક્કે પણ જીવનમાં જે કાંઈ શ્રેષ્ઠ હોય તે સિવાયની બીજી કોઈપણ વાત સ્વીકારતો જ નહીં. ડિઝરાયેલી તો આ રીતે કહે છે, "જીવન એટલું નાનું છે કે ક્ષુલ્લક થવાનું પોસાય તેમ નથી."

અવ્યક્ત એવું માનતો હતો કે જીવનમાં પુષ્કળ મેળવવું એ તેનો જન્મસિદ્ધ હક્ક છે. જોયા વગર કોઈ બાબત પર ભરોસો ન કરવો એવું માનતા લોકોની દુનિયામાં અવ્યક્ત તાર્કિક આધાર રજૂ કરતો, "જેના પર તમને દૃઢ વિશ્વાસ હોય તે તમને જરૂર મળશે." તેને પુષ્કળ સમૃદ્ધિભર્યા ભવિષ્ય પર વિશ્વાસ હતો અને એ તેની વાસ્તવિકતા બની ગઈ. ઘણી બાબતમાં અવ્યક્ત પોતાના મિત્રોની બરોબરી નહોતો કરી શકતો, પરંતુ જીવનની સહુથી અગત્યની બાબતમાં કોઈ તેની તોલે ન આવી શકે તેવું બન્યું. એ બાબત હતી: મોટું વિચારવાની તેની ક્ષમતા. તમારા જીવનમાં તમારે અભાવનો સામનો કરવો પડશે કે તમને પુષ્કળ મળશે કે પછી જરૂર પૂરતું મળશે તેનો આધાર તમારી વિચારવાની ક્ષમતા ઉપર રહેલો છે. તમારું પાત્ર જેવડું હોય તેટલો જ વરસાદ તે ઝીલી શકે.

જાણે સહુ છ વાગવાની રાહ જોઈ રહ્યા હોય તેમ બધા છના ટકોરે સમુદ્રકાંઠે આવી ગયાં હતાં અને રાહ જોઈ રહ્યા હતા. ખડખડાટ હાસ્ય, પરસ્પર ભેટવાનું અને મજાક-મસ્તી વચ્ચે એ પાંચેય મિત્રોએ એકબીજાને કહેવા જેવી કેટલીક સાચી તો કેટલીક ઉપજાવી કાઢેલી વાતો કહી. લગભગ ત્રણેક કલાક પછી અવ્યક્તે કહ્યું કે હવે તેને જવું પડશે કારણ કે તેની પત્ની અને બાળકો તેની રાહ જોઈ રહ્યાં હશે. અવ્યક્ત અને તેનાં લગ્નની બાબત પર થોડાં વ્યંગબાણો વરસાવ્યા પછી ચારેય મિત્રોએ નક્કી કર્યું કે તેઓ હજુ થોડો વધારે સમય ત્યાં રોકાશે, અને અવ્યક્તને જવું હોય તો જઈ શકે છે. અવ્યક્તે બધાને ફરીવાર ભેટીને 'આવજો' કહ્યું.

અવ્યક્તના ગયા પછી ચારેય મિત્રોએ જોયું કે તે પોતાની ડાયરી ત્યાં જ ભૂલી ગયો હતો. તે તેમાં પોતાને જરૂરી લાગતી હોય તેવી બધી માહિતી અને નોંધ રાખતો હતો. જોકે એક મિત્રને થયું કે તે અવ્યક્તની પાસે જઈને તેની ડાયરી તેને આપી આવે પણ બાકીના ત્રણેયને તેમાં જે લખ્યું હોય એ જાણવાનું કુતૂહલ હતું. બહુમતી પ્રમાણે નિર્ણય લેવાયો અને તાજાં જન્મેલાં કુરકુરિયાંઓ જેમ એકબીજાના શરીરની ગરમી મેળવવા માટે લગોલગ આવી જાય તેમ ચારેય મિત્રો એકબીજાની અડોઅડ ગોઠવાઈને બેસી ગયા. આઠ આંખો મટકું માર્યા વગર તેની ડાયરીને જોઈ રહી હતી. તેમણે આખું ડાયરી સેક્શન જોઈ લીધું, ત્યારબાદ જન્મદિવસ અને જન્મદિવસવાળું સેક્શન, નામ-સરનામાવાળું સેક્શન અને ફોન નંબર વગેરે જોયાં...અને પછી...એક વધારે સેક્શન...જેમાં અવ્યક્તે પોતાના અક્ષરે લખ્યું હતુંઃ 'પુષ્કળ મેળવવા માટેની મારી અંગત ચાવી.' પર્સનલ ઓર્ગેનાઈઝરના આ સેક્શનમાં ઘણી ઘણી બૌદ્ધિક વાતો લખી હતી. ચારેયમાંથી કોઈ ખાતરીપૂર્વક કહી શકે નહીં કે આ વાતો તેણે મહાન વ્યક્તિઓનાં વાક્યોમાંથી તારવેલી હતી કે પછી તે અવ્યક્તના પોતાના જીવનના અનુભવોનો નિચોડ હતો. અરે! ભલેને એ ગમે તે હોય તેથી શો ફરક પડે છે. તે અવ્યક્તના જીવન સાથે જોડાયેલી પુષ્કળ સમૃદ્ધિનું રહસ્ય હતું અને તેમને એ વાત જાણવી વધારે જરૂરી લાગતી હતી.

પહેલાં જ પાના પર મોટા લાલ અક્ષરે લખ્યું હતુંઃ "મને ખબર છે કે 'એક રસ્તો છે'!"

ત્યારબાદ દરેક પાના પર બુદ્ધિ અને જ્ઞાનથી ભરપૂર એવાં અમૂલ્ય વાક્યો લખ્યાં હતાં કે જે જીવનભર શોધવાથી પણ ન મેળવી શકાય. પ્રત્યેક પાનું વાંચ્યા પછી તેઓ એકબીજા સામે જોતાં, ક્યારેક ક્યારેક હસતા અને દરેક વખતે તેઓ સંમતિસૂચક સંકેતની આપ-લે કરતા હતા. થોડી જ વારમાં તેમના ચહેરા પરના રમૂજી ભાવો અદૃશ્ય થઈ ગયા અને તેની જગ્યાએ તેમના પર જ્ઞાનનો પ્રકાશ ઝળહળવા લાગ્યો. તેમણે વાંચ્યુંઃ

૧ જ્યારે હું પોતે એમ માનું કે 'હું આ કરી શકું છું' અને ખરેખર એ વાત પર વિશ્વાર પણ રાખું તો 'તેને કેવી રીતે કરી શકાય' તેનો રસ્તો આપોઆપ મળે છે. કોઈ કામ થઈ શકે છે તે માન્યતા, મનને તે કામ કઈ રીતે કરવું તેનો રસ્તો શોધવા સક્રિય બનાવી દે છે.

૨ મારા વિચારો મારી વાસ્તવિકતાનું સર્જન કરે છે. જેના પર હું મારું ધ્યાન કેન્દ્રિત કરું તે મને મળે જ છે. હું જેના પર મારું ધ્યાન કેન્દ્રિત કરું છું તેને હું મારી તરફ આકર્ષું છું. કોઈપણ પરિસ્થિતિને તમે જે રીતે જોવા ઈચ્છતા હો તે રીતે જોઈ શકાય છે. જો મને કોઈ બાબત ગમતી ન હોય તો તેનું કારણ એ છે કે હું તેના પર મારું ધ્યાન કેન્દ્રિત કરું છું. જો અમુક વાતની મારા પર બહુ અસર થતી હોય તો તેનું કારણ એ છે કે હું તેના પર મારું ધ્યાન કેન્દ્રિત કરું છું. મારે 'હું કઈ વાતની વિરુદ્ધ છું' તેના પર મારું ધ્યાન કેન્દ્રિત કરવાને બદલે 'હું કઈ વાતનું સમર્થન કરું છું' એ વાત પર મારું ધ્યાન કેન્દ્રિત કરવું જોઈએ. આ માટે મુખ્ય નિયમ એ છે કે હું જેના પર મારું ધ્યાન કેન્દ્રિત કરું તે જ મને મળે છે. દરેક પુસ્તક, દરેક તત્ત્વચિંતક અને દુનિયાનો પ્રત્યેક મહાન વિચારક મને છેવટે એ જ નિષ્કર્ષ પર આવવા પ્રેરે છે. તેથી મેં મારું ધ્યાન મારી 'અંગત પુષ્કળતા' ઉપર કેન્દ્રિત કરવાનું પસંદ કર્યું છે.

૩ પુષ્કળતા ઊર્જા પ્રકટ કરે છે. જો હું મારી ઊર્જાના સ્તરોની પૂરતી કાળજી રાખી શકું તો મને પુષ્કળ સમૃદ્ધિ મળવાની જ છે. જો હું પુષ્કળ મેળવવાને પાત્ર છું એવું હું પોતે જ ન માનું તો તો કોઈપણ વસ્તુ મેળવવા માટે હું પાત્ર ન ગણાઉં. પુષ્કળ મેળવવાને માટે હું તેને શોધવા ક્યાંય જવાનો નથી, તેને માટે હું ક્યાંય ભટકવાનો નથી. પરંતુ પુષ્કળતાને હું મારા જીવનમાં પ્રવાહિત કરીશ. હું અધિકતમ અને અધિકતર મેળવવાને પાત્ર છું...

૪ માણસો મૂળભૂતપણે પોતાની વિચારધારા પ્રમાણે જ જીવે છે. આપણા વિચારો પર આપણી આસપાસના લોકોના વિચારોનો પ્રભાવ પડતો હોય છે. 'અછત'નો વિચાર કરનારા વિચારકો આપણને પુષ્કળતાને બદલે અછત વિષે જ વિચાર કરવા માટે પ્રેરે છે. 'તે થઈ જ ન શકે' એમ કહેવાવાળા લોકો સામાન્ય રીતે નિષ્ફળ થયેલા લોકો જ હોય છે; તેઓ સિદ્ધિ મેળવવાની બાબતમાં સાધારણ કે મધ્યમ કક્ષાના લોકો જ હોય છે. એ નોંધ લેવા જેવી હકીકત છે કે મધ્યમ કક્ષાની સિદ્ધિ મેળવનારા લોકો પોતાની પાસે પુષ્કળ કેમ નથી, તેઓ શા માટે તે મેળવતા નથી, તેઓ એવા કેમ નથી અથવા તેઓ કેમ અધિક મેળવી શક્યા નથી એ વિષે તેઓ તરત જ કાંઈ ને કાંઈ ખુલાસો કરે છે. જે લોકો આવી રીતે બીજાના વિચારોથી પ્રભાવિત હોય અને 'પરંપરાગત માનસિક લઘુતાગ્રંથિ'થી પીડાતા હોય તેવા લોકો સાથે હળવા-મળવા કરતાં હું એ લોકો સાથે મૈત્રી રાખીશ કે જેઓ 'પુષ્કળ મેળવવાની માનસિકતા' ધરાવતા હોય. મારા ઉપર ફેંકવામાં આવતી નકારાત્મકતાની દરેક ઈંટનો ઉપયોગ હું મારી પુષ્કળતાના મહેલનો પાયો ચણવામાં કરીશ. હું અહીં મારી કબર ખોદવા માટે નહીં પણ મારો મહેલ બનાવવા માટે આવ્યો છું.

૫ પુષ્કળ મેળવવાના મારા માર્ગમાં એ શક્ય છે કે મારે પડકારો, નિષ્ફળતા અને હારનો સામનો કરવો પડે. તેમ છતાં, હું હાર નહીં માનું. જો કોઈ રસ્તા પર હું ગાડી ચલાવી રહ્યો હોંઉ અને અચાનક મારી સામે 'રસ્તો બંધ છે' એવું લખાણ આવી જાય તો શું હું તે રસ્તાનું સમારકામ પૂરું ન થાય ત્યાં સુધી મારી કારમાં બેસીને રાહ જોવાનો કે પછી ફરી પાછો ઘરે જતો રહેવાનો? હું એવું કાંઈ નહીં કરું! 'રસ્તો બંધ છે' એવા લખાણનો અર્થ માત્ર એટલો જ છે કે મારે જ્યાં જવું છે ત્યાં હું આ રસ્તે નહીં જઈ શકું. કદાચ મારો રસ્તો

બદલાઈ જાય...પણ મારે જ્યાં જવું છે તે સ્થળ (લક્ષ્ય) તો ક્યારેય નહીં બદલાય.

૬ હું દરેક વ્યક્તિનું માન-સન્માન જાળવીશ. હું દરેક વ્યક્તિ પાસેથી કાંઈક શીખવાની કોશિશ કરીશ. હું દરેક વ્યક્તિનું નિરીક્ષણ કરીશ. હું દરેક વ્યક્તિના જીવનનો અભ્યાસ કરીશ. પરંતુ આ ભૌતિકતાવાદી સમાજમાં હું કોઈપણ માણસની પૂજા નહીં કરું. હું એવું માનું છું કે હું બધાથી પર જઈ શકું છું અને બધાથી આગળ નીકળી શકું છું. હું સર્વશ્રેષ્ઠથી નીચેના સ્તરને સ્વીકારી લેવાના વલણથી સભાનપણે દૂર રહીશ. હું અહીં ઊતરતી કક્ષાનો માણસ બનવા માટે નથી આવ્યો. હું જે કાંઈ કરું છું તેના પર પહેલા નંબરે મારું નામ તો પહેલેથી જ કોતરેલું છે. મારે ફક્ત આગળ જઈને તેને શોધવાનું જ રહે છે.

૭ મારી પાસે ભલેને ગમે તેટલું ઓછું હોય, જો હું તેના માટે મારી કૃતજ્ઞતા દર્શાવું તો હું સમૃદ્ધ જ છું. ભલે ને મારી પાસે ગમે તેટલું વધારે હોય પણ જો હું કૃતજ્ઞતા ન દર્શાવું તો હું ગરીબ છું. હું મારી પાસે જે છે તેને માટે આભાર માનું છું તેની સાથે મારી પાસે જે કાંઈ પણ હશે તેમાંથી થોડું હું મારી આજુબાજુના લોકોમાં વહેંચવામાં પાછો નહીં પડું. હું હંમેશાં દાન કરતો રહીશ. આમ દાન કરતા રહેવાથી મારા મનમાં એવી ભાવના દૃઢ થતી જશે કે મારી પાસે આ બધું જરૂર કરતાં ઘણું વધારે છે અને આમ મારું મન આ વિચારને મૂર્તિમંત કરશે. કૃતજ્ઞતા અને બીજાને આપવામાં આવેલું દાન - આ બંને વિપુલતાનું સર્જન કરવાના માર્ગો છે.

પર્સનલ ઓર્ગેનાઇઝર બંધ કર્યાં બાદ ચારેય જણા જાણે મંત્રમુગ્ધ થઈ ગયા હોય તેમ એકબીજા સામે જોતા રહ્યા અને જ્યારે તેમણે ઊંચે જોયું તો સ્તબ્ધ થઈ ગયા. તેમનાથી ફક્ત પાંચ જ ફૂટ દૂર અવ્યક્ત અદબ વાળીને હસતો ઊભો હતો. તેઓ ગભરાઈને અચકાતાં અચકાતાં બોલ્યા, “સૉરી, અમે વિચાર્યું કે...” તેઓ આગળ કાંઈ વધુ કહે તે

પહેલાં અવ્યક્ત અધવચ્ચે જ બોલ્યો, "મારા જીવનમાં કાંઈ ખાનગી નથી...તેમાંય મારા મિત્રોથી તો એકેય વાત ખાનગી નથી. હું પણ મારા આ પર્સનલ ઓર્ગેનાઇઝરની જેમ એક ખુલ્લી કિતાબ જેવો છું. જો તમે તેને તમારી પાસે રાખવા ઇચ્છતા હો તો એટલો ભાગ તેમાંથી લઈ લો. હવે મારે એ પાનાની જરૂર નથી કારણ કે તેમાં લખેલ દરેક વાક્ય મારા શરીરના અણુએઅણુમાં સમાઈ ગયું છે." આમ કહીને તેણે ડાયરીમાંથી તે પાનાં કાઢીને પોતાના મિત્રોને આપી દીધાં.

ત્યારબાદ તેને કહ્યું, 'એક દિવસ એવો આવે છે કે જ્યારે પતંગિયું તેની પ્રાથમિક અવસ્થામાં રહી શકતું નથી અને તેથી તે કોશેટાનું રૂપ ધારણ કરે છે કે જેથી તેને પાંખો આવી શકે અને તે પતંગિયું બની શકે. એક દિવસ મેં મારી પ્રાથમિક અવસ્થામાંથી પતંગિયું બનવાનું નક્કી કર્યું. મેં 'અભાવના વિચારો' કરવા છોડી દીધા અને 'પુષ્કળતાની માનસિકતા' ધારણ કરી. બીજું બધું તો તેની પાછળ પાછળ આવ્યું. 'મારે પુષ્કળની શા માટે જરૂર હતી' તેનો જવાબ મારી પાસે હતો અને તેના બદલામાં જીવન મને તે 'કેવી રીતે' મળે એનું માર્ગદર્શન આપતું રહ્યું. હું તમને આ એટલા માટે કહું છું કે હું તમને ચારેયને અંગતપણે ઓળખું છું. અઢાર વર્ષ પહેલાં જ્યારે આપણે સહુ પ્રાથમિક અવસ્થામાં હતા ત્યારે તમે ચારેય મારા કરતા ઘણાં વધારે સારા હતા. ફેર માત્ર એટલો જ છે કે તમારામાંથી કોઈએ પતંગિયું બનવાનો નિર્ણય ન કર્યો. હજુ પણ જો તમે એ નિર્ણય કરો, આજથી જ, તો તમારા જીવનનો પ્રત્યેક દિવસ જીવન તમારી સમક્ષ પુષ્કળતાના ચમત્કારો પ્રગટ કરશે. મિત્રો, તમને અધિકતમ અને અધિકતર મળે તેવી શુભેચ્છા..."

અવ્યક્ત જતાં જતાં મોટેથી બોલ્યો, "કોઈપણ સપનું સાકાર થઈ શકે છે! તેની કોઈ મર્યાદા નથી..." જોકે, રાત્રિના દસ વાગી ચૂક્યા હતા, છતાં પણ એવું લાગતું હતું કે જ્યારે અવ્યક્ત જેવી વ્યક્તિ આપણી આસપાસ હોય તો સમય કેવી રીતે વીતે છે તેની ખબર જ ન પડે.

હું દરેક વ્યક્તિનું માન-સન્માન જાળવીશ
હું દરેક વ્યક્તિ પાસેથી કાંઈક શીખવાની કોશિશ કરીશ.
હું દરેક વ્યક્તિનું નિરીક્ષણ કરીશ.
હું દરેક વ્યક્તિના જીવનનો અભ્યાસ કરીશ.
પરંતુ આ ભૌતિકતાવાદી સમાજમાં હું કોઈપણ માણસની પૂજા નહીં કરું.
હું એવું માનું છું કે હું બધાથી આગળ જઈ શકું છું અને બધાથી આગળ નીકળી શકું છું.
હું સર્વશ્રેષ્ઠથી નીચેના સ્તરને સ્વીકારી લેવાના વલણથી સભાનપણે દૂર રહીશ.
હું અહીં ઊતરતી કક્ષાનો માણસ બનવા માટે નથી આવ્યો.
હું જે કાંઈ કરું છું તેના પર પહેલાં નંબરે મારું નામ તો પહેલેથી જ કોતરેલું છે.
મારે ફક્ત આગળ જઈને તેને શોધવાનું જ રહે છે.
જ્યાં સુધી મને વિશ્વાસ નહિ પડે કે કશુંક મારું છે ત્યાં સુધી કશું પણ મારું નહીં હોય.
હું પુષ્કળતાને લાયક છું.
હું સમૃદ્ધિની શોધમાં નહીં જાઉં પણ હું સમૃદ્ધિને મારા જીવનમાં પ્રવાહિત કરીશ.

અનુભવ... તે શું છે?

માત્ર એટલું જ પૂરતું નથી કે તમે બહારની દુનિયાના લોકો સાથેના તમારા વ્યવહારની ગુણવત્તામાં સુધારો કરો. હકીકતમાં તેના કરતાં પણ તમે તમારી પોતાની સાથેની વાતચીતમાં સુધારો કરો તે વધારે મહત્ત્વનું છે. તમે દુનિયાને જો કહો કે દુનિયાના લોકો તમને જે કહે તેથી તમને ખાસ કોઈ ફરક પડવાનો નથી. પણ, તમે તમને પોતાને જે કહો તે સહુથી વધારે મહત્ત્વની વાત છે અને તેનાથી ઘણોબધો ફરક પડે છે.

"તમારી સાથે જે બનાવ બને છે તે અનુભવ નથી. તમારી સાથે કોઈ બનાવ બને ત્યારે તમે જે વર્તન કરો છો તે અનુભવ છે." આલ્ડસ હક્સલીનું આ અવતરણ ટાંકીને અવ્યક્તની પત્ની સૂઝે તેને તેનો અર્થ સમજાવવા કહ્યું.

જો તમારા જીવનસાથી તમને બૌદ્ધિક સ્તરે પણ સાથ આપી શકે ત્યારે તમારું મન ખૂબ ઉત્સાહમાં રહેતું હોય છે. ઘણા લોકો બૌદ્ધિક એકલતા અનુભવતા હોય છે. તેઓ પોતાના જીવનના બોધપાઠ અને અનુભવોની વાત કોઈને કહેવા ઈચ્છતા હોય છે, પણ તેમને આવાં બૌદ્ધિક મનન અને ચિંતનમાં રસ ધરાવતી વ્યક્તિ નથી મળતી હોતી. પતિ અને પત્ની, માતા-પિતા અને બાળકો, મિત્રો, સગાંવહાલાં, ઑફિસમાં સાથે કામ કરનારાઓ રોજ-બ-રોજની મુશ્કેલીઓની વાતો કરતા હોય છે પણ જ્યારે તેઓ જીવનની વધારે ગહન અને ઉચ્ચ સમસ્યાઓની ઊંડી ચર્ચા કરે છે ત્યારે તેમના સંબંધોમાં એક જુદા જ પ્રકારની ઘનિષ્ઠતા સ્થપાય છે અને તેમાં અનન્ય ગુણવત્તા આવી જાય છે.

જ્યારે આપણે સાથે મળીને વિચારીએ, જ્યારે આપણે અસંમત થવા માટે સંમત થઈએ છીએ, જ્યારે આપણે એ સમજીએ કે મારી રીત અને તમારી રીત સિવાય ત્રીજી રીત પણ હોઈ શકે ત્યારે અપાર સંભાવનાઓ સર્જાય છે. સુઝ અને અવ્યક્ત ઘણીવાર આવી જ બૌદ્ધિક તપાસમાં ચર્ચાનો આનંદ માણતાં હતાં. જ્યારે બે બુદ્ધિશાળી વ્યક્તિ કોઈ વિચાર વિષે વાત કરે ત્યારે કોઈ ત્રીજી જ વાત જાણવા મળે છે. તેમાં હંમેશાં એક અને એક બે કરતાં વધારે જ થતાં હોય છે.

"જ્યારે તે એમ કહે છે કે તમારી સાથે જે બનાવ બને ત્યારે તમે જે કાંઈ કરો તે અનુભવ છે એટલે તે શું કહેવા માગે છે?" સુઝે પૂછ્યું.

"હું એમ કહું કે હું રાતે આઠ સુધીમાં ઘરે આવી જઈશ. પરંતુ હું નવ વાગે ઘરે આવું છું. આ એક એવી સામાન્ય ઘટના છે કે જેમાં પતિ ઘરે એક કલાક મોડો આવે છે. તું તેનો અર્થ એવો કરે છે કે, 'હું હંમેશાં મોડો જ આવું છું. મને ખબર જ હતી કે તમે મોડા ઘરે આવશો.' અને તું એમ પણ વિચારે છે કે,'હવે મને તારામાં રસ નથી રહ્યો.' તારું મન સવાલ કરે છે: 'તેમની એ સમયે તેમના ચેરમેન સાથે મિટિંગ ગોઠવાઈ હોત તો શું તેઓ આમ મોડું કરત? અને તું એવા તારણ પર આવે છે કે, 'હું કાંઈ તમારી ગુલામ નથી - હવે એવું કહેવાનો સમય પાકી ગયો છે.' અને ઘટના માત્ર એટલી જ છે કે હું ઘરે એક કલાક મોડો આવ્યો છું. પરંતુ આ ઘટનાનું અર્થઘટન તારું મન એવું કરે છે કે મને તારી પરવા નથી અને હું તારું ધ્યાન નથી રાખતો. એ જરૂરી નથી કે તારું અર્થઘટન સાચું જ હોય. એ તો વાસ્તવિકતા પ્રત્યેનો તારો દૃષ્ટિકોણ છે જેને તેં સાચો માની લીધો છે. એ તો વાસ્તવિકતા વિશેનું તારું અર્થઘટન છે. જ્યારે હક્સલી એમ કહે છે કે, 'તમારી સાથે કોઈ બનાવ બને ત્યારે તમે જે કાંઈ કરો છો તે અનુભવ છે' ત્યારે તે આ વાત સમજાવવા માગે છે." અવ્યક્તે સ્પષ્ટતા કરી.

સુઝે અવ્યક્તને આંગળીનો ગોદો મારતાં હસીને કહ્યું, "તું મને વચ્ચે લાવ્યા વગર કોઈ વાત સમજાવી જ નથી શકતો. મહાશય, તમે જાણે કોઈ ફરિશ્તા એમ વાત ન કરતા. જ્યારે હું તને સુધારવાના ખરા આશય

સાથે કોઈ સારી સલાહ આપું ત્યારે તું તેનો એવો અર્થ કરે છે કે 'હું હંમેશાં તારો વાંક જ કાઢ્યા કરું છું' અને તું ગુસ્સે થઈ જાય છે. લગ્નના શરૂઆતના દિવસોમાં પણ હું આવી વાતો કરતી અને તું કહેતો 'હું બહુ નસીબદાર છું કે તું મારા જીવનમાં આવી. તું હંમેશાં મને સુધરવામાં મદદ કરે છે.' અત્યારે પણ હું એ જ વાતો કરું છું પરંતુ ત્યારે હું ફરિશ્તો હતી અને હવે શયતાન થઈ ગઈ છું." જોકે, છેલ્લા વાક્ય સુધીમાં, સુઝના ચહેરા પરનું સ્મિત અદૃશ્ય થઈ ગયું હતું.

પ્રેમ હોય ત્યારે દરેક વાતનો અર્થ બદલાઈ જતો હોય છે. જ્યારે અહં માથું ઊંચકે છે ત્યારે વાત તદ્દન જૂદું સ્વરૂપ ધારણ કરે છે. જો કોઈ અજાણી વ્યક્તિ હોય તો ઘટનાનો અર્થ જુદો જ થાય છે, પણ જો કોઈ સગાંસંબંધી હોય તો વાતનું અર્થઘટન અલગ થઈ જાય છે. જો તે પોતાની જ જાતનો માણસ હોય તો અલગ અને જો તે બીજા પ્રાંતનો માણસ હોય તો એ જ વાત નવું સ્વરૂપ ધરી લે છે.

ડેસ્કટોપ પર દેખાતા આઇકનની જેમ આપણા મગજમાં પણ આપણે દરેક વ્યક્તિનું એક અલગ આઇકન ધરાવીએ છીએ. કેટલાક આઇકન સારા લોકો માટે, કેટલાક અદ્‌ભુત લોકો માટે, અમુક એટલા સારા ન હોય, બીજા કેટલાકની સામે પણ ન જોઈએ, અમુક એકદમ ખરાબ પ્રકારના આઇકન...વગેરે વગેરે. આ આઇકન એવાં ચશ્માની ગરજ સારે છે કે જેના દ્વારા આપણે લોકોને સમજીએ છીએ અને તે પ્રમાણે તેઓ જે કરતા હોય કે ન કરતા હોય તેનું અર્થઘટન કરીએ છીએ. જ્યારે આપણા મનમાં તેની છાપ સારી વ્યક્તિ તરીકેની હોય ત્યારે તેની કોઈ ખોટી વાતને પણ નાનું સ્વરૂપ આપીને આપણે તેને ગણકારતા નથી અને તેને સ્વીકારી લઈએ છીએ. જ્યારે આપણા મનમાં તેની છાપ ખરાબ વ્યક્તિ તરીકેની હોય ત્યારે તેની સારી વાતને પણ આપણે કાને ધરતા નથી અને આંખ આડા કાન કરીએ છીએ. તેઓ આપણા મનમાં સારી છાપ ધરાવતા હોય કે ખરાબ એ વાત સાથે હકીકતને કાંઈ લેવાદેવા નથી. એ જ કારણે એક જ માણસ કોઈ માટે દેવદૂત સમાન હોય છે અને એ જ વ્યક્તિ બીજા કોઈ માટે શયતાન જેવી હોય છે. તમારા મનમાં ગાંધીજીની જે

છાપ છે અથવા ગોડસેના મનમાં તેમની જે છાપ હતી તે ગાંધીજીના મૂળ સ્વરૂપથી તદ્દન જુદી જ હોય એમ બને. તમને ઈસુ ખ્રિસ્તમાં જે દેખાય છે તે પેલા પાઈલટે તેમનામાં નહોતું જોયું. સાવ સાચી વાત છે ને! જ્યારે આપણે આપણા મનમાં એ વ્યક્તિ સાથે જોડાયેલા આઈકનને બદલી નાખીએ તો તેની સાથેના સંબંધને તે સમૂળગા બદલી નાખે છે, તે તેને સકારાત્મક અથવા નકારાત્મક બનાવી દે છે.

"ચાલ, આપણે વ્યક્તિગત ભાવનાઓને આ ચર્ચામાં ન લાવીએ અને તેને ઝાંખી ન કરીએ," અવ્યક્તે સ્પષ્ટતા કરતાં કહ્યું, "તું જે પૂછી રહી છે તે અગત્યનું છે. હક્સલીએ આ વાતમાં એક મહાન દીર્ઘદષ્ટિ પ્રકટ કરી છે."

સુઝ કીચનમાં જઈને ચા બનાવવા લાગી. અવ્યક્ત તેની પાછળ ગયો. જીવનમાં બે વસ્તુ વગર તે રહી શકતો ન હતો - સુઝ અને તેના હાથની ચા! અવ્યક્ત કીચનના પ્લૅટફૉર્મ પર જ બેસી ગયો. તેણે પોતાની વાત આગળ વધારી, "તો, આપણી સાથે જે બને છે તે બનાવ છે. આપણે તે બનાવને જે રીતે લઈએ, જે રીતે સમજીએ અને જે પ્રમાણે તેનું અર્થઘટન કરીએ તે આપણો અનુભવ બની જાય છે. એ જ રીતે એક જ બનાવ, જુદા જુદા લોકો માટે જુદો જુદો અર્થ ધરાવે છે, જો કે તેનો આધાર એ બાબત પર છે કે તેઓ એને કેવી રીતે લે છે, કેવી રીતે સમજે છે અને કેવી રીતે તેનું અર્થઘટન કરે છે. દક્ષિણ આફ્રિકાના પીટરમરીટ્ઝબર્ગના રેલવે સ્ટેશન ખાતે ટ્રેનમાંથી ધક્કો મારીને ઉતારી દેવાનો બનાવ બન્યો હતો. ગાંધીજી કદાચ હતાશાની ગર્તામાં સરી શક્યા હોત. પરંતુ તેમણે આ બનાવને જે રીતે લીધો, જે રીતે સમજ્યો અને જે રીતે તેનું અર્થઘટન કર્યું તેથી તે બનાવ માત્ર તેમને માટે જ નહીં, પરંતુ આ મહાન રાષ્ટ્ર માટે પણ એક ક્રાંતિકારી પરિવર્તન લાવનારો બનાવ બની ગયો." અવ્યક્તે હસતાં હસતાં ઉમેર્યું, "સમગ્ર બ્રિટિશ સામ્રાજ્ય એ ધોળિયાને શાપ આપતું હશે...જો તેણે ગાંધીને ફર્સ્ટ-ક્લાસના ડબ્બામાં મુસાફરી કરવા દીધી હોત તો આવું ન થયું હોત!"

સુઝ વચ્ચે જ બોલી, "આ બધી બૌદ્ધિક ચર્ચાથી એ વધારે સ્પષ્ટ થાય છે કે સમસ્યા કરતાં પણ સમસ્યા વિશેની મારી પ્રતિક્રિયા મને વધારે પજવે છે. આફત કરતાં આફતનો ભય મને ઘણી વધારે તકલીફ આપે છે. તમારા કોઈપણ કાર્ય વિષેની મારી સમજણ, હું સમસ્યાને કેવી રીતે લઉં છું અને તેનું કેવું અર્થઘટન કરું છું તેની અસર આપણા સંબંધ ઉપર ઘણી થાય છે. મારા મનની શાંતિ પર પણ તેની અવળી અસર થાય છે. હું સમસ્યાને જે રીતે જોઉં તેવું જ સમસ્યાનું સ્વરૂપ હોય છે. હું સમસ્યાને જે રીતે લઉં તે રીતમાં જ મને મારો ઉકેલ મળી શકે. જો હું તેણે નિષ્ફળતાના સ્વરૂપમાં જોઉં તો તે નિષ્ફળતા છે. તેને બદલે, હું નિષ્ફળતાને માત્ર એક ફીડબેક તરીકે લઉં તો હું દરેક અનુભવ મળે ત્યારે મારામાં તેને અનુરૂપ સુધારો કરી શકું. સફળતા અને નિષ્ફળતા, બંનેના પોતપોતાના બોધપાઠ હોય છે. હકીકતમાં, નિષ્ફળતા જે શીખવે છે તે સફળતા ન શીખવી શકે; અને સફળતા જે શીખવી શકે તે નિષ્ફળતા ન શીખવી શકે. સારો સમય, ખરાબ સમય અથવા કસોટીનો કાળ એ બધું - હું તેને કઈ રીતે જોઉં છું તે - આપણી સમજણની વાત છે. હું કોઈપણ બનાવને મારી ઈચ્છા પ્રમાણે સમજવાનું નક્કી કરી શકું. આમ, પ્રગતિ અને નિષ્ક્રિયતા કેવળ મારા જીવનના બનાવોને હું જે રીતે લઉં છું તેનાં પરિણામો અને અસરો માત્ર છે." પછી તેણે પટ દઈને કહ્યું, "તારા ગ્રહોનો આભાર માન, અવ્યક્ત, તું ગમે તે હોય તો પણ, આપણો સંબંધ વિકસ્યો છે, કારણ કે મેં તારાં તમામ કૃત્યોને તારા પ્રેમની અભિવ્યક્તિ તરીકે ગણ્યાં છે, તારા ઈરાદાની પરવાહ કર્યા વિના." ચા બની ગઈ હતી. ચાનો ઘૂંટ ભરતાં અવ્યક્તે કહ્યું, "પ્રેમના સંદર્ભમાં કટાક્ષ હાસ્ય નિષ્પન્ન કરે છે. પરંતુ અભિમાનના સંદર્ભમાં કટાક્ષ લાગણી દૂભવે છે. કોઈએ કહ્યું કે 'આ માયા છે... કેવળ ભ્રમણા' ત્યારે તેમના કહેવાનો અર્થ આ જ હશે. આપણે કાંઈ હકીકત વિષે વાત નથી કરી રહ્યાં. આપણે ફક્ત કથિત વાસ્તવિકતાની વાત કરીએ છીએ. આપણે હકીકતમાં એવી કોઈ પરિસ્થિતિનો સામનો કરવાને બદલે પરિસ્થિતિ વિશેના આપણા અર્થઘટનની વાત કરીએ છીએ. તમારી સાથેના મારા સંબંધોનો આધાર તમે શું છો તેના પર નહીં પરંતુ હું તમને કેવા માનું છું તેના પર હોય છે.

અરે, ભગવાનને પણ વાસ્તવિક હોવાની જરૂર નથી. જ્યાં સુધી હું, મેં સમજેલી વાસ્તવિકતા માટે ભક્તિ, સમર્પણભાવ અને શ્રદ્ધા ધરાવતો હોઉં ત્યાં સુધી, તે મારી તરફેણમાં કામ કરે છે."

અવ્યક્તે સમાપન કરતાં કહ્યું, "આમ તમે માત્ર બહારની દુનિયાના લોકો સાથેના તમારા વ્યવહારની ગુણવત્તામાં જ સુધારો કરો તે પૂરતું નથી. હકીકતમાં તમે તમારી સાથેના વ્યવહારની ગુણવત્તામાં પણ સુધારો કરો તેનું મહત્વ ઘણું વધારે હોય છે. તમે દુનિયાને જે કહો, અથવા દુનિયાના લોકો તમને જે કહે તેથી ખાસ કોઈ ફરક પડતો નથી. જો કે તમે તમને પોતાને જે કહો તે સહુથી વધારે મહત્ત્વની વાત છે. તમારી સાથે જે બને તેના પર તમારું કોઈ નિયંત્રણ નથી હોતું, પરંતુ તમે તે બનાવને કઈ રીતે લો છો તેના પર તમારું સંપૂર્ણ નિયંત્રણ હોય છે. અને તેને નિયંત્રિત કરીને તમે તમારા સમગ્ર જીવનને નિયંત્રિત કરો છો. તેથી જો તમારે જીવનમાં બધું જ બદલવું હોય તો તમારે તમારા મનમાં કોરાઈ ગયેલી છાપ (આઈકન)ને બદલવી પડશે અને તમારે તમારા મનમાં તેને લગતાં અર્થઘટનો પર પણ નિયંત્રણ રાખવું પડશે."

સુઝે ધ્યાનથી કહ્યું, "બનાવો ઈશ્વરની જવાબદારી છે. અનુભવ માણસની જવાબદારી છે."

સાવ સાચું... આપણે એક જ દુનિયામાં રહીએ છીએ છતાં પોતપોતાની દુનિયાનો અનુભવ ધરાવીએ છીએ. બે માણસો એ જેલના સળિયામાંથી બહાર જુએ છે. પહેલી વ્યક્તિ કાદવ-કીચડ જુએ છે અને બીજી વ્યક્તિ આકાશમાં ચમકતા તારા જુએ છે.

અવ્યક્ત અને સુઝ એકબીજાને વળગી પડ્યાં. આ આલિંગનનું મહત્ત્વ અન્ય માટે શું હતું તે બીજી વ્યક્તિ માટે હંમેશાં એક રહસ્ય જ બની રહેવાનું. કોણ કેવી રીતે જાણી શકે કે તેઓ તેને કયા અર્થમાં સમજતાં હતાં?

આપણી સાથે જે બને તે બનાવ છે.
આપણે તે બનાવને જે રીતે લઈએ, તેને જે રીતે
સમજીએ અને જે પ્રમાણે તેનું અર્થઘટન કરીએ
તે આપણો અનુભવ બની જાય છે.
દક્ષિણ આફ્રિકાના પીટરમરીટ્ઝબર્ગના રેલવે સ્ટેશન ખાતે
ટ્રેનમાંથી ધક્કો મારીને ઉતારી દેવાવું તે બનાવ હતો.
ગાંધીજી કદાચ હતાશાની ગર્તામાં સરી શક્યા હોત.
પરંતુ તેમણે આ બનાવને જે રીતે લીધો, જે રીતે
સમજ્યો અને જે રીતે તેનું અર્થઘટન કર્યું તેથી તે બનાવ
માત્ર તેમને માટે જ નહીં, પરંતુ આ મહાન રાષ્ટ્ર માટે પણ
એક ક્રાંતિકારી પરિવર્તન લાવનારો
બનાવ બની ગયો.

તમારું જીવન તમારી જવાબદારી છે

રસ્તા પર કોની ભૂલ થઈ છે એવો મુદ્દો જ અસ્થાને છે; પરંતુ, તે કોનું જીવન છે તે મુદ્દો અગત્યનો છે! જો તમે જીવિત રહેવા ઈચ્છતા હો તો રસ્તા પર તમારે જ અનુકૂલન સાધવું પડે. તમારાથી 'કોઈને લાગી ન જાય' અને 'તમને લાગી ન જાય' એ બંને બાબતોની જવાબદારી તમારી અને માત્ર તમારી એકલાની જ છે. બીજાને દોષી ઠરાવવાનો કોઈ અર્થ નથી. તે જ રીતે, જીવનના રસ્તા પર, સંબંધોના ભરચક ટ્રાફિકમાં કોની ભૂલ છે એ મુદ્દો મહત્ત્વનો નથી પણ કોનું જીવન છે એ મહત્ત્વનો મુદ્દો છે. સંબંધોની બાબતમાં પણ, જો તમારે સુખી થવું હોય તો તમારે જ સંભાળવું પડે. અહીં પણ, બીજાને દોષી ઠરાવવાનો કોઈ અર્થ નથી. તમારું જીવન તમારી જવાબદારી છે.

વિચારવામાં તકવાદી

બધું બરાબર ચાલતું હોય ત્યારે તો કોઈપણ વ્યક્તિ સકારાત્મક વિચાર કરી શકે. પણ જ્યારે બધાં પાસાં અવળાં પડતાં હોય ત્યારે તમારી મનઃસ્થિતિ યોગ્ય હોય તે જરૂરી છે. છેવટે, તમારા વિચારોની શક્તિથી, તમે કશું પણ તમારી 'મરજી' મુજબ શક્ય બનાવી શકો છો. આમ, તમારી વિચારશક્તિથી તમે કોઈપણ બાબતને સાચી દિશામાં વાળી શકો છો. સાચી વિચારશીલતા યોગ્ય જીવનનો સચોટ માર્ગ છે. જ્યારે સંજોગો પ્રતિકૂળ હોય ત્યારે, સાચું વિચારવું એ સહુથી મહત્ત્વનું છે.

તે પરી જેવી હતી. અવ્યક્તે તેનો ઉછેર એ જ રીતે કર્યો હતો. જેવું તમે વાવો તેવું લણો. અસર અન્ય કશું નહીં પણ, ભિન્ન રૂપમાં રહેલું કારણ પોતે જ છે. દરેક બાળક તેના ઉછેરને પ્રતિબિંબિત કરે છે. તેના પિતાએ (પિતા પણ માતાની ભૂમિકા સારી રીતે નિભાવી શકે છે) તેને પરીની જેમ ઉછેરી અને તે મોટી પણ પરીની જેમ જ થઈ.

તેને માટે તેના પિતા જ સર્વસ્વ હતા. જ્યારે પણ તે અસલામતી અનુભવતી ત્યારે તે પોતાનું માથું પિતાના ખોળામાં મૂકી દેતી હતી. તેના પિતાનો ખોળો તેના માટે સહુથી સલામત જગ્યા હતી. તેના વાળમાં ફરતી તેના પિતાની આંગળીઓ તેને પરમ શાંતિની અવસ્થામાં લઈ જતી. ત્યારે તે આજુબાજુની દુનિયાને સાવ ભૂલી જ જતી. ત્યારે એને ગમે તે કહેવામાં આવે તો આંખો મીંચીને તેના પર તે ભરોસો કરી લેતી. તે સ્થિતિમાં જાણે તે સંમોહિત થઈ ગઈ હોય એવી જ રહેતી. તેને માટે તેના પિતા જ સર્વસ્વ હતા. તેને માટે, તેના જીવનમાં તેના પિતા અવ્યક્ત તેની સાથે હોય ત્યારે બધું જ શક્ય છે એવું તેને લાગતું હતું.

તે સાંજે એ પરી જેવી સુંદર લાડલી હળવેથી અવ્યક્તના ખોળામાં માથું રાખીને આરામ કરતી હતી. વધતી જતી ઉંમરે અનિશ્ચિતતા અને અસલામતી સાથીદાર બની જાય છે. જ્યારે લોકો પોતાની મુશ્કેલીઓને બૌદ્ધિકપણે તપાસે ત્યારે તેનો ઉકેલ પણ બૌદ્ધિક જ મળે છે. ગમે તેમ, પરંતુ જ્યારે લોકો પોતાની મુશ્કેલીઓનો ઉપાય લાગણીશીલ બનીને શોધતા હોય ત્યારે તેના ઉપાયોની વાત કરવાને બદલે તેમને રક્ષણાત્મક પ્રેમ આપવાની વધારે જરૂર હોય છે. ત્યારે તમારે તેને રક્ષણાત્મક પ્રેમની હૂંફ અને સધિયારો આપવાં જોઈએ. એ સમયે કાંઈપણ બોલ્યા વગર કેવળ સ્પર્શ અને હાવભાવ દ્વારા જ આશ્વાસન આપવું જોઈએ કે: "હું તારી પરિસ્થિતિને સારી રીતે સમજું છું. હું તારી સાથે જ છું. હું બેઠો છું પછી તારે શી ચિંતા! તારા ડેડી બધું જ સંભાળી લેશે."

અવ્યક્તે જોયું કે તેની દીકરીના ગાલ પર રેલાયેલાં આંસુની બે ધારા દેખાતી હતી. તે કાંઈ બોલતી ન હતી, તેથી અવ્યક્તે તેને કાંઈક કહેવું જોઈએ એમ તેને લાગ્યું. અવ્યક્ત કાંઈ સારો ગાયક ન હતો, પરંતુ પ્રેમ કાંઈ ગાવાના નિયમોને થોડો ગાંઠે? અવ્યક્તે હાલરડું ગાવાનું શરૂ કર્યું કારણ કે તે તેની દીકરીને સુવાડવા માગતો હતો. "શુભરાત્રિ મારી નાની પરીને, પ્રશ્નો પૂછજે કાલે, હવે સૂવાનો સમય થયો છે. મને ખબર છે તારે શું પૂછવું છે. મને લાગે છે કે હું જે કહેવા માગું છું તે તારે સમજવું છે. અને મને લાગે છે કે હું જે કહેવા માગું છું તે તું સમજે છે. મારું વચન છે કે હું તને છોડીને ક્યારેય જઈશ નહીં અને એની તને ખબર હોવી જોઈએ કે તું ભલે ને ગમે ત્યાં જાય અને ભલે તું ગમે ત્યાં હોય, હું ક્યારેય તારાથી દૂર નહીં જાઉં. શુભરાત્રિ મારી લાડલી એન્જલ! હવે સપનાં જોવાનો સમય છે અને સપનામાં તારું જીવન કેટલું અદ્‌ભુત છે એ જોવાનું છે. એક દિવસ આપણે સહુ જતાં રહેશું પણ આ હાલરડું તો ગવાતું જ રહેશે... આપણે એવાં ને એવાં જ રહેશું."

આંસુ અટકી ગયાં હતા. નાનકડી દીકરીએ તેની મુઠ્ઠી જોરથી વાળી લીધી. એ એવો ભાવ દર્શાવતી હતી કે "બોલો પિતાજી, બોલો! મારે તમારી વાતો સાંભળવી છે." હજુ પણ નાની પરીના વાળમાં આંગળીઓ

ફેરવતાં અવ્યક્તે કહ્યું, "મારી લાડલી એન્જલ, જ્યારે બધું બરાબર ચાલતું હોય ત્યારે તો કોઈપણ વ્યક્તિ સકારાત્મક વિચાર કરી શકે. પરંતુ જ્યારે બધાં પાસાં અવળાં પડતાં હોય ત્યારે તમારું મન સ્વસ્થપણે વિચાર કરે એ વધારે જરૂરી છે. છેવટે તો તમારા વિચારોની શક્તિથી જ તમે કોઈપણ બાબતને તમારી 'મરજી' મુજબ શક્ય બનાવી શકો છો. તમારી વિચારશક્તિથી તમે કોઈપણ બાબતને સાચી દિશામાં વાળી શકો છો. સાચી વિચારશીલતા યોગ્ય જીવનનો સચોટ માર્ગ છે. જ્યારે સંજોગો પ્રતિકૂળ હોય ત્યારે, સાચું વિચારવું એ સહુથી મહત્ત્વનું છે."

વાત વજનદાર હતી છતાં સ્વરમાં કોમળતા હતી. જ્યારે કોઈની લાગણી આળી હોય અને તેના મનમાં અજંપો હોય ત્યારે આવાં સ્વરો તેના પર શીતળ મલમ જેવું કામ કરે છે, એ અવાજ તેની વ્યાકુળતા ઓછી કરે તેટલો ધીમો અને શાંત હોવો જરૂરી છે. એ પળોમાં સ્વરમાં જો વધારે પડતો આત્મવિશ્વાસ આવી જાય તો તે વધારે ભાંગી પડે છે. અવ્યક્તનો સ્પર્શ મમતાભર્યો હતો, તેના સ્વર અને શ્વાસમાં પણ સ્નેહ છલકાતો હતો.

તેની આંખો અત્યારે પણ બંધ હતી પણ અંદર કીકીમાં હલનચલન જણાતું હતું. હવે તે સૂવા માટે નહીં પરંતુ જાગ્રત રહી સાંભળવા માટે તૈયાર હતી. અવ્યક્તે કહ્યું: "જીવન જીવવાનો સર્વસ્વીકૃત નિયમ એ છે કે - 'જેવું વિચારીએ તેવું થાય; જેવું કરીએ તેવું પામીએ.' તું જેવા વિચારો કરશે તેવા વિચારો તારા મનનો કબજો લઈ લેશે. વસ્તુઓ માત્ર તારા પોતાના વિચારોનું જ સ્વરૂપ હોવાથી, તારા સૌથી શક્તિશાળી વિચારો તારા જીવનમાં આપમેળે વ્યક્ત થશે. તેથી, જ્યારે જીવનમાં મુશ્કેલ પરિસ્થિતિ આવે અથવા જીવનમાં આપણું ધાર્યું ન થાય ત્યારે આપણે એકદમ સરળતાથી નકારાત્મક વિચારો કરવા લાગીએ છીએ. આપણે બધું નકારાત્મક દૃષ્ટિએ જ જોવા લાગીએ છીએ. આવી માનસિકતાની મુશ્કેલી એ છે કે અત્યારે જે નકારાત્મક વિચારો તમે તમારા મનમાં ભરો છો તે વિચારો એવા જ બીજા નકારાત્મક વિચારોને ખેંચી લાવશે અને ત્યારબાદ તે તમારી સૌથી પ્રબળ વિચારશૈલી બની જશે. જ્યારે નકારાત્મકતા

જ તમારી વિચારપદ્ધતિ બની જાય ત્યારે એવી નકારાત્મકતા તમારા જીવનમાં પણ છવાઈ જાય છે. તેથી જ્યારે પરિસ્થિતિઓ બગડવાની શરૂઆત થાય ત્યારે, બીજું ઘણુંબધું પણ વણસે છે. જ્યારે જીવનમાં કપરા સંજોગો આવે ત્યારે બધું જ મુશ્કેલ લાગવા માંડે છે. આપણે નકારાત્મક વિચારજાળમાં ફસાઈ જઈએ છીએ તેને લીધે આવું થાય છે. જો તમારા બધા વિચારો નકારાત્મક હોય તો સ્વાભાવિકપણે જ આસપાસ જે કાંઈ બને તે બધું નકારાત્મક જ બને છે. આ વિષચક્રમાં પડવું તે ક્રાંતિ છે અને તેમાંથી બહાર આવવું તે ઉત્ક્રાંતિ છે. એય, મારી નાનકડી પરી, તારી આ વિચારજાળના વિષચક્રમાંથી બહાર આવી જા."

વધારે આરામથી સૂઈ શકાય તે માટે તે પડખું ફરી અને તેણે એવી રીતે માથું હલાવ્યું જાણે કે પૂછતી હોય "કેવી રીતે?" અવ્યક્તે સ્મિત કર્યું, લાડથી તેના મસ્તક પર હળવી ટપલી મારી અને આગળ બોલ્યો, "તારા પિતા પાસેથી શીખ. શું તેં ક્યારેય એ વાત પર ધ્યાન આપ્યું છે કે વિચારવાની બાબતમાં હું કેટલો મોટો તકવાદી છું? હું હંમેશાં મારા મનની દિશાને નિયંત્રિત કરું છું અને મારે જે વિચારવું હોય તે જ વિચારું છું. જ્યારે મારા વર્તમાન જીવનમાં મારી ઇચ્છાનુસાર ન થતું હોય ત્યારે હું મારા ભવ્ય ભૂતકાળને યાદ કરું છું. સંબંધોમાં ક્યારેક, જ્યારે વર્તમાન સમય બિલકુલ કપરો હોય અને સંબંધમાં ભૂતકાળ જેવું કશું ન હોય, ત્યારે હું મારા મનને સંબંધના ભવિષ્ય પર કેન્દ્રિત કરું છું અને તે કેટલું અદ્‌ભુત હશે તેનાં સ્વપ્નો જોઉં છું. અતીત, વર્તમાન કે ભવિષ્ય બહુ આશાસ્પદ ન હોય તેવી પરિસ્થિતિઓમાં, હું એવા લોકોને શોધું છું કે જેઓ મારા જેવી પરિસ્થિતિમાંથી પસાર થઈ ચૂક્યા હોય, તેમાંથી હસતાં હસતાં સાંગોપાંગ બહાર આવી ગયા હોય, અને ત્યારે હું મારું સમગ્ર ધ્યાન તેમના પર કેન્દ્રિત કરું છું. જ્યાં મારા વિચારવાની વાત આવે ત્યાં હું તકવાદી છું. હું માત્ર એ જ વિચારું છું જે મારે વિચારવું હોય છે. આમ, અંતે મારા જીવનમાં હું માત્ર એ જ ખેંચી લાવું છું જેને હું મારા જીવનમાં ઇચ્છું છું. અંતે તો, જેવા ને તેવું મળે છે. તારા વિચારો કઈ દિશામાં જાય છે તેનું ધ્યાન રાખ અને હંમેશાં સકારાત્મક વિચારોને તારા સૌથી

પ્રબળ વિચારો બનાવ, અને પછી જો કે જીવનમાં તું કેવી રીતે આગળ વધે છે.''

ઊઠીને બેઠી થયેલી દીકરીને અવ્યક્તે કહ્યું, ''હું તો દરેક લોકો સાથે આમ જ કરું છું. હું મારી પરિચિત દરેક વ્યક્તિમાં કાંઈ ને કાંઈ સારી સકારાત્મક બાબત શોધું છું, કાં તો સદ્‌ગુણો અથવા બનાવો, અને જ્યારે હું તેમને મળું અથવા તેમના વિષે વિચારું ત્યારે, તે સકારાત્મક વિચારને જ મારો સૌથી પ્રબળ વિચાર બનાવું છું. મારા જીવનમાં મેં હંમેશાં આવી અદ્‌ભુત વ્યક્તિઓને જ આકર્ષી છે તે કાંઈ નવાઈની વાત નથી! જેવું વિચારીએ તેવું મળે. અરે, જ્યારે હું બીમાર હોઉં ત્યારે પણ હું જ્યારે તંદુરસ્ત હતો તે દિવસોને યાદ કરું છું અથવા વધારે સ્વસ્થ અને તંદુરસ્ત ભવિષ્યની કલ્પના કરું છું. અને કદાચ એટલે જ મારે મારી કારકિર્દીમાં ક્યારેય બીમારીને કારણે એક પણ રજા નથી લેવી પડી એમાં શી નવાઈ? માંદગીમાંથી સાજા થવાની મારી ક્ષમતાની ઝડપ જોઈને તો ડૉક્ટરો પણ ઘણીવાર ચકિત થઈ જાય છે.''

''તો પણ, એક સાવધાનીની વાત, બેટા,'' અવ્યક્તે ઉમેર્યું, ''કારણ કે આપણે જીવનમાં અચાનક આવી પડતી દરેક પ્રકારની પરિસ્થિતિનો સામનો કરવા માટે તૈયાર રહેવું પડે છે, ત્યારે પ્રોજેક્ટનું આયોજન કરતી વખતે અને જીવનમાં આત્મનિરીક્ષણ કરતી વખતે, નિર્ણયાત્મક રીતે, નકારાત્મક ટોપી પહેરો અને વિચારો કે શું બગડી શકે છે, કઈ વાતની ઉપેક્ષા થઈ શકે, કેટલું ખોટું થઈ શકે, શું ખરાબ છે. માત્ર ચિંતન અને વિશ્લેષણ માટે, સ્વેચ્છાથી, નકારાત્મક પાસાને તપાસ કે જેથી તું એ નકારાત્મક બાબતોનો સામનો કરવા માટે અગમચેતી વાપરી શકે. ચોમાસામાં વરસાદ પડશે તેથી છત્રી સાથે રાખવી એ નકારાત્મક વિચાર નથી. એ તો કેવળ આકસ્મિક ઘટનાનું યોગ્ય આયોજન છે. છતાં, આત્મનિરીક્ષણ કર્યા પછી, જ્યારે તું વર્તમાન ક્ષણમાં પાછી ફરે ત્યારે, તારે દઢપણે સકારાત્મક વિચારક તો બની જ રહેવાનું છે. તારા મનનો સારામાં સારો ઉપયોગ કર અને તારા જીવનને તારી 'મરજી' મુજબનું બનાવ.''

જતાં જતાં અવ્યક્તે પ્રશ્ન કર્યો, "પણ એ તો કહે કે તને શેની ચિંતા છે?" એવું લાગે છે કે પરીઓ તો વાત જ ન કરે. નાની દીકરી કશું કહેવાના મૂડમાં નહોતી. તે તો બસ ઝૂકીને પિતાને વળગી પડી, જાણે કે કહેતી હોય, "પિતાજી, તમે મને ઘણું સમજાવી દીધું. જે મારે જાણવું હતું તેથી પણ ઘણું વધારે. હું કરી શકીશ, હું કાંઈપણ કરી શકવા સમર્થ છું, હું ગમે તેવી પરિસ્થિતિનો સામનો કરી શકીશ."

અવ્યક્તે તેને એમ જ રહેવા દઈને હાલરડાંની કેટલીક પંક્તિઓ ફરીવાર સંભળાવી, "શુભરાત્રિ મારી લાડલી એન્જલ! હવે સપનાં જોવાનો સમય છે અને સપનામાં તારું જીવન કેટલું અદ્‌ભુત છે એ જોવાનું છે... મારું વચન છે કે હું તને છોડીને ક્યારેય જઈશ નહીં." આ વખતે ચાર આંખોમાં આંસુના રેલા વહેતા દેખાયા. એન્જલ અને એ એન્જલનો ઈશ્વર અવ્યક્ત, બંને અશ્રુ સારી રહ્યાં હતા. શા માટે?...જો તમે એ જાણતા હોવ, તો તમે અશ્રુ નહીં સારો.

જ્યારે પણ આપણે મુશ્કેલ
પરિસ્થિતિઓમાંથી પસાર થઈએ ત્યારે
આપણે સરળતાથી નકારાત્મક
વિચારણામાં સરી પડીએ છીએ.
આવી માનસિકતાની મુશ્કેલી એ છે કે
તમારું મન એવા જ નકારાત્મક
વિચારોને ખેંચવાનું શરૂ કરશે.
તેથી જ એકવાર જ્યારે પરિસ્થિતિ
બગડવાની શરૂ થાય ત્યારે,
ઘણુંબધું વધારે બગડે છે.
જ્યાં મારા વિચારવાની વાત
આવે ત્યાં હું તકવાદી છું.

મારે જે વિચારવું હોય તે જ હું વિચારું છું.
આમ, મારા જીવનમાં હું જે ઈચ્છું
તેને જ ખેંચું છું. છેવટે,
તો જેવું વિચારીએ તેવું જ મળે છે.
તારા વિચારોની દિશાનું ધ્યાન
રાખ અને હંમેશાં સકારાત્મક
વિચારોને તારા સૌથી પ્રબળ
વિચારો બનાવ, અને પછી જો કે જીવનમાં
તું કેવી રીતે આગળ વધે છે.

શું તમારી પાસે યોગ્ય પ્રશ્નો છે?

આપણી બુદ્ધિની મૂળભૂતપણે એક એવી ક્ષમતા છે કે તેને પૂછવામાં આવેલા કોઈપણ પ્રશ્નોના જવાબ આપી શકે, ભલે એ પ્રશ્ન તમે તમને પોતાને જ પૂછ્યો હોય કે તમને બીજા કોઈએ પૂછ્યો હોય. તેથી તમારા પ્રશ્નો વિચારીને પસંદ કરો અને તમારી બુદ્ધિને રચનાત્મક રસ્તે વાળો. હકીકતમાં, બધી જ શોધખોળો અને સંશોધનોનો પ્રારંભ પ્રશ્નથી જ થાય છે. તમારી પાસે બધા પ્રશ્નોના જવાબો ન હોય તો કાંઈ વાંધો નહીં. બીજા કોઈ પાસેથી તમને જવાબો મળશે. તમને જવાબો અચાનક મળશે. ખરેખર મહત્ત્વનું તો એ છે કે, શું તમારી પાસે યોગ્ય પ્રશ્નો છે? પૂછો અને તમને જવાબ મળશે.

શું વિકાસને માપવાનો કોઈ ઉપાય છે?

માતા-પિતા, સગાં-સંબંધીઓ, શિક્ષકો અને સમાજના પ્રયાસોથી માણસનું ઘડતર થાય છે. એક માણસની પાછળ સારું એવું રોકાણ કરવું પડે છે. પરિણામે દરેક માણસની એ નૈતિક જવાબદારી છે કે તે પોતાની પૂરેપૂરી ક્ષમતા સાથેનું જીવન જીવે. માણસ પોતાની ક્ષમતાને ન્યાય આપી રહ્યો છે કે નહીં એ જાણવાનો કોઈ ઉપાય છે ખરો?

જ્યારે તમે એક જ સ્કૂલમાં બાલમંદિરથી બારમા ધોરણ સુધી ભણ્યા હો ત્યારે એ સ્કૂલ તમારા બીજા ઘર જેવી બની જાય છે. જય આ વર્ષે સ્કૂલમાંથી બારમું ધોરણ પાસ કરી લેશે. શિક્ષકોને અને વિદ્યાર્થીઓને, સહુને ખબર હતી કે 'વિદાય લેનાર શ્રેષ્ઠ વિદ્યાર્થી' તરીકેનો ઍવોર્ડ જયને જ મળવાનો છે, કારણ કે તેની તોલે આવી શકે એવો બીજો કોઈ વિદ્યાર્થી હતો જ નહીં. એ દિવસે સાંજે ઍવોર્ડ સમારંભના કાર્યક્રમનું આયોજન કરવામાં આવ્યું હતું અને તે સાંજ જયની યાદગાર સાંજ બનવાની હતી.

આપણે આપણા પોતાના પર ભરોસો મૂકીએ તે પહેલાં કોઈ અન્ય વ્યક્તિએ આપણા પર પૂરો ભરોસો રાખ્યો હોય છે એટલે જ આપણે જે બનવા માંગતા હોઈએ તે બની શકીએ છીએ. જય માટે આવી અન્ય વ્યક્તિ અવ્યક્ત હતી. વિદ્યાર્થી અને શિક્ષકની આવી સરસ કેમિસ્ટ્રી રહસ્યમય જણાતી હતી. આપણે ક્યારેય એ નથી જાણવા પામતા કે તેવી કેમિસ્ટ્રી કેવી રીતે થાય, કોની સાથે થાય અને શા માટે થાય. પરંતુ જ્યારે

એ થાય છે ત્યારે ચમત્કાર થાય છે. જય અને અવ્યક્તની કેમિસ્ટ્રી કાંઈક એવી જ હતી. એ તો બસ વિદ્યાર્થી-શિક્ષકની કેમિસ્ટ્રી કુદરતી રીતે જ થઈ ગઈ હતી. અવ્યક્તને શોધવામાં જયે જાણે પોતાની જ શોધ કરી હતી તેવું તેને લાગ્યું હતું. અવ્યક્તે જયમાં એવું કાંઈક જોયું અને તેથી તે તેના પર ધ્યાન આપવા લાગ્યો. જય ઘણીવાર ગૌરવથી કહેતો, "હું જે કાંઈ છું તે મારા શિક્ષકને લીધે જ છું."

તે સાંજે જય સ્કૂલે થોડો વહેલો આવ્યો. એક પછી એક રૂમ વટાવતો તે સ્ટાફરૂમમાં જઈને અવ્યક્તને શોધવા લાગ્યો. જ્યારે તે નવમા ધોરણના વર્ગ પાસે પહોંચ્યો ત્યારે તેને બાજુના એક રૂમમાંથી અવ્યક્તનો અવાજ સંભળાયો. અવ્યક્ત તેના એક વર્ષો પહેલાંના વિદ્યાર્થી સાથે વાત કરી રહ્યો હતો. એ સાંજનો 'હીરો' બહાર ઊભો રહી તેમની વાતચીત પૂરી થાય તેની રાહ જોવા લાગ્યો. તેને તેમની વાતચીત સ્પષ્ટપણે સંભળાતી હતી. લગભગ બે દસકાઓ પહેલાં સ્કૂલમાંથી જેઓ પાસ થઈને ગયા હતા તેમાંનો આ જૂનો વિદ્યાર્થી અવ્યક્તના વિદ્યાર્થીઓની પહેલી બેચનો હતો. 'ઘડા' પાછળના 'કુંભાર' સાથે પોતાની યશગાથાની વાત કરતા, તે વિદ્યાર્થીએ અવ્યક્તને ગયા વર્ષે તેણે કેવી રીતે ૧૮ કરોડ રૂપિયાની કમાણી કરી, તેની ભાવિ યોજનાઓ તથા તેનું કૌટુંબિક જીવન કેવું હતું તેની વાત કરી, અને સ્કૂલના તે જૂના સારા દિવસોનાં કેટલાંક સુખદ સંભારણાં પણ વાગોળ્યાં. તે પોતાના જીવનની સઘળી વાતો અવ્યક્તને કહેવાની કોશિશ કરતો હતો. પોતે ૨૦ વર્ષ પછી અવ્યક્તને મળશે ત્યારે તેની સાથે શું શેર કરશે, તે વિચારથી જ જયની કલ્પનાના ઘોડા બેફામ દોડવા લાગ્યા, તે કહેવાની જરૂર નથી. જતા પહેલાં એ જૂનો વિદ્યાર્થી અવ્યક્તને ભેટી પડ્યો. જ્યારે જય સ્ટાફરૂમમાં આવ્યો ત્યારે તેણે અવ્યક્તના ચહેરા પર પ્રસન્નતા છવાયેલી જોઈ. તમારી પોતાની સફળતા કરતાં પણ તમે જેમને કેળવ્યા હોય તેમની સફળતા તમને હંમેશાં વધારે વહાલી લાગે છે. એક દૃષ્ટિએ જોઈએ તો આજની સાંજ જયની હતી. અને એક દૃષ્ટિએ આજની સાંજ અવ્યક્તની પણ હતી. અવ્યક્ત એક એવો માણસ હતો જે પહેલી નજરે જાણી જતો કે કોનામાં

કેટલું હીર છે. તેણે પૂછ્યું, "શું તેં આભાર સ્વીકાર વક્તવ્ય તૈયાર કરી લીધું છે?" જયે જવાબ આપ્યો, "મને ખાતરી હતી કે તમે આ પ્રશ્ન પૂછશો, તેથી મેં મારું ઋણસ્વીકાર વક્તવ્ય તૈયાર કરી લીધું છે."

"સર, મારા કુતૂહલનું સમાધાન કરો," જયે કહ્યું, "તમારા પહેલાંના વિદ્યાર્થી સાથેની તમારી વાતચીત મારા કાને પડી. મારા મનમાં પ્રશ્ન થયો કે તમે ભણાવેલા વિદ્યાર્થીઓ તેમના જીવનમાં આટલી બધી પ્રગતિ કરે છે તેનું તમારે મન કેટલું મહત્ત્વ છે? એટલે કે હું એમ કહેવા માગું છું કે, તમે તેને કઈ દૃષ્ટિએ જુઓ છો? તમારા માટે અભ્યાસનું મહત્ત્વ કેટલું છે તે હું જાણું છું. તેમ છતાં, શું તમને એવા વિચારો આવે છે કે મારા વિદ્યાર્થીઓ કેટલા બધા આગળ નીકળી જાય છે અને હું તો માત્ર શિક્ષક જ રહું છું. એમાં શંકાને કોઈ સ્થાન જ નથી કે એ બધા વિદ્યાર્થીઓ તમારા થકી જ આગળ આવ્યા છે અને અત્યારે નેતૃત્વ કરે છે, પણ શું તમને એવું નથી લાગતું, સર, કે તમે જ્યાં હતા ત્યાં જ રહ્યા છો? શું તમે મને આ બાબતમાં કાંઈ કહેશો? સર, અવ્યક્ત સરના મનમાં આ બાબતે કેવા વિચારો આવે છે?"

પોતાના તેજસ્વી વિદ્યાર્થીની વાતો સાંભળી અવ્યક્તના ચહેરા પર સ્મિત ફરક્યું. તેણે જયને બેસવા માટે કહ્યું. તેણે ઘડિયાળમાં જોયું; હજુ અડધા કલાકની વાર હતી. અવ્યક્તે કહ્યું, "'કારણ' ક્યારેય પોતાની સરખામણી 'કાર્ય' સાથે નથી કરતું. માતા-પિતા પોતાની સફળતાની સરખામણી તેમનાં બાળકોની સફળતા સાથે શા માટે કરે? શા માટે કોઈ શિક્ષક પોતાના જીવનનું મૂલ્યાંકન વિદ્યાર્થીના જીવનની સાથે કરે? કોઈ કુંભાર પોતે બનાવેલા ઘડાનાં વખાણથી શા માટે ફુલાય? માળી જાણે છે કે તેણે વાવેલાં વૃક્ષોનું જીવન પોતાના આયુષ્ય કરતાં ઘણું વધારે હોય છે. શિક્ષક, કુંભાર, માળી આ બધા સર્જક જ છે ને? અંગતપણે મારા મનમાં ક્યારેય જરા સરખો પણ એવો વિચાર નથી આવ્યો કે હું મારા વિદ્યાર્થીઓના જીવન સાથે મારા જીવનની સરખામણી કરું. જ્યારે તેં મને આ પ્રશ્ન પૂછ્યો ત્યારે મને ખ્યાલ આવ્યો કે તું વાતચીતને આમ બીજી રીતે પણ જોઈ શકે છે. હકીકતમાં કોઈ શિક્ષક પોતાની સરખામણી

વિદ્યાર્થીઓ સાથે કરે તો તે તેને માટે અધર્મ કહેવાય. મારો ધર્મ છે સર્જન કરવું તે અને હું સર્જન કરતો એક શિક્ષક જ રહીશ. વીસ વર્ષ પહેલાં તે હતો, આજે તું છે, આવતી કાલે કોઈ બીજો વિદ્યાર્થી હશે. સર્જક ક્યારેય પોતાની સરખામણી પોતાના સર્જન સાથે નથી કરતો."

જયે હસીને કહ્યું, "આ જ કારણે તો તમારી આગવી ઓળખ ઊભી થઈ છે, સર. એટલે જ તો તમારા વિદ્યાર્થીઓ વીસ વર્ષ પછી પણ તમારી પાસે આવીને તમને પોતાની સફળતાની વાતો કરે છે. હું બહુ જ નસીબદાર છું કે મારું ઘડતર તમે કર્યું છે. સર, હું પણ કરોડો રૂપિયા કમાઈશ અને મારી સફળતાની કથા તમને કહેવા જરૂર આવીશ."

અવ્યક્તે સ્પષ્ટતા કરી, "તેમ છતાં પણ, જય! તારે એક વાત યાદ રાખવી જોઈએ કે ધન એક અદ્ભુત આડ-પેદાશ છે. પણ કેવળ તેના પર જ સમગ્ર ધ્યાન કેન્દ્રિત કરવું યોગ્ય નથી. જ્યારે તારું કામ બોલશે ત્યારે કુદરતી રીતે જ બાય-પ્રોડક્ટના સ્વરૂપમાં પૈસો તને શોધતો આવશે. પણ એવું ક્યારેય ન બનવું જોઈએ કે આપણું કામ માત્ર પૈસો કમાવાનું સાધન જ બની રહે. કેવળ પૈસા માટે જ કામ કરતા લોકોને કદાચ સફળતા મળી પણ જાય પરંતુ તેઓ પ્રસન્નતા સાથે સફળતાનો સ્વાદ ક્યારેય ચાખી ન શકે. જો તમે સર્જનની પ્રક્રિયાથી પ્રેરાઈને કામ કરતા હો તો તમારા જીવનમાં પૈસાનો પ્રવાહ આપોઆપ વહેતો થાય છે. અને જય, સમૃદ્ધિ ભ્રામક છે. કરોડો રૂપિયા મેળવ્યા પછી પણ કોઈ બીજાની સરખામણીમાં તમે એકદમ કંગાળ હોઈ શકો; અને હજારો કમાતા હો તો પણ તમે બીજા કરતાં સમૃદ્ધ હોઈ શકો છો. આ સાવ સાપેક્ષ વાત છે. પોતાની પાસે જે છે તેનાથી જે ખુશ ન હોય તો ભલે તેની પાસે ગમે તેટલું હોય તો પણ તે ક્યારેય સુખ પામી ન શકે. તેથી સર્જન કરવા માટે જીવન જીવવું જોઈએ."

"સાચી વાત સર," જયે સંમત થતાં કહ્યું, "બસ, એક છેલ્લો પ્રશ્ન." બંનેએ ઘડિયાળમાં જોયું. અવ્યક્તે સમંતિમાં ડોક ધુણાવી. જયે પૂછ્યું, "જો પૈસાથી નહીં તો હું મારા વિકાસને કેવી રીતે માપું?"

"સારો પ્રશ્ન પૂછ્યો," અવ્યક્તે કહ્યું, "તારા સમગ્ર જીવન દરમિયાન તું ત્રણ પ્રશ્નોને વફાદાર રહેજે. એ પ્રશ્નો છે:

૧. શું હું મારી પૂરેપૂરી ક્ષમતાને ન્યાય આપું છું?

૨. દરેક વર્ષે હું કેટલા લોકોના જીવનમાં ઉપયોગી બનું છું?

૩. શું હું રોજ એવી રીતે જીવું છું કે જેથી હું મારા ઈશ્વરની વધારે ને વધારે નજીક જઈ શકું?

પહેલાં તો, તું તારા જીવનમાં ભલેને ગમે તેટલી સિદ્ધિ મેળવે, પણ પોતાની જાતને પૂછતો રહે, "શું હું મારી ક્ષમતાને ન્યાય આપું છું?" માણસનું સર્જન તે કાંઈક સર્જન કરે તે માટે જ કરવામાં આવ્યું છે. માણસને એટલા માટે બનાવવામાં આવ્યો છે કે તે પોતાના જીવનને આદર્શ જીવન બનાવી શકે. જન્મતાંની સાથે જ માતા-પિતા, સગાં-વહાલાં, શિક્ષકો અને પછી સમાજ દ્વારા માણસને બનાવવામાં ઘણુંબધું રોકાણ કરવામાં આવે છે. પરિણામે, દરેક માણસનું એ નૈતિક કર્તવ્ય બની જાય છે કે તે પોતાની પૂરેપૂરી ક્ષમતાને અનુરૂપ જીવે. સફળતા તમે બીજાની સરખામણીમાં જે મેળવો છો તે નથી, પણ તમારી ક્ષમતાની સરખામણીએ તમે જે સિદ્ધ કરો છો તે છે. અને તમારી ક્ષમતા તમારી અંદરના સુષુપ્ત અનંત સામર્થ્ય દ્વારા નક્કી થાય છે."

અવ્યક્તે પોતાની વાત ચાલુ રાખી, "હવે સવાલ એ છે કે 'હું કેવી રીતે જાણી શકું કે હું મારી પૂરેપૂરી સંભાવના મુજબ જીવું છું કે નહીં?' ત્યારબાદ બીજો પ્રશ્ન એ થાય છે કે, 'દરેક વર્ષે હું કેટલા લોકોના જીવનમાં ઉપયોગી બનું છું?' અરે, ગાય, બળદ અને પોપટ પણ પોતાના પરિવારને અને અન્ય માણસોને ઉપયોગી બને છે. હું, મારું અને મારી જાત માટેનું જ, સાવ સાધારણ કક્ષાનું જીવન જીવવું એ તો બહુ શરમજનક કહેવાય. પોતાના જીવનની ઉપયોગિતાના માપદંડથી જ તમારી સફળતાને માપો. આપણામાંથી કોઈ બિનઉપયોગી નથી. બસ, એ જ છે કે, આપણો ઉપયોગ સાવ ઓછો થાય છે."

અને અત્યારે આપણે એવી પરિસ્થિતિમાં જીવીએ છીએ કે જેમાં લોકો ધાર્યું પરિણામ મેળવવા માટે કોઈની ઠંડે કલેજે હત્યા કરતાં પણ અચકાતા નથી. નહીં, આ ઠીક નથી! નીતિ અને સારાસારના વિવેકને નેવે મૂકીને, મેં પહેલાં કહ્યું તેમ, કદાચ સફળતા મળે, પણ પ્રસન્નતા સાથે સફળતાનો સ્વાદ ચાખવા ન મળે. માર્ક ૧૦:૨૫માં જણાવ્યા મુજબ 'સોયના નાકામાંથી ઊંટ કદાચ નીકળી જાય પણ ઈશ્વરના દરબારમાં ધનવાનનો પ્રવેશ મુશ્કેલ છે.' અહીં 'ધનવાન'નો અર્થ જેની પાસે ઘણાબધા પૈસા છે તેવો નથી, પણ અહીં ધનવાન એટલે એ કે જે કોઈ પણ સારીનરસી રીતે ધનવાન બનવા માંગે છે. અર્જુને કૃષ્ણને પસંદ કર્યા અને દુર્યોધને પોતાની મદદ માટે તેમની સેનાને પસંદ કરી. ત્યાર પછી શું થયું તેની બધાને ખબર છે. એ યુદ્ધમાં કોણ જીત્યું તે આપણે સહુ જાણીએ છીએ. આપણને સ્વર્ગ મળે તે માટે ઈશ્વર સાથે ભાવતાલ ન કરાય. જો ઊતરતી કક્ષાના આદર્શો પણ આવું પરિણામ આપી શકતા હોય તો મારી વાત પર ભરોસો રાખો કે ઉચ્ચ કક્ષાના આદર્શો તમને જીવનમાં અધિકતમથી પણ અધિક આપશે. અને ત્રીજા પ્રશ્નનો જવાબ આપ્યા વગર સૂવા ન જશોઃ 'શું હું દિન પ્રતિદિન એવી રીતે જીવું છું કે જેથી હું મારા ઈશ્વરની વધારે ને વધારે નજીક જઈ શકું?' જય, તારી જાતને આ ત્રણ પ્રશ્નોના જવાબ આપવા માટે યોગ્ય બનાવી લે તો જીવન તને બીજું બધું સ્વાભાવિકપણે આપશે અને તેમાં એક આડ-પેદાશ તરીકે પૈસો પણ મળશે. તને અધિકતમ અને અધિકતર મળે એવી શુભકામનાઓ સાથે..."

અવ્યક્તે સ્કૂલના શ્રેષ્ઠ 'આઉટગોઇંગ વિદ્યાર્થી'ને જીવનના પ્રવેશદ્વાર પર શ્રેષ્ઠ 'ઇનકમિંગ વિદ્યાર્થી'ના સ્વરૂપમાં બદલી નાખ્યો હતો.

ધન એક અદ્‌ભુત આડ-પેદાશ પણ ઘણું નબળું દૃષ્ટિબિંદુ છે. જ્યારે તારું કામ તારા વ્યક્તિત્વની અભિવ્યક્તિ બને ત્યારે, કુદરતી બાય-પ્રોડક્ટના સ્વરૂપમાં પૈસો તને શોધતો આવે છે. ઊલટું શક્ય નથી, જ્યાં ધન દૃષ્ટિબિંદુ હોય અને કાર્ય માત્ર તે પ્રાપ્ત કરવાનું સાધન જ હોય.

તમે કેવી રીતે કહો છો,
તે અગત્યનું છે!

જ્યારે તીર વાગે ત્યારે, શું તમે બેઠા બેઠા તે તીર શેનું બનેલું છે તેની સમીક્ષા કરશો? જ્યારે શબ્દોથી લોકોનાં કોમળ હૃદય ઘવાય ત્યારે, તેઓ શબ્દોના સૂચિતાર્થની પરવા નથી કરતા. નિખાલસતા સ્વયં ક્યારેય કોઈ સમસ્યા નથી; પરંતુ નિખાલસતા સાથે વ્યક્ત કરાયેલી તોછડાઈ સમસ્યા સર્જે છે. માત્ર તમે શું રાંધો છો તે જ નહીં, પરંતુ તેને કેવી રીતે પીરસો છો તેનાથી પણ ફરક પડે છે. યોગ્ય રીતે કહેલી વાતથી સંબંધો જળવાય છે; પણ અયોગ્ય રીતે કહેવામાં આવેલી વાતથી સંબંધો વણસી જાય છે.

અર્ધજાગ્રત આશંકાઓ અને અર્ધજાગ્રત માન્યતાઓ

માણસ પોતે પોતાને માટે આગળ જવાનું પગથિયું બની શકે અથવા પોતાને માટે અવરોધક બની શકે. એનો આધાર એ વાત પર છે કે તેનું અર્ધજાગ્રત મન કેટલું શક્તિશાળી છે. ચાલો આપણે અર્ધજાગ્રત મનને શક્તિશાળી કેવી રીતે બનાવવું તે શીખીએ.

મુલાકાતનો સમય ત્રણ વાગ્યાનો હતો. ત્રણ ને વીસ થવા આવી હતી. શિવે અચકાતાં અચકાતાં અવ્યક્તની ઑફિસમાં પગ મૂક્યો અને એકદમ સાવચેતીથી બોલ્યો, "સૉરી!"

જ્યારે માણસને પોતે કરેલી ભૂલનું ભાન થાય છે ત્યારે તે બદલાઈ જાય છે. આથી, ઘણીવાર સામેવાળી વ્યક્તિના 'સૉરી'ને શાંતિથી આત્મસાત્ કરવું જોઈએ. પણ જો 'સૉરી' સામેની તમારી પ્રતિક્રિયા "કાંઈ વાંધો નહીં" એવી હોય તો, તમે તેણે કરેલી ભૂલની પીડાનો સંદર્ભ તેને આપતા નથી. પછી, લોકો માત્ર ને માત્ર તેમની ભૂલોનું પુનરાવર્તન કર્યા જ કરશે.

અવ્યક્તના ચહેરા પરના ભાવ જોઈને શિવને સમજાઈ ગયું હતું કે "તેનું મોડું આવવું" ઠીક નહોતું થયું. જો કે મીટિંગ શરૂ થઈ ત્યારે અંતે શિવે તેને પૂછી જ લીધું, "જો તમારી પાસે થોડો સમય હોય તો હું એક પ્રશ્ન પૂછું. જ્યારથી હું તમને મળ્યો છું ત્યારથી એક પ્રશ્ન મારા મનમાં ઘોળાયા કરે છે."

અવ્યક્તે વચમાં જ પૂછ્યું, "તમે નિયમિત અને સમયસર કામ કરવાની વાતને આટલું બધું મહત્ત્વ શા માટે આપો છો, એ જ તમારો પ્રશ્ન છે ને?"

શિવ હસ્યો અને તેણે હકારમાં માથું હલાવ્યું તથા તે અવ્યક્તના જવાબની રાહ જોવા લાગ્યો.

અવ્યક્ત પોતાની ખુરશી ઉપરથી ઊઠીને શિવની પાસે પડેલી ખુરશીમાં આવીને બેઠો. અવ્યક્તે કહ્યું, "શિવ, આપણું અસ્તિત્વ એવું છે કે આપણે સહુએ એકસમાન માણસના સ્વરૂપમાં જન્મ ધારણ કર્યો છે. પરંતુ માણસના અસ્તિત્વની શ્રેષ્ઠતા એમાં છે કે તે મૃત્યુ પર્યંત એકસમાન ન રહે. દરેક માણસ એક જ પ્રકારના હાડ-ચામડીનો બનેલો છે અને એક માણસ જે કરી શકે તે બીજો માણસ પણ સરળતાથી કરી શકે. જો આપણા સહુનું આંતરિક બંધારણ એકસરખું જ હોય તો આપણા જીવનમાં આટલી અસમાનતા કેમ છે? એક માણસ ઘણું ઘણું કરી શકે છે જ્યારે બીજા લોકો કાંઈ કરી શકતા નથી. એવું શા માટે છે કે મોટાભાગના લોકો ખૂબ મહેનત કરીને પણ ખાસ કાંઈ સારું પરિણામ મેળવી શકતા નથી જ્યારે કેટલાક લોકો ઓછામાં ઓછી મહેનતે પણ ખૂબ સારું ફળ મેળવે છે? આ માટેનું એક વૈજ્ઞાનિક કારણ છે."

ઉત્સુકતાથી ધ્યાન દઈને સાંભળતો શિવ અવ્યક્ત હવે શું કહે છે તે સાંભળવા અધીર બની ગયો. અવ્યક્તે કહ્યું, "સાંભળ, તેં મને કહ્યું કે તું ત્રણ વાગે આવીશ પણ ત્રણના ત્રણ વીસ થયા. વ્યવહારિક રીતે જોઈએ તો, આપણા બેમાંથી કોઈ નેનો-ટેક્નોલોજી અથવા રોકેટ વિજ્ઞાન સાથે કામ નથી કરી રહ્યા કે આ વીસ મિનિટ કાંઈ બહુ મોટો ફરક પાડે. તેમ છતાં, સામાન્ય કરતા કાંઈક જુદું બને છે. તારું 'સૉરી' અને મારા દ્વારા તેનો સ્વીકાર સભાન સ્તરે બધું બરાબર ગોઠવી દે છે. તેમ છતાં, બહુ જ ગહન સ્તરે, તારા અર્ધજાગ્રત મન દ્વારા આ અનુભવની નોંધ લેવામાં આવી છે અને તે જ રીતે મારા અર્ધજાગ્રત મન દ્વારા પણ. 'જ્યારે શિવ ૩.૦૦ વાગ્યે કહે એટલે ૩.૦૦ વાગ્યે નહીં.' અને તારી બાબતમાં

આવું કાંઈ પહેલીવાર નથી થયું, અવારનવાર આવું થતું રહે છે. આજે મીટિંગમાં જ્યારે તેં કહ્યું, 'હું પ્રોજેક્ટ ૧૫ દિવસમાં પૂરો કરીશ,' ત્યારે હું નિખાલસતાથી કહું તો, આંતરિક રીતે, મને વિશ્વાસ નથી કે તું તે પ્રોજેક્ટ ૧૫ દિવસમાં પૂરો કરીશ. મારું સભાન મન ૧૫ દિવસના તારા તર્ક અને સ્પષ્ટીકરણોને સમજી શકે છે. પણ મારું અર્ધજાગ્રત તારા આ વાયદા પર ભરોસો કરતું નથી. ભૂતકાળમાંથી જે નિરીક્ષણો નોંધાયાં છે તે એવું દર્શાવે છે કે તું જે કહે છે તે કરતો નથી. સૂક્ષ્મ પ્રતિકાર સાથે, તે વિચારે છેઃ જ્યારે ૩નો અર્થ ૩ ક્યારેય નહોતો, ત્યારે ૧૫નો અર્થ ૧૫ હશે એવું હું કેવી રીતે માની શકું?"

શિવ એરકંડિશન્ડ રૂમમાં આરામથી બેઠો હતો તો પણ તેના માથે પરસેવો વળી ગયો હતો. તે અસ્વસ્થ થઈ ગયો હતો. તે સમજી ગયો કે અવ્યક્તની વાતનો વિષય તે પોતે હતો અને તે પણ તદ્દન નકારાત્મક અર્થમાં.

અવ્યક્તે સ્પષ્ટતા કરી, "તેં મારી પાસે ઘણીવાર એવી ફરિયાદ કરી છે ને કે તારી પત્ની તારા પ્રેમ પર પૂરો ભરોસો નથી કરતી? તેનું આ જ કારણ છે. તું જાણે છે વચન પાળવાની વાત આવે ત્યાં, તું સૌથી નીચલા સ્તરે આવે છે. અને આ કાંઈ એકાદ પ્રસંગ માટે નથી, પણ તારા લગ્નમાં આ વારંવાર બને છે. મનના જાગ્રત સ્તર પર, તેને તારી સામે કોઈ વાંધો નથી. પરંતુ તેનું અર્ધજાગ્રત મન તારા પર ભરોસો નથી કરતુ, જ્યારે તું તેને એમ કહે કે તું તેને પ્રેમ કરે છે, કારણ કે તે વિચારે છે કે 'મંગળવારો ક્યારેય મંગળવારો નથી રહેતા, પાંચ ક્યારેય પાંચ નથી હોતા, આવતીકાલ ક્યારેય આવતીકાલ નથી હોતી, તો જ્યારે તું એમ કહે કે 'હું તને પ્રેમ કરું છું, ત્યારે તું પ્રેમ કરે છે' એ વાત પર હું વિશ્વાસ કેવી રીતે કરું? તારી પત્નીનું અર્ધજાગ્રત મન, તેની પોતાની જાણ બહાર, અમુક સમયગાળા પછી, તારા શબ્દોનો આદર ગુમાવી દે છે. એટલે જ, જો તેં ધ્યાનથી જોયું હોય તો, તારો દીકરો તારા કરતાં તારા ભાઈની વાત વધારે માને છે...વક્રોક્તિ તો એ છે કે તારા ભાઈનો દીકરો તારી વાત માને છે પણ તારા ભાઈની વાત નથી માનતો! તું અને તારો ભાઈ, બંને, તમારા પુત્રો પ્રત્યે તમારા કર્તવ્યનું પાલન કરવામાં

ઊણા ઊતરો છો, છતાં પોતાના ભત્રીજાઓ માટે સારું દૃષ્ટાંત પૂરું પાડો છો. હકીકતમાં, આપણે સહુ થોડા સમયની સારપ માટે જ સક્ષમ છીએ, પરંતુ જ્યારે કાયમ માટે સારપની અપેક્ષા રાખવામાં આવે તો તે મુશ્કેલ બની જાય છે. આપણે આપણાં બાળકોને આપેલાં વચનોનો ભંગ કરીએ, અને ખાસ કરીને જ્યારે આવું વારંવાર કરીએ, ત્યારે આપણે તેમનાં અર્ધજાગ્રત મનનો ભરોસો ગુમાવી બેસીએ છીએ. તેઓ આપણા પર આ પ્રત્યેનો આદર કદાચ ન ગુમાવે, પણ તેઓ આપણા શબ્દો માટેનો આદર ચોક્કસ ગુમાવી દે છે."

"તેથી જ શિવ, સમજ," અવ્યક્તે ચાલુ રાખ્યું, "જ્યારે જ્યારે આપણે કોઈને કરેલો વાયદો પાળતા નથી ત્યારે આપણે બીજી વ્યક્તિના અર્ધજાગ્રત મનમાં આપણા શબ્દો પ્રત્યે આશંકા ઊભી કરીએ છીએ. દરેક વચનભંગ વખતે આપણે અર્ધજાગ્રત મનની શંકાને દૃઢ કરીએ છીએ. માણસના મનનો મોટો ભાગ આ અર્ધજાગ્રત મનનો હોય છે અને જાગ્રત મનનો ભાગ બહુ નાનો હોય છે. તેથી જાગ્રત મનના સ્તરે બધું બરાબર લાગતું હોવા છતાં, જ્યાં અર્ધજાગ્રત મનમાં રહેલી આશંકાઓ પ્રવર્તતી હોય ત્યાં, સંબંધો ગાઢ બની શકતા નથી. તે સંબંધો ઉપરછલ્લા સંબંધો જ બની રહે છે."

અવ્યક્તે આગળ કહ્યું, "તું માને છે તેના કરતાં આ મુદ્દો વધારે ગંભીર છે. આપેલાં વચનો અથવા કરેલા વાયદા ન પાળવાથી શરૂઆતમાં તો બીજા લોકોના મનમાં આશંકા ઊભી થાય છે અને તેથી તમારા સંબંધો પર અસર પડે છે. ધીમે ધીમે તમારા પોતાના અર્ધજાગ્રત મનમાં પણ એવી શંકા વિકસવા લાગે છે અને જ્યારે એવું થાય છે ત્યારે તે તમારા જીવન પર અસર કરવા લાગે છે. જ્યારે તમે જીવનમાં કાંઈક મહાન કાર્ય કરવાની ઈચ્છા ધરાવતા હોવ, જ્યારે તમે કોઈ વિરાટ પગલું ભરવાનું સ્વપ્ન જોતા હોવ ત્યારે તમારું પોતાનું અર્ધજાગ્રત મન, કે જે તમે કરેલા વચનભંગથી શંકાથી ભરેલું છે, તે તમારી ક્ષમતા સામે આશંકા દર્શાવવા લાગશે. તે વિચારે છેઃ 'તું તો ઊઠવા માટે નક્કી કરેલા સમયે ઊઠી પણ શકતો નથી, નક્કી કરેલા સમયે ફોન કરી જવાબ નથી આપી શકતો.

જે દિવસે વસ્તુ આપવાનો વાયદો કરે તે દિવસે તે વસ્તુઓ આપી નથી શકતો. તું તો સમયસર મળવા પણ નથી આવી શકતો'...તો પછી તું એક મહાન વ્યક્તિ બની શકે તેનો પ્રશ્ન જ ક્યાંથી આવે? અને તારી ક્ષમતા પર આ કાંઈ એવી આશંકાઓ નથી કે જે બીજાના અર્ધજાગ્રત મનમાં હોય, આ તો તારા જ અર્ધજાગ્રત મનમાં તારા પોતાના જ વિષેની તારી આશંકાઓ છે. આ રીતે તારા અર્ધજાગ્રત મનમાં રહેલા સંદેહોને લીધે જ, તારું અર્ધજાગ્રત મન તારી ક્ષમતાને દગો આપે છે."

શિવ અંદરખાનેથી એકદમ હચમચી ગયેલો લાગ્યો. "હજુ પણ બાજી હાથમાંથી સરી ગઈ નથી. અર્ધજાગ્રત માન્યતાઓને વિકસાવી બધું જ બદલી શકાય છે," અવ્યક્તે દિલાસો આપતા કહ્યું, "સાચો ઉપાય એ છે કે તમે જે કહો તે પ્રમાણે કરો અને તમે આપેલાં વચનોને પાળો. તેનાથી તમારા અર્ધજાગ્રત મન પર તમને શ્રદ્ધા બેસશે અને તે તમને તમારી ક્ષમતાને બહાર લાવવામાં સહાયક બનશે અને તેથી આખરે બીજા લોકોના અર્ધજાગ્રત મન પણ તમારા શબ્દો પર વિશ્વાસ કરવા લાગશે અને એ તમને એમની સાથે ગાઢ સંબંધો વિકસાવવામાં મદદ કરશે."

"તો, શિવ," પોતાની વાતને વધારે સ્પષ્ટ કરતાં અવ્યક્તે કહ્યું, "હું સમય વિષે કંઈ ચીકણાવેડા નથી કરતો; પરંતુ સમયપાલનની ટેવ અર્ધજાગ્રત માન્યતાઓનો વિકાસ કરવા માટેનું એક સાધન છે. જો હું મારા સાધારણ ભૂતકાળ અને સામાન્ય બેકગ્રાઉન્ડમાંથી પણ અહીં સુધી પહોંચ્યો હોઉં તો, તેનું કારણ છે વચનપાલનના મારાં ઉચ્ચ ધોરણો. પોતાનાં વચનોનું પાલન કરવું એ અર્ધજાગ્રત મનને સંશયરહિત અને સશક્ત બનાવવાનો અદ્ભુત ઉપાય છે. તેમાં એ વાતથી કોઈ ફેર નથી પડતો કે તમે કેટલા જ્ઞાની છો અથવા તમે કેટલી માહિતી ધરાવો છો - એ બધું તો તમારાં જાગ્રત મનની સ્મૃતિમાં ભર્યું છે, પણ તમારું અર્ધજાગ્રત મન કેટલું શક્તિશાળી છે એ વાત ઘણી મહત્ત્વની છે. અર્ધજાગ્રત માન્યતાઓ સાથે, અર્ધજાગ્રત મન તમારી તરફેણમાં કામ કરે છે. અર્ધજાગ્રત આશંકાઓ સાથે, તે જ મન તમારી વિરુદ્ધમાં કામ કરે છે. આથી જ દરેક વ્યક્તિ

પોતાની ઉડાનનો આધાર છે અને તે સ્વયં જ પોતાનો અવરોધ."

હળવેથી શિવના ખભાને સ્પર્શી અવ્યક્તે કહ્યું, "સૌથી મહાન ગૌરવ એટલે પોતાની જ નજરમાં ઊંચા ઊઠવું. જ્યારે પણ તમે તમારા શબ્દો પર ખરા ઊતરો છો ત્યારે, તમે તમારી જાત સામે જ ઊંચા ઊઠો છો અને તે પ્રક્રિયામાં તમારી અર્ધજાગૃત માન્યતાઓને વિકસાવો છો. સૌથી મોટો અવરોધ એટલે પોતાની જ નજરમાંથી ઊતરી જવું. જ્યારે પણ તમે તમારા વાયદા પાળી ન શકો ત્યારે, તમે તમારી પોતાની જ નજરમાં ઊતરી જાઓ છો અને પરિણામે અર્ધજાગ્રત મનમાં સંશય ઉત્પન્ન થવા લાગે છે. જાત સાથે કરેલાં વચનોને પૂરા કરવાથી શરૂઆત કરો, અને જ્યારે વચનપાલન સહજ બની જાય ત્યારે, જાહેર જીવનમાં તેને અપનાવી શકાય."

અવ્યક્તે પોતાની વાત પૂરી કરતા કહ્યું, "તમારા અર્ધજાગ્રત મનને સમજવા તાલીમ આપવી જ પડે, 'જો તે કહે કે તે આ કરશે, એટલે તે કરશે જ'. ત્યારે જ તમારું અર્ધજાગ્રત મન વિશ્વાસ કરવાનું શરૂ કરશે, 'જો તે સ્વપ્ન જુએ છે, તો તે તેને સાકાર પણ કરશે'."

અવ્યક્તે એક કાગળ લીધો અને તેના પર લખ્યું, "માણસની શક્તિ તેના મનમાં છે. આ મનની શક્તિ તેના અર્ધજાગ્રત મનની શક્તિમાં છે. તેના અર્ધજાગ્રત મનની શક્તિ તેની અર્ધજાગ્રત માન્યતાઓમાં છે. અને, તે આ જ અર્ધજાગ્રત માન્યતાઓ છે જે મનુષ્યને મહાનતા તરફ ઊંચકે છે. તને ઘણી શુભેચ્છાઓ શિવ! તને અધિકતમ અને અધિકતર પ્રાપ્ત થાઓ…"

અવ્યક્તે શિવને તે નોંધ આપી અને શિવે કહ્યું, "૧૫ દિવસ એટલે ૧૫ દિવસ. હું ઉન્નતિના મારા રસ્તા પર છું."

સૌથી મહાન ગૌરવ એટલે પોતાની જ
નજરમાં ઊંચા ઊઠવું.
સૌથી મોટો અવરોધ એટલે પોતાની જ
નજરમાંથી ઊતરી જવું.

જ્યારે તમે પ્રયત્નો છોડી ન દો, ત્યારે તમે ઊંચા ઊઠો છો.

કશું પણ ખોટું લાંબા ગાળે ક્યારેય સાચું સાબિત થતું નથી. ઘણીબધી નિષ્ફળતાઓ અંતે સફળતાઓમાં પરિવર્તિત થઈ છે તે હકીકત એ સૂચિત કરે છે કે નિષ્ફળતાઓ ખોટી નથી. સૂર્યાસ્ત વગર ક્યારેય સૂર્યોદય ન થઈ શકે. મૃત્યુ વગર જીવન ન હોઈ શકે. નિષ્ફળતાઓ વિના કોઈ સફળતા ન મળે. ઈશ્વરના વિલંબ ઈશ્વરના રદિયા નથી. સફળતા નિષ્ફળતાને વિલંબમાં મૂકે છે અને નિષ્ફળતાઓ સફળતાને. નિષ્ફળતા એક કૌંસ છે જેમાં સફળતા છુપાયેલી હોય છે અને ઈતિહાસકારો સતત પ્રયત્નોથી તેમને બહાર લાવે છે. જો મેં પ્રયત્નો નથી છોડ્યા, તો હું નિષ્ફળ નથી. જ્યારે તમે પ્રયત્નો કરવાનું છોડી ન દો ત્યારે, તમે ઉપર ઊઠો છો.

• • •

નીચલાને ધક્કો મારવામાં ઉચ્ચતરને આનંદ મળે છે

સંક્રાંતિ ક્યારેય સરળ નથી હોતી, પરંતુ સંક્રાંતિ વગર ઉત્ક્રાંતિ શક્ય નથી. તમારા કમ્ફર્ટ ઝોનમાં તમારો વિકાસ ન થઈ શકે. જો તમે તમારા કમ્ફર્ટ ઝોનની બહાર જઈ, જાતને પડકારવા રાજી ન હોવ તો, તમે જે બની શકો, તે તમે બની શકતા નથી. કેટલીકવાર, ઉપર ઊઠવા માટે તમારે કાંઈક છોડવું પડે છે.

પહેલી નોકરી, પહેલો માલિક, પહેલા બોસ અને પહેલો પગાર...તમારી કારકિર્દીની સાથે જોડાયેલી દરેક 'પ્રથમ' બાબતને જીવનમાં તમે ક્યારેય ભૂલી શકતા નથી. હકીકતમાં, આ બધા 'પ્રથમો' કારકિર્દીમાં થતી તમામ પ્રગતિઓનો માપદંડ બનશે. તમારી પહેલી સંસ્થા અને તમારી પહેલી નોકરી કાર્ય પ્રત્યેની તમારી નીતિમત્તા પર જીવનભર અસર કરી શકે.

અવ્યક્તના પુત્ર સત માટે આ એક મોટી સફળતા હતી. એક પ્રતિષ્ઠિત સંસ્થા તરફથી તેને નોકરીની ઓફર મળી હતી. આવી ઓફર ઘણા લોકો માટે તેમનું સપનું સાકાર થવા જેવું હોઈ શકે. પણ સતનું મન એથી ખુશ નહોતું. એક અજાણ્યા, સાવ નવા શહેરમાં રહેવા જવા તે તૈયાર નહોતો. તે પોતાના માતા-પિતા સાથે ઘણો જોડાયેલો હતો અને મિત્રો તેને માટે સર્વસ્વ હતા. સતે દલીલ કરી, "કંઈક એવાની શોધમાં જે માત્ર એક આશા છે તેના માટે મારે શા માટે મને જે વહાલું છે તે બધું છોડવું? હું કોઈ પણ નોકરીથી ખુશ રહીશ જે મને મારાં માતા-પિતા કે મિત્રોથી દૂર ન લઈ જાય."

અવ્યક્ત અને સત રોજ સવારે બેડમિન્ટન રમતા હતા. સત સ્વાભાવિક રમત રમનારો ખેલાડી હતો અને અવ્યક્ત પોતાને ફીટ રાખવા માટે રમતો હતો. પોતાનું દરેક કાર્ય સારામાં સારી રીતે કરવાની અવ્યક્તની ઈચ્છા અને સતના અતિ-આત્મવિશ્વાસથી પ્રેરિત ધૂંઆધાર ફટકાઓ ખેલાડીઓને સમતોલ કરતા. બંને વચ્ચેની રમત હંમેશાં સ્પર્ધાત્મક રહેતી. તે સવાર સતની હતી. તે ૨-૧ થી જીત્યો. પિતા-પુત્ર કોર્ટ પાસેના કેફેટેરિયામાં જઈને બેઠા. તેમણે તરબૂચના તાજા જ્યુસનો ઑર્ડર આપ્યો હતો. સતના મનમાં હતું કે અવ્યક્ત પોતાના મનની વાત કહેશે, અને અવ્યક્તે એમ જ કર્યું.

અવ્યક્તે પોતાના જમણા હાથેથી સતના માથા પરનો પરસેવો લૂછ્યો અને કહ્યું, "રોજ સવારની ઊંઘ શા માટે બગાડે છે? આ કોર્ટની ફરતે શા માટે દોડે છે, આટલો પરસેવો શા માટે પાડે છે? શેને માટે? આપણે ઘરમાં આરામથી પડ્યા રહી શક્યા હોત."

સતે હસીને કહ્યું, "એ જ તો તમારી ઈન્ડિયન સ્ટાન્ડર્ડ ટમીનું (આઈએસટી/ગોળમટોળ પેટ) કારણ છે." એમ કહીને તેણે તેના પિતાના ગોળમટોળ પેટ પર હળવો મુક્કો માર્યો. પછી કહ્યું, "આમ પણ આપણે બે હરીફ ખેલાડીની જેમ રમીએ છીએ તેમાં કેટલી મઝા આવે છે? તમને ૨-૧ થી હરાવવાની ખુશી કાંઈ ઓછી છે? જ્યારે હાથ અને આંખનો તાલમેલ બરાબર હોય અને પગ પણ જોઈતો સાથ આપતા હોય ત્યારે જોવા જેવું દશ્ય હોય છે ને? વાઉ!!! એમાં આપણે પરસેવો પાડવો પડે તો પણ શું?"

"એ જ વાત છે ને સત," અવ્યક્તે સામે એવો જ જવાબ આપતાં કહ્યું, "જીવનનો નિયમ છે 'જ્યારે નીચેનાને ધક્કો મારવામાં આવે ત્યારે ઉપરનાને આનંદ મળે છે'. જ્યારે શરીરને તેની માની લીધેલી મર્યાદા કરતા વધારે ધક્કો મારવામાં આવે, ત્યારે મન ખુશ થાય છે. જ્યારે શરીર તમને એમ કહે કે 'હવે હું આગળ નહીં ચાલી શકું. હવે હું વધારે નહીં દોડી શકું. હું હવે એક ડગલું યે ટ્રેક નહીં કરી શકું', ત્યારે તેને જો પોતાની

માની લીધેલી મર્યાદાથી જરા આગળ ધકેલવામાં આવે અને તે આગળ ચાલે, દોડે અને આગળ ટ્રેક કરે - તેનાથી મનને ઘણો આનંદ મળે છે. તમારા શરીરની આજીજીઓ વિરુદ્ધ, જ્યારે તમે થોડા વધારે પુશ-અપ્સ કરો અથવા બાયસેપ્સના વધારે સેટ્સ કરો કે બીજા ડઝન સ્ક્વોટ્સ કરો - ત્યારે તમારું મન ખુશ થાય છે. જ્યારે નીચેનાને - તમારા શરીરને ધક્કો મારવામાં આવે, ત્યારે ઉચ્ચતરને - મનને આનંદ મળે છે."

થોડો બચાવ કરતાં સતે પૂછ્યું, "અચ્છા, આ વિચાર તો સારો છે. તેમાં જે મુદ્દો છે તે પણ જબરદસ્ત છે. પણ તમે કહેવા શું માગો છો?" ત્યાં સુધીમાં જ્યુસ આવી ગયો હતો. પિતા-પુત્રે અસ્વસ્થતાથી એકબીજા તરફ ત્રાંસી નજરે જોયું. તાજા ઠંડા જ્યુસનો ઘૂંટડો ગળે ઊતરતાં તાજગી આવી ગઈ.

"તું કાંઈ એટલો મોટો નથી કે મારે તને આડકતરી રીતે કાંઈ કહેવું પડે, અને હું પણ કાંઈ એટલો નાનો નથી મારે મારો આશય છુપાવીને તને આડકતરી રીતે કાંઈ કહેવું પડે. આપણા સંબંધો કાંઈ ઔપચારિક નથી, બેટા. આપણા સંબંધો તો સ્વતંત્રતા અને નિખાલસતાના છે," એટલું કહીને અવ્યક્તે ઉમેર્યું, "હું જીવન બદલી નાખે તેવી વાત કહેવા માગું છું. તેથી ધ્યાન દઈને સાંભળ. હું જે વાત કહેતો હતો તેના સંદર્ભમાં જ આગળ એ કહેવા માગું છું કે મનને શાંત કરવું તે મન માટે સંઘર્ષ છે, પરંતુ બુદ્ધિ માટે આનંદ. એટલે જ્યારે તું તારી એકાગ્રતા વધારવા માટે જે કાંઈ મથામણ કરે છે, ત્યારે મનની ભટકવાની પ્રકૃતિને કાબૂમાં કર અને મનને એક જ બાબત પર કેન્દ્રિત કરવાનો પ્રયાસ કર - મનને દબાણનો અનુભવ થાય પણ ઉચ્ચતર - બુદ્ધિ ખુશ થાય છે. માટે જ સ્પષ્ટતા હંમેશાં એકાગ્રતાનું ફળ છે."

"સાંભળ સત," અવ્યક્તે કહેવાનું ચાલુ રાખ્યું, "આપણી સ્વાભાવિક વૃત્તિઓ અને આપણા અંતરના અવાજ વચ્ચે આપણા મનમાં હંમેશાં બૌદ્ધિક સંઘર્ષ ચાલતો રહે છે. આપણી સાહજિક વૃત્તિ આપણને 'દુઃખ અને સુખ'નાં રસ્તે જવા કહે છે. જ્યારે આપણા અંતરનો અવાજ આપણને 'યોગ્ય અને અયોગ્ય'ના રસ્તે જવા કહે છે. આને લીધે જ

આપણી અંદર બૌદ્ધિક તિરાડ પડે છે. આપણે જેને અપરાધભાવ કહીએ છીએ તે બીજું કાંઈ નથી પણ આપણી અંદર રહેલા 'જાણકાર'નો આપણી અંદર રહેલા 'કરનાર'નો અસ્વીકાર છે; આ જ એ ક્ષણો હોય છે જ્યારે અંતરનો અવાજ સ્વાભાવિક વૃત્તિની વાત ગાંઠતો નથી. આ તિરાડનું સમાધાન કરી અને સુગ્રથિત મનુષ્ય તરીકે જીવવું તે બુદ્ધિ માટે એક સંઘર્ષ છે, પરંતુ ઉચ્ચતર - ભાવનાશીલ વ્યક્તિત્વ માટે તે પ્રસન્નતા છે. અને આવું દરેક તબક્કે થાય છે. ભાવનાશીલ વ્યક્તિ માટે વિવિધ ભાવનાઓના પ્રવાહમાં તણાઈ જવું સ્વાભાવિક છે. આ ભાવનાઓના તોફાનોનો ઉકેલ લાવવો અને ભાવનાત્મક સ્વસ્થતાની અવસ્થામાં રહેવું તે ઉચ્ચતરનો - આપણી અંદરના આધ્યાત્મિક વ્યક્તિત્વનો આનંદ છે. એટલે જ તો માણસ આધ્યાત્મિક કેન્દ્રિતા ત્યારે જ સિદ્ધ કરી શકે જ્યારે તે પોતાની ભાવનાઓમાં શુદ્ધતા સિદ્ધ કરી લે. બધાં ઉદાહરણો અને સ્પષ્ટીકરણોથી, હું એક જ વાત સમજાવવા માંગું છું, 'જ્યારે નીચેનાને ધક્કો મારવામાં આવે ત્યારે ઉચ્ચતરને આનંદ મળે છે'."

જ્યુસના પૈસા ચૂકવી તેઓ કાર પાસે આવ્યા. સત ડ્રાઈવરની સીટ પર બેઠો. અવ્યક્તે કહ્યું, "મેં ક્યારેય તારા નિર્ણયો લીધા નથી અને ક્યારેય લઈશ પણ નહીં. પરંતુ જ્યારે તું શક્યતાઓ પ્રત્યે બિલકુલ અંધ હોય ત્યારે, મારે તારું મન ખોલવા હું સ્વયંને રોકી શકતો નથી. જો તું બીજા લોકો કરતા આગળ વધવા ઈચ્છતો હો ત્યારે, તારી પાસે 'સમાંતર અનુભવ' (હોરિઝોન્ટલ એક્સપોઝર) સાથે 'સીધી કુશળતા' (વર્ટિકલ એક્સપર્ટાઈઝ) હોવા જરૂરી છે. તું જેને આદર્શ માનતો હોય તેવી કોઈ પણ વ્યક્તિ વિષે વિચાર, રમતગમતની, ઉદ્યોગની, રાજકારણની, ફિલ્મક્ષેત્રની કે પછી તારા પોતાના જ કુટુંબની કોઈ આદર્શ વ્યક્તિ- તે લોકો બીજા કરતા આગળ છે કારણકે તેમની પાસે 'સમાંતર અનુભવ સાથે સીધી કુશળતા' છે. હું તને એવું નથી કહેતો કે તું તને ન ગમે તેવી જગ્યાએ જઈને રહે. હું માતા-પિતા અને મિત્રો માટેની તારી લાગણી સમજું છું. હકીકતમાં, મને તારા માટે ગૌરવ છે પરંતુ હું એમ પણ માનું છું કે અનુભવ મેળવવા માટે થોડા સમય સુધી તારે બીજા ભૌગોલિક

સ્થળે જવું જોઈએ. આ પ્રક્રિયામાં તારા વ્યક્તિત્વને નવો આકાર મળશે. મને પણ અહીં તારી ગેરહાજરી સાલશે. શું તને લાગે છે કે મારા માટે એ સમય ગાળવો સહેલો હશે? પણ મેં બહુ પહેલેથી જ સંકલ્પ કરી લીધો હતો કે હું મારી નિમ્ન સ્તરની જાતને ધક્કો મારીશ અને તેનો આનંદ મારી ઉચ્ચતર જાતને આપીશ."

કાર ગેરેજમાં આવી. સત કારનો દરવાજો ખોલવાનો હતો ત્યાં જ અવ્યક્તે કહ્યું, "એક મિનિટ સત. સંઘર્ષ, દુઃખ, પડકારો, કસોટીનો કાળ, મુશ્કેલ સમય જેવા શબ્દો તો ખરેખર એવી વ્યક્તિ પાસે જ સાંભળવા મળે કે જે આ પ્રક્રિયામાં પોતાના ઉચ્ચતર સ્વને આવતા આનંદને જાણ્યા વગર માત્ર પોતાના નિમ્ન સ્તર પર પડતા દબાણને જ જુએ છે. તમે એમ કહો છો કે કોચલામાં ઈયળ પર વધારે પડતું દબાણ કરવામાં આવે છે. હું કહું છું કે પતંગિયાનો જન્મ થઇ રહ્યો છે. જ્યારે પણ માણસને ધકેલવામાં આવે છે ત્યારે ઈશ્વરને આનંદ થાય છે...કારણ કે આ ધક્કાથી જ માણસનું સર્જન થાય છે. તું આ આધ્યાત્મિક સત્ય સાથે તાલમેલ બનાવ એટલે તારા જીવનમાં ઘણું બધું પરિવર્તન થશે."

સત ઘરમાં આવ્યો, સીધો પોતાના રૂમમાં ગયો, 'વન પેજ વિઝડમ' (એક પાનામાં જ્ઞાન) નામનું પુસ્તક લીધું, અને રેસ્ટરૂમમાં જતો રહ્યો. તેણે પુસ્તક એમ જ ખોલ્યું અને નીચે દર્શાવેલી કથા વાંચીઃ

એક શાંત તળાવને કિનારે કેટલાક જળજંતુઓની વસ્તી રહેતી હતી. સૂર્યનાં કિરણો પણ જ્યાં ન પહોંચે ત્યાં સહુ સુખેથી રહેતાં હતાં. તેમણે જોયું કે જ્યારે પણ, કોઈ જંતુ કમળની દાંડલી પર ચઢતું, ત્યારે તે ધીરે-ધીરે તે ગાયબ થઈ જતું અને ફરી ક્યારેય ન દેખાતું. "જુઓ," એક દિવસ એક જંતુએ બીજાં જંતુઓને કહ્યું, "આપણામાંથી એક જંતુ આ કમળ દાંડલી પર ચઢી રહ્યું છે. તમને શું લાગે છે તે ક્યાં જઈ રહ્યું છે? શું તે અહીં ખુશ નહોતું? તમને શું લાગે છે તે ક્યાં ગયું?" કોઈએ જવાબ ન આપ્યો. છેવટે એક જંતુએ કહ્યું, "મારી પાસે એક યુક્તિ છે. આપણામાંથી હવે જે જંતુ કમળની દાંડલી પર ચડે તેણે પાછા આવવાનું

વચન આપવું પડશે અને આપણને કહેવું પડશે કે તે ક્યાં ગયું હતું અને શા માટે ગયું હતું."

ઈશ્વરને કરવું અને એવું થયું કે જેણે આ યુક્તિ બતાવી હતી તે જંતુ પોતે જ કમળની દાંડલી ચડવા લાગ્યું. તે ઉપર ને ઉપર ચડતું ગયું. તેને કાંઈ સમજાય કે શું થઈ રહ્યું છે તે પહેલાં તો તે પાણીની સપાટી પરથી બહાર આવીને કમળના પાંદડા પર આવી ગયું. જ્યારે તેણે તેની આંખો ખોલી, ત્યારે તેને તેના માન્યામાં ન આવે એવો અનુભવ થયો. તેના જૂના શરીરમાં આશ્ચર્યજનક પરિવર્તન થઈ ગયું હતું. તેને રૂપેરી પાંખો ફૂટી હતી અને લાંબી પૂંછડી પણ નીકળી હતી. અને તે મથી રહ્યું હતું ત્યારે, તેને પાંખો ફફડાવીને ઊડવાનું મન થતું હતું. સૂર્યની હૂંફે તેના નવા શરીર પરની ભીનાશને તરત સૂકવી નાખી. તેણે પાંખો ફફડાવી અને અચાનક તે પાણીની ઉપર ઊડવા લાગ્યું! હવે તે વાણિયો (ડ્રેગનફ્લાય) બની ગયું હતું.

તીવ્ર ગતિથી તરાપ મારી અને વળાંકોમાં ડૂબકી મારી, તે હવામાં ઊડ્યું. તેને આ નવા વાતાવરણમાં અતિઆનંદ આવ્યો. સૂરજ અને હવાના આ સાવ નવા વિશ્વમાં તે આનંદથી ઊડ્યું. અવારનવાર, તે આરામ કરવા કમળનાં પાંદડા પર આવીને બેસતું. એવામાં તેણે નીચે તળાવના તળિયે જોયું. અત્યારે તે બરાબર તેના જૂના જળજંતુ મિત્રો ઉપર હતું. તેને પોતાનું વચન યાદ આવ્યું. કાંઈપણ વિચાર્યા વગર, તેણે પાણીમાં ડૂબકી મારી. તે સપાટી પરના પાણી સાથે અથડાયું અને પછી ઊછળ્યું. પાછું ફરીને તે કમળનાં પાંદડા પર બેસીને આરામ કરવા લાગ્યું, બેલાશક, એ વાત સમજી ને કે:

૧ જો મેં જળજંતુની મને બહુ ગમતી વસ્તીમાંથી બહાર આવવાનું નક્કી ન કર્યું હોત તો, હું ક્યારેય ડ્રેગનફ્લાય બની ન શકત.

૨ હવે જ્યારે હું ડ્રેગનફ્લાય બની ગયું છું તો મારી ઇચ્છા હોય તો પણ, હું જ્યાંથી આવ્યું હતું ત્યાં પાછું ફરી શકું તેમ નથી.

૩ જો ગમે તેમ કરીને, હું પાણીની અંદરની મારી વસ્તીમાં - મારા પહેલાના મિત્રો પાસે પહોંચી જાઉં તો પણ - તેઓ મને મારા આ નવા સ્વરૂપમાં ઓળખી નહીં શકે; તેઓ મને સમજી નહીં શકે.

૪ હવે તેમનામાંથી કોઈ જંતુ ડ્રેગનફ્લાય બનીને મને મળે નહીં ત્યાં સુધી મારે તેમની રાહ જોવી પડશે, કારણ કે ત્યારે જ તેઓ મારી સાથે શું થયું તે સમજી શકશે.

રેસ્ટરૂમમાંથી બહાર આવીને સત સીધો અવ્યક્ત તરફ ધસી ગયો અને તેણે કહ્યું, "ડેડ, જ્યાં સુધી હું તમારાં જેવો ન બની જાઉં ત્યાં સુધી હું તમને સમજી નહીં શકું. તેમ છતાં, હવે મેં એવું જીવન જીવવાનું નક્કી કર્યું છે કે જેથી ઈશ્વરને આનંદ થાય. હું હોરિઝોન્ટલી અને વર્ટિકલી પુશ થવા તૈયાર છું. ડેડ, તમારા શબ્દોમાં કહું તો હું અધિકતમ અને અધિકતર માટે તૈયાર છું..."

સંઘર્ષ, દુઃખ, પડકારો, કસોટીનો કાળ,
મુશ્કેલ સમય જેવા શબ્દો તો ખરેખર એવી વ્યક્તિ પાસે
જ સાંભળવા મળે કે જે આ પ્રક્રિયામાં પોતાના ઉચ્ચતર
સ્વને આવતા આનંદને જાણ્યા વગર માત્ર પોતાના નિમ્ન
સ્તર પર પડતા દબાણને જ જુએ છે.
તમે એમ કહો છો કે કોચલામાં ઈયળ પર વધારે પડતું
દબાણ કરવામાં આવે છે.
હું કહું છું કે પતંગિયાનો જન્મ થઈ રહ્યો છે.
જ્યારે પણ માણસને ધકેલવામાં આવે છે ત્યારે ઈશ્વરને
આનંદ થાય છે...
કારણ કે, આ ધક્કાથી જ માણસનું સર્જન થાય છે.

મારી પાસે સમય છે

સો રૂપિયાની કિંમત સો રૂપિયા જેટલી જ છે. પણ એક કલાકની કિંમત કેટલી છે તેનો આધાર એ એક કલાકનો ઉપયોગ કોણ કરે છે તેના પર છે. આમ, દરેક વ્યક્તિના જીવનમાં પણ એક એવો તબક્કો આવે છે કે જેમાં સમય તમારે માટે સહુથી મૂલ્યવાન વસ્તુ બની જાય છે.

"માત્ર તમારે લીધે જ આ સંસ્થા અહીં સુધી પહોંચી શકી છે. અને તમારે લીધે જ તે જે કક્ષાએ પહોંચી શકે તેમ છે તે કક્ષા સુધી પહોંચી નથી શકી. તમે જ તેની તાકાત હતા અને તમે જ તેની નબળાઈ બની ગયા છો. વિકાસની લાંબી યાત્રામાં, બીજી બધી બાબતોની જેમ તમારી તાકાત પણ પરિપક્વ બનીને બદલાતી પરિસ્થિતિને અનુકૂળ થઈ જાય તેવી હોવી જોઈએ. જો એમ ન થાય તો તમારી એ જ શક્તિ તમારી નબળાઈ બની જાય છે. કેટલાક તેજસ્વી સ્નાતકો, ચાર્ટર્ડ એકાઉન્ટન્સીનો અભ્યાસ પૂરો કરવા માટે ખૂબ મહેનત અને સંઘર્ષ કરે છે. શા માટે? સ્નાતક થવા માટે જે રીતે અભ્યાસ કર્યો હતો તે રીત સીએ થવા માટે કામમાં ન આવે. સેલ્સમેન તરીકે તમે જે અભિગમ ધરાવતા હોવ તે જ અભિગમ સેલ્સ-મેનેજર માટે ન ધરાવી શકાય. સેલ્સમેન તરીકે તમને મળેલી સફળતા તમારી પોતાની સફળતા છે; પરંતુ સેલ્સ-મેનેજર તરીકે તમારી ટીમની સફળતા તમારી સફળતા કહેવાય. કલાની અભિવ્યક્તિની રીત વિજ્ઞાનના શિક્ષણની રીતથી સાવ જુદી જ હોય છે. જે રીત ૦થી ૧૦ કરોડની સંસ્થા ઊભી કરવા માટે યોગ્ય હોય તે રીત ૧૦-૫૦ કરોડની સંસ્થા ઊભી કરવામાં કામ ન આવી શકે; અને ૫૦૦-૧૦૦૦ કરોડની તો વાત જ સાવ નિરાળી બની જાય.

'ટેસ્ટ' ક્રિકેટમાં તમારી જે આવડત હોય તે 'ટી-૨૦'માં કદાચ તમારી નબળાઈ બની શકે. તમારી પાસે જે છે તેથી તમે અહીં સુધી પહોંચ્યા છો. હવે અહીંથી જો તમે બદલાશે નહીં તો તમારું ભવિષ્ય પણ નહીં બદલાય. તમારી આવતીકાલ કેવળ ગઈકાલનું પુનરાવર્તન જ હશે. જો તમે એ જ રીતે કામ કરવાનું ચાલુ રાખશો તો તમને એવાં જ પરિણામો મળશે. જો તમારે કાંઈક નવાં પરિણામો મેળવવા હોય તો તમારે કાંઈક નવું કરવું પડશે. તમે અહીં સુધી આવી પહોંચ્યા છો. હવે સર્વોચ્ચ સ્થાને પહોંચવા માટે તમારે મુશ્કેલ યાત્રા કરવાની છે. તમારી જાતને, અને તમારાં અભિગમને બદલવા તે આજના સમયની માંગ છે." અવ્યક્તે જોશભેર કહ્યું.

જોકે જોડાણો અને બિરાદરીઓનો આધાર, નેટવર્કિંગ, સામાજિક મેળાવડા અને પરસ્પર જ્ઞાનનો હોય એવું લાગે છે, પરંતુ હકીકત એ છે કે વ્યક્તિગત અહં ક્યારેક અપૂરતા લાગે છે. આમ, આપણે સામૂહિક અહંની છાયા નીચે રહેવા મથીએ છીએ. વળી, સામૂહિક ભય હિંમત છે. જોડાણો અને બિરાદરીઓ જે અહં અપૂરતું અને અસુરક્ષિત મહેસૂસ કરે તેને રક્ષણ આપે છે. જો સામૂહિકતા પ્રગતિ વિકાસમાં મદદરૂપ થતી હોય તો, શા માટે તે માર્ગ ન લેવો? આજની સાંજ 'સ્મોલ એન્ડ મીડિઅમ એન્ટરપ્રાઈસિસ ઍસોસિયેશન'ના પાંચમાં સ્થાપના દિવસની ઉજવણીનો ભાગ હતી. અવ્યક્તને આ સાંજનો મુખ્ય વક્તા બનવા માટે આમંત્રિત કરવામાં આવ્યો હતો.

તેણે પોતાનું વક્તવ્ય ચાલુ રાખ્યું, "તમારી કારકિર્દીની શરૂઆતમાં અને સંસ્થાની સ્થાપનાની પ્રારંભિક અવસ્થામાં, તમારાં પોતાના પછીનું તમારું સહુથી મહત્ત્વનું પરિબળ મૂડી છે. મૂડી તમારા નિર્ણય લેવાની ક્ષમતા પર ઘણી મોટી અસર કરે છે. તમે મૂડી માટે સમય આપવાનું નક્કી કરો છો. પછી એક એવો તબક્કો આવે છે કે જ્યારે સમય જ તમારે માટે સહુથી વધારે કીમતી સ્રોત બની જાય છે. સો રૂપિયાની કિંમત સો રૂપિયા જેટલી જ છે. પણ એક કલાકની કિંમત કેટલી છે તેનો આધાર એ એક કલાકનો ઉપયોગ કોણ કરે તેના પર છે. આમ, દરેક વ્યક્તિના જીવનમાં પણ

એક એવો તબક્કો આવે છે કે જેમાં તમારે સમયના બદલામાં રૂપિયાનો સોદો કરવો પડે; હકીકતમાં, નિર્ણય લેવાની ક્ષમતા પર અસર કરે તેવું મુખ્ય પરિબળ સમય જ હોવો જોઈએ. શું તેનાથી મારો સમય બચશે? હું મારો સમય ક્યાં બચાવી શકું તેમ છું? શું તે મારા સમયને યોગ્ય છે? તેને માટે હું સમય કેવી રીતે ફાળવી શકું? અત્યાર સુધી, તમારી ભરતીઓ ઉત્પાદકતા અને નફામાં યોગદાન આપવાના હેતુથી જ થતી હતી; પણ, હવેથી એવી નિમણૂંકો પણ જોઈશે જે તમારો સમય બચાવે. તમે પોતાને પૂછતા રહો, 'મારું ભવિષ્ય તેમાંથી જ આવે છે જ્યાં મારો સમય જાય છે; તો મારો સમય ક્યાં જવો જોઈએ?' તમારા સ્વાસ્થ્ય અને તંદુરસ્તીની સંભાળ રાખવાની હોય, કે સંસ્થાને ઊભી કરવાની હોય, કે ધંધાને ડાયવર્સીફાય કરવાનો હોય, કુટુંબ સાથે રહેવાનું હોય, તમારી પ્રતિભા અને તમારા શોખને સાકાર કરવાના હોય, સમાજ માટે કાંઈ કરવાનું હોય, કે તમારાં આધ્યાત્મિક વિકાસ પર ધ્યાન કેન્દ્રિત કરવાનું હોય - તમે જે કાંઈ કરવા ઇચ્છતા હો તે માટે તમારે સમય જોઈશે. મૂલતઃ, જીવનમાં આપણે એક એવા તબક્કે પહોંચીએ છીએ જ્યારે 'સમય' આપણા માટે આપણો ઈશ્વર બની જાય છે."

આમાંના મોટાભાગના પુરુષો, જેઓ પોતાનામાં જ સફળ વાર્તાઓ છે, તેઓ આ કાર્યક્રમમાં આવ્યા હતા, તેમના મનમાં રહેલા બે પ્રબળ પ્રશ્નો સાથે, "અહીંથી, ક્યાં?' અહીંથી, કેવી રીતે?" એક ગુરુ માટે તૈયાર સાધક મળવાથી વધારે સંતોષકારક કશું નથી હોતું. જો કે એ વાત પણ સાચી છે કે 'જ્યારે તમે તૈયાર હો ત્યારે, ગુરુ આવી મળે છે,' પરંતુ તેનાથી ઊલટું બને તે જરૂરી નથી. ક્યારેક, ગુરુ તૈયાર હોય તો પણ, શિષ્ય ક્યારેય ન પણ આવે. તેથી જ આ સંગઠન અવ્યક્ત માટે ખૂબ મહત્ત્વનું હતું. ભાગ લેનારાઓની બોડી લેન્ગવેજે તેમની ગ્રહણશીલતાને સમર્થન આપ્યું. તે એવું કહેતી હોય તેમ લાગ્યું, "અમને રસ્તો બતાવો અને અમે તેના પર ચાલીશું."

અવ્યક્તે વિગતે સમજાવ્યું, "સહુ પ્રથમ તો તમારી પ્રાથમિકતાઓને સીધેસીધી (વર્ટિકલી) ન જુઓ. પહેલા કારકિર્દી, પછી કુટુંબ, પછી

તંદુરસ્તી વગેરે વગેરે... એવું નથી હોતું. તેને બદલે પ્રાથમિકતાઓને સમાંતરે (હોરિઝોન્ટલી) જુઓ. તમારી કારકિર્દી તમારા પરિવાર જેટલી જ મહત્ત્વની છે; તમારી તંદુરસ્તી તમારાં આધ્યાત્મિક વિકાસ જેટલી જ મહત્ત્વની છે વગેરે વગેરે... એકથી વધુ બાબતો જીવનમાં એકસરખું મહત્ત્વ ધરાવતી હોય છે. સંસ્થામાં એકાઉન્ટ્સ વિભાગની કાર્યક્ષમતાનું જેટલું મહત્ત્વ છે; તેટલું જ મહત્ત્વ મેઈન્ટેનન્સ વિભાગની કાર્યક્ષમતાનું છે; સેલ્સ કોસ્ટિંગ જેટલું જ મહત્ત્વનું છે; પરચેઝ પણ સર્વિસ જેટલી જ અગત્યતા ધરાવે છે; વગેરે વગેરે. પ્રશ્ન એ નથી કે 'બધા વિભાગોમાંથી સૌથી સારો વિભાગ કયો છે?' પરંતુ પ્રશ્ન એ છે કે 'બધા વિભાગોમાંથી મહત્તમ લાભ કેવી રીતે મેળવવો?' એકના ભોગે બીજાનું કાંઈ થશે નહીં. પછી પ્રશ્ન એ થાય છે, 'આ ધ્યેય આપણે સ્થાયી એવા ૨૪ કલાકમાં કઈ રીતે સિદ્ધ કરી શકીએ'?"

કોઈ પણ ઓડિયન્સમાં હોય તેમ, ત્યાં દરેક પ્રકારના લોકો હતા. ટેકનોલોજીથી બધી વાતની નોંધ લેતા લોકો ત્યાં હતા, વળી જૂની કાગળ અને કલમની પદ્ધતિ પર આધાર રાખનારા લોકો પણ હતા, અને બેલાશક કેટલાક એવા પણ હતા કે જેમણે સૌથી પ્રાચીન અને શીખવાની નીવડેલી પદ્ધતિનો ઉપયોગ કર્યો - ધ્યાન દઈને સાંભળવું અને તરત પરિવર્તિત થવું. તમે જે કાંઈ શીખો તે તમારી બુદ્ધિ દ્વારા સમજી, તેને અમલમાં મૂકો તે ઘણું મહત્ત્વનું છે; અને નહીં કે તે તમારી યાદશક્તિ, કાગળ કે ટેકનોલોજીમાં પડેલું અમલમાં નહીં મુકાયેલું જ્ઞાન માત્ર જ બની રહે.

"તમારા જીવનની દરેક બાબતમાં 'ટોપ-૫'ની રીતનો ઉપયોગ કરો," અવ્યક્તે કહ્યું, "તમારાં ટોપ-૫ ગ્રાહકો પસંદ કરો અને તેમને વ્યક્તિગતપણે મળીને તેમની સાથે વાતચીત કરો. તેમને તમારો સમય અને ધ્યાન આપો. તેમની સાથે એક યા બીજી રીતે વાત કર્યા વગર એક પણ અઠવાડિયું ખાલી ન જવું જોઈએ. જેમાં તમે સમયનું રોકાણ કરો છો તે વિકસે છે. કાં તો તમે તમારાં ટોપ-૫ ગ્રાહકો પર રોકાણ કરો

અથવા તો તમારા હરીફ તે કરશે. શું તમે એવી પરિસ્થિતિમાંથી ક્યારેય પસાર નથી થયા? ક્યારેક તમારો ખૂબ મહત્ત્વનો કર્મચારી રાજીનામું આપી દે ત્યારે, તે પોતાની સાથે તમારા અત્યંત મહત્ત્વના ગ્રાહકો પણ લઈ જાય છે. જ્યારે ગ્રાહકોની યાદીમાંથી નીચેના સ્તરે આવતા હોય તેવા થોડાક ગ્રાહકો જાય તો તેથી તમારી સંસ્થા પર ખાસ કોઈ અસર નહીં થાય. પણ જ્યારે ટોપની યાદીમાં હોય તેવા બે ગ્રાહકો પણ તમે ગુમાવો ત્યારે, તમારા કારોબાર પર તેની ભારે અસર થાય છે. તેથી, તમારાં ટોપ-૫ ગ્રાહકો શોધી કાઢો અને તેમની સાથે તમારા સમયના રોકાણનું વ્યવસ્થિત આયોજન કરો."

પ્રત્યેક ક્ષણે ખીલતા ઓડિયન્સ સમક્ષ, અવ્યક્તે પોતાનું વક્તવ્ય આગળ ચલાવ્યું, "એ જ રીતે, તમારાં ટોપ-૫ કર્મચારીઓ સાથે કામ કરો. એ મોટી કમનસીબી છે કે મોટા ભાગની સંસ્થાઓમાં સૌથી પ્રોડક્ટિવ કર્મચારીઓ કરતાં મુશ્કેલી ઊભી કરતા હોય તેવા કર્મચારીઓ ઉપર વધારે ધ્યાન આપવામાં આવે છે. જ્યારે તમે ટોપ લેવલના કર્મચારીઓમાંથી કોઈ એક કર્મચારી ગુમાવો છો ત્યારે, તમે એક તાલીમબદ્ધ સંસાધન ગુમાવો છો. તે તમારી સંસ્થાને નબળી પાડે છે એટલું જ નહીં પણ, હરીફોને પણ સશક્ત બનાવે છે. વફાદારીનો પાયો સંબંધ છે, અને સમયનું રોકાણ કર્યા વગર સંબંધો બાંધી શકાતા નથી. તમારે એક યા બીજી રીતે આ ટોપ-૫ સાથે અઠવાડિયામાં એકવાર તો અચૂક સંપર્કમાં આવવું જ જોઈએ. ટોપ-૫ની આ રીતને દરેક બાબતમાં લાગુ પાડી શકાય છે - સપલાયર્સ, સ્ટોક્સ, માલની આવક-જાવકનું ધ્યાન રાખનારા, મિત્રો વગેરે... જીવનના દરેક ક્ષેત્રે આ ટોપ-૫ને શોધી લો અને તેમના પર રોકવાના તમારા સમયનું પદ્ધતિસર આયોજન કરો. ટોપ-૫ની આ ફોર્મ્યુલાનો અમલ કરવાથી તે બાબત નિશ્ચિત થશે કે તમારા જીવનમાં જે સહુથી વધારે મહત્ત્વની બાબતો છે તે જીવનની સૌથી ઓછું મહત્ત્વ ધરાવતી બાબતોની દયાની મોહતાજ નથી. જે બાબતો તમારે માટે બહુ મહત્ત્વની છે તેને હવે તમારો સમય મળશે. અને તમારો સમય મેળવવા, તેને તમારે માટે મહત્ત્વનું બનવું જ પડે."

અવ્યક્તે આગળ કહ્યું, "તમારી આખી સંસ્થા આ મૉડેલ પર બનાવો. તમારા પછીની હરોળને તે પછીના ટોપ-૫ પર ધ્યાન કેન્દ્રિત કરવા માટે કહો, અને ત્રીજી હરોળને તે પછીના ક્રમે આવતી ટોપ-૫ લાઇન પર ધ્યાન કેન્દ્રિત કરવા કહો. વળી એ પણ સમજો, તમારી આ ટોપ-૫ની પસંદગી પણ તમારા કારોબારના વિકાસ સાથે બદલાતી રહેશે. અમુક બાબતને લગતા તમારા પ્રથમ હરોળના ટોપ-૫ કદાચ બીજી હરોળના ટોપ-૫માં આવશે, અને બીજી હરોળના ટોપ-૫માંથી અમુક ત્રીજી હરોળના ટોપ-૫માં આવશે - એક કાર્યક્ષમ પિરામિડ બનાવતા."

સમાપન કરતાં અવ્યક્તે કહ્યું, "ટોપ-૫ની ફોર્મ્યુલાથી, તમારો સમય માત્ર એ જ બાબતોમાં વપરાશે કે જ્યાં તે ખરેખર વપરાવો જોઈએ, અને અન્ય ક્યાંય નહીં. તમારા સમયનું કાળજીપૂર્વક ધ્યાન રાખો અને તમે તમારા જીવનના દેવોમાંથી એક દેવની કાળજી લીધી છે. હું ઇચ્છું છું કે તમારામાંથી કોઈ વ્યક્તિ એટલી આગળ વધે કે મારા ટોપ-૫માં સ્થાન પામે. તમારામાંથી કોઈ એક વ્યક્તિને હું અંગતપણે માર્ગદર્શન આપું તેવી મારી ઇચ્છા છે. તો, સહુ પ્રથમ તમારે ટોપ-૫ ફોર્મ્યુલાનો અમલ કરવો છે તે ટોપ-૫ ક્ષેત્રો નક્કી કરો."

લોકોએ ટોપ પર પહોંચવું જોઈએ તેવા સાચા ઇરાદાનો પડઘો પાડતા સ્વર સાથે, અવ્યક્તે કહ્યું, "થેંક યુ વેરી મચ. મને એ વાતનો આનંદ થયો કે અહીં આવવા માટે મારી પાસે આજ સાંજનો સમય હતો. અને મારા ટોપ-૫ માટે તો હું હંમેશાં સમય ફાળવીશ જ. ઓલ ધી બેસ્ટ! વિશિંગ યુ મોસ્ટ એન્ડ મોર..."

અવ્યક્ત ગયો અને બાકીના ટોચ પર આરોહણ કરવા તૈયાર હતા.

તમે પોતાને પૂછતા રહો,
'મારું ભવિષ્ય ત્યાંથી આવે છે,
જ્યાં મારો સમય જાય છે;
તો, મારો સમય ક્યાં જવો જોઈએ?'
તમે જે કરવા ઈચ્છતા હોવ તે પ્રત્યેક માટે,
તમારી પાસે સમય હોવો જરૂરી છે.
મૂલતઃ, આપણે જીવનમાં એક
એવા તબક્કે પહોંચીએ છીએ
જ્યારે 'સમય' આપણા માટે
લગભગ ઈશ્વર બની જાય છે.

જીવવું એટલે નિર્ભયપણે જીવવું

જીવવું એટલે નિર્ભયપણે જીવવું. જે રીતે ભય માણસને આગળ વધતાં અટકાવે છે તે રીતે બીજું કોઈ અટકાવી ન શકે. કોઈપણ પરિબળ કરતાં માત્ર ભય જ માનવીને સંભવિત મહાનતા તરફ આગળ વધતો અટકાવે છે. ભયને જીતવો જ પડે. ભયની પ્રક્રિયાને સમજો. તમે ડરો છો તેથી તમે વસ્તુઓને ટાળો છો એવું નથી, પરંતુ તમે વસ્તુઓને ટાળો છો તેથી તે ભય બની જાય છે. જે બાબતનો તમે સામનો નથી કરતા તે તમને વશ કરે છે; તમને જે વશ કરે છે તે તમારી અંદર ભય ઊભો કરે છે. જે કામ કરવામાં ડર લાગતો હોય તે જ કરો. ડરી જવાની અપેક્ષા રાખો, તેમ છતાં કરો. ભયનો સામનો નિર્ભયપણે કરો. તમને જે બાબતનો ડર લાગતો હોય તેનો વારંવાર સામનો કરો એટલે ભયને જીતી જવાશે.

તમે કોનું જીવન જીવો છો?

ઈતિહાસ રચનારાઓ તે છે જેઓ પોતાનું જીવન નવેસરથી લખવાનું પસંદ કરે છે. ક્રાંતિ એટલે કથાને નવેસરથી લખવી. કાંઈક શોધવા, તમારે કંઈક છોડવું પડે. શોધ માટે ખરી યાત્રા નવા પ્રદેશો શોધવામાં નહીં, પણ નવી દૃષ્ટિ હોવામાં છે.

"કોને ખબર છે આગળ શું થવાનું છે? સુખો અને દુ:ખો, તકો અને પડકારો, આવતીકાલના હાસ્ય કે આંસુઓ, કોને ખબર આગળ શું થવાનું છે? હવે પછી શું થશે એની પરવા પણ કોણ કરે છે? આ ક્ષણની હકીકત એ છે કે તમે બાથરૂમમાં એકલા છો, અને બાથરૂમની આ ક્ષણના, તમે બાદશાહ છો. અજાણ્યા પ્રદેશમાં એક અદ્‌ભુત સાહસ કરવા આ ક્ષણ આવી છે. આ તમારો બ્રશ કરવાનો સમય છે! તમારી પાસે બે પસંદગીઓ છે. આજ સુધી તમે જે રીતે બ્રશ કરતા રહ્યા છો તે જ રીતે; યાંત્રિકપણે બ્રશ કરો. અન્ય પસંદગી છે કોઈ નવા પ્રયોગની! દિવસની શરૂઆત નવી રીતે કરી જુઓ. અરીસામાં જોઈને સિંહની જેમ ગર્જના કરો. આજુબાજુની પરિસ્થિતિ મુજબ શક્ય તેટલા મોટા અવાજે ગર્જના કરો. ગર્જના તરત જ શરીરમાં શક્તિ સંચાર કરશે. અને તમારા શરીરને વર્તમાન ક્ષણમાં લઈ આવશે. તે તમારી અંદરના સુષુપ્ત પશુને જગાડી દેશે. જો તમને આ વાત રમૂજી લાગતી હોય તો તમે હસી શકો છો. મોટેભાગે આપણે સહુ પોતાને બહુ જ ગંભીરતાથી લઈએ છીએ, પરંતુ કોઈ સાવ ફાલતુ વાત પર ખડખડાટ હાસ્ય, જાદુઈ રીતે આપણા દૃષ્ટિકોણને સાચી દિશામાં વાળે છે. તેથી જ ખડખડાટ હસો. તમારા શરીર સાથે સહજતા અનુભવો. સહજ રહો. આ તમારો

જ બાથરૂમ છે; તમે એકલા છો, અહીં અને આ ક્ષણે તમારું રાજ છે, અને કદાચ આ એક દુર્લભ તક છે."

યુનિફોર્મમાં સજ્જ, ટેબ્લેટ કમ્પ્યુટર્સ ધરાવતા અને યુ-આકારમાં કોન્ફરન્સ રૂમમાં ગોઠવાયેલા તેમણે એકબીજા સામે જોયું. પ્રવેશવિધિના કાર્યક્રમમાં, બિઝનેસ મેનેજમેન્ટના હમણાં જ ગ્રેજ્યુએટ થયેલા યુવકોનું તે ગ્રુપ હતું, કદાચ વીસનું જૂથ હતું. આ ત્રણ દિવસનો ઓરિએન્ટેશન પ્રોગ્રામ રહેવાનો હતો અને પ્રત્યેક દિવસનું અંતિમ સેગ્મેન્ટ, તેમના મુખ્ય માર્ગદર્શક, અવ્યક્તનું ભાષણ રહેવાનું હતું. તેમના મન સવારે ઊઠીને બાથરૂમમાં જઈને શું કરવું જોઈએ તેના પરનું વક્તવ્ય સાંભળવા માટે બિલકુલ તૈયાર ન હતા. તેમની બોડી લેન્ગવેજે અવિશ્વાસ વ્યક્ત કર્યો.

અવ્યક્તે ચાલુ રાખ્યું, "પ્રથમ નજરે, આવી નાની એક્સરસાઈઝીસ બાલિશ લાગે; હકીકતમાં તે બાલિશ જ છે. પરંતુ મોટી નોકરી અને ઊંચા પગારવાળી નોકરીની પાછળ, આપણે આપણી અંદર ડોકિયું કરવાની આપણી ક્ષમતા ગુમાવી દીધી છે અને હવે આપણે પોતાની જાત સાથે કનેક્ટ નથી કરી શકતા. ઘણીવાર આપણી તેજ રફતાર આપણને એ ભુલવાડી દે છે કે આપણે કઈ વસ્તુની પાછળ દોડી રહ્યા છીએ. સરળ વસ્તુઓમાં બાળક જેવો ઉત્સાહ ફરીથી શોધો. તે તમારા રચનાત્મક પાસાને ઉત્તેજિત કરવામાં અને તમારી કલ્પનાશક્તિને ખુલ્લો દોર આપવામાં સહાય કરશે. બાળકો તેમના વિચારોને દબાવતા નથી; ઊલટાનું, તેઓ પોતાની મૌલિકતાથી ઉત્તેજિત થઈને તીવ્ર ઉમંગથી ઊછળે છે. તમારા પરિપકવ સંકુચિત મનને મોકળું કરો. તમારા દાંતની વાત પર ફરી આવતા, બ્રશિંગ વેઠ બને તે જરૂરી નથી. બ્રશને મોઢાના દરેક ખૂણે ફેરવો. સેન્સુઅલ બનો, કલ્પનાશીલ બનો અને શરમાળ ન રહો. વિવિધ ગતિ, રીધમ અને મૂવમેન્ટ સાથે પ્રયોગ કરો. રોજ જે હાથેથી બ્રશ કરતા હો તેના બદલે બીજા હાથેથી બ્રશ કરો. બીજા હાથે બ્રશ કરવું ઉત્તેજક અનુભવ છે, કારણ કે તેમાં તમારે બ્રશિંગને નવેસરથી

શીખવું પડે; બિનઅનુભવી હાથ સ્વાભાવિક રીતે તે આપમેળે નહિ કરી શકે. શીખવાનો ઉત્તમ રસ્તો એ છે કે અનુભવી હાથથી સભાનતાથી બ્રશ કરવું અને પછી શીખાઉ હાથ સાથે તે જ મૂવમેન્ટની નકલ કરવી. આ પ્રક્રિયામાં ઘણી રસપ્રદ બાબતો બનશે. શીખવનાર હાથ થોડો આરામ લેતાં શીખશે અને કદાચ તે વધારે કાર્યક્ષમ બની જાય તેમ બને. શીખાઉ હાથ નવી આવડત શીખશે. વધારામાં, મગજ પણ નવી રીતે ઉત્તેજિત થાય છે અને તેને તેની સામાન્ય મર્યાદાની પાર જઈ કામ કરવા સૂચના અપાય છે."

ભાવશૂન્ય ચહેરાઓ સામે સ્મિત કરતાં, અવ્યક્તે સમાપન કર્યું, "જેન્ટલમેન, તમારા ઈન્ડક્શનનું આ એક મહત્ત્વનું અસાઈન્મેન્ટ છે, અને તે ફરજિયાત છે. આ અનુભવમાંથી પસાર થાઓ અને કાલે અનુભવના રિપોર્ટ સબમીટ કરો."

અસાઈન્મેન્ટ વિચિત્ર લાગ્યું, તેમ છતાં અવ્યક્તે તેમનામાં કુતૂહલ અને જિજ્ઞાસા જાગ્રત કરી હતી. તેમણે આ અનુભવો કર્યા અને પોતાના રિપોર્ટ્સ પણ આપ્યા. તેમણે ક્યારેય વિચાર્યું પણ નહોતું કે પસંદગી પામેલા બિઝનેસ મેનેજમેન્ટના સ્નાતકોના પ્રારંભિક કાર્યક્રમમાં 'બ્રશિંગ ઓફ ટીથ' ચર્ચાનો મુદ્દો બનશે. મેનેજમેન્ટના તાલીમાર્થીઓ માટે તે વિકલ્પહીન પરિસ્થિતિ હતી. વ્યંગાત્મક રીતે, અવ્યક્તે તેમના રિપોર્ટ જોયા પણ નહોતા. તેને બદલે, તેણે તેમને બીજું અસાઈન્મેન્ટ સોંપ્યું જે મેનેજમેન્ટ સ્ટડીસના પિતાઓને કબરમાં મોકલી દે. દરેકને સંસ્થાનો છેલ્લામાં છેલ્લો વાર્ષિક રિપોર્ટ આપીને કહેવામાં આવ્યું કે તેમણે આગામી ત્રણ વર્ષોમાં કંપનીને કેવી રીતે બંધ કરી શકાય તે અંગેનો પ્રસ્તાવ રજૂ કરવાનો છે. "ગાઈઝ એન્ડ ગર્લ્સ, આગામી ત્રણ વર્ષોમાં આપણે આ વ્યવસાયમાંથી બહાર નીકળી ગયા હોવા જોઈએ. હું જાણું છું કે તમારા આજ સુધીના અભ્યાસનું ફોકસ એવું રહ્યું છે કે કોઈપણ વ્યવસાયને કેવી રીતે સ્થાપવો. હવે સમય છે તમારી વિચારણાને બીજી દિશાનો પડકાર ફેંકવાનો. સર્જનાત્મકતાનું હાર્દ છે દરેક વસ્તુને નવા દૃષ્ટિકોણથી જોવી.

સર્જનાત્મકતાની આડે સૌથી મોટો અવરોધ જૂની ધારણાઓ છે. હવે તમારા મગજને રીપ્રોગ્રામ કરવાનો સમય થઇ ગયો છે. જે નથી કર્યું તે કરો," અવ્યક્તે ઉત્સાહથી કહ્યું.

તે રાતે તેમાંના મોટાભાગનાએ આંખનું મટકું ય ન માર્યું. તેમણે વ્યક્તિગત રીતે વિચાર્યું; તેમણે સાથે મળીને વિચાર્યું; તેમણે નેટ સર્ફિંગ પણ કર્યું. રાત લાંબી હતી અને સવાર વહેલી પડી. આ તેમને મળેલી કોર્પોરેટ ઇન્ડિયાની પ્રથમ ઝલક હતી. 'પ્રેશર' - જે નવા કોર્પોરેટ જગતનો ઑક્સિજન છે. તે જ તેઓ શ્વાસમાં લે છે અને તેના પર જ જીવે છે. અહીં 'તાણ' એકમાત્ર માર્ગ હોય તેમ લાગે છે.

સમાપન સત્રમાં, એટલે કે તેઓ પોતપોતાના કાર્યક્ષેત્રમાં ઝંપલાવીને જે જવાબદારી સંભાળવાના હતા તે પહેલાના આખરી સત્રમાં અવ્યક્તે આમ કહ્યું, "તમને નવા મેનેજમેન્ટનું કોઈ ઉદાહરણ આપવાનો હું પ્રયત્ન નથી કરતો; ખરેખર તો આપણને સમાજના એક નવા સ્વરૂપની જરૂર છે. આપણે જન્મ્યા ત્યારથી, આપણે હદમાં અને નિર્ધારિત ધારાધોરણો મુજબ જીવતાં શીખીએ છીએ. આપણે આપણા ભૌતિક વાતાવરણ, આપણાં માતા-પિતા અને બીજા લોકોએ આપણને કહેલી વાતો, અને આપણી લાગણીને અસર કરતી ઘટનાઓ તથા આપણી આસપાસ રહેલા સૂક્ષ્મ સામાજિક ઢાંચાઓ અનુસાર જીવવા માટે ટેવાઈ ગયા હોઈએ છીએ. આપણને આપણી ભૂમિકા નિભાવવા માટે 'ઉત્પન્ન' કરવામાં આવતા હોય તેવું લાગે છે. અલબત, આવી ઘરેડ આપણને સાથે રહેવા અને સાથે કામ કરવા દે છે. પરંતુ, ધીમે ધીમે અને સતત, આપણે આપણી આસપાસ એક 'બોક્સ' બનાવીએ છીએ. પુખ્ત વયના લોકો ઝડપથી વ્યક્તિગત ખોખાંઓ સાથે આરામ મહેસૂસ કરે છે અને 'ઓટોપાયલોટ' પર જીવવાનું ચાલુ રાખે છે. આપણે માત્ર જે પહેલેથી જાણતા હોઈએ તેને જ જોઈએ છીએ. માણસજાત તરીકે, આપણે જૈસે થે જાળવી રાખવાના ઉપાયો જ શોધીએ છીએ. આપણે જૂની આદતોમાં ગોઠવાઈ જઈએ છીએ. આપણે તેનાં દબાણોને અનુકૂળ થતાં શીખી જઈએ છીએ અને તેથી આપણે ભૂલી જઈએ છીએ કે ત્યાં સરહદો છે.

આપણે મનુષ્યોએ સારાં પરિણામોની આશામાં, આપણી જાતને કેટલી વાર એની એ જ જૂની શૈલીઓનું પુનરાવર્તન કરતાં જોઈ છે? એક જવાબદાર માનવીએ પોતે જે કાંઈ શીખ્યો છે તે છોડી દેવાનું શીખવું જ જોઈએ. જવાબદાર વ્યક્તિમાં ફેરવિચારણા કરવાની અને તેના વિચારોને બદલવાની હિંમત તો હોવી જ જોઈએ. શું તમે શીખેલું છોડી દેવા અને નવું શીખવા ઇચ્છો છો? શું આપણે જુદી જ રીતે રમત રમવા માટે તૈયાર છીએ? આપણે માત્ર આપણને આપી દેવાયેલી એક સામાજિક સ્ક્રીપ્ટ જીવી રહ્યા છીએ. આ તમારું જીવન છે, પણ સ્ક્રીપ્ટ કોઈ અન્યની - એ સ્ક્રીપ્ટ જે માતા-પિતા, સમાજ અને કોમ પાસેથી મળેલી છે. તમે કોનું જીવન જીવો છો? આપણે આ ખોખામાંથી કેવી રીતે ભાગી છૂટીએ?"

વૈચારિક સ્તરે પણ, અવ્યક્ત જે કહી રહ્યો હતો તેને કોઈપણ વ્યક્તિ નકારી રહ્યું હોય તેવું નહોતું જણાતું. સભાખંડમાં શાંતિ અને ધ્યાનપૂર્વક સાંભળી રહેલા શ્રોતાઓ આ હકીકતનું સમર્થન હતા. અવ્યક્તે ચાલુ રાખ્યું, "પોતાના વિચારવા વિષે વિચારવું તે બાબત 'શીખેલાને ભૂલવાનું શીખતા રહેવા'ની ઘટનાનો પાયો નાંખે છે. આપણે ખુદને બીજાથી થોડાક જુદા પડવાની છૂટ આપીને, આપણે પોતાને સાધારણ બનવાને બદલે સર્વોત્તમ બનવાની પરવાનગી આપીએ છીએ. જેમ પહેલાં જૂની ફસલનાં મૂળિયાં ઉખેડ્યા વિના અને નવા બીજને તક આપ્યા વિના નવો પાક રોપી ન શકાય, તે જ રીતે આપણે કાંઈક નવું શીખવા માટે જૂનું શીખેલું ભૂલવું પડે. શીખેલું ભૂલી જવું એ ચાવી છે. શીખવું માત્ર નવી માહિતી મેળવવી અથવા સૂક્ષ્મ દૃષ્ટિ કરતાં ઘણું વધારે છે; પોતાના સંદર્ભને ગુમાવી ચૂકેલા જૂના જ્ઞાનને ભૂલી જવાનું પણ એટલું જ અગત્યનું છે. આમ, જૂનું ભૂલવું એ કદાચ નવું યાદ રાખવા જેટલું જ મહત્ત્વનું છે. મનમાં નવા વિચારો ઉત્પન્ન કરવા, જૂના વિચારોને ભૂલવાની ઝડપ કરવી જોઈએ. સૌથી મહત્ત્વના પાઠો તમારે શું નવું શીખવું છે તેમાં નથી હોતા, પણ શું ભૂલવું તેમાં હોય છે. બદલાયેલી પરિસ્થિતિમાં તમારી જૂની ક્ષમતાઓ તમારી નવી નબળાઈઓ બની જાય છે! ક્યારેક, કાંઈક નવું શીખવા માટે આપણે ફરી નીચલા ધોરણમાં પણ જવું પડે છે. ક્યારેક આગળ પગલું

ભરવા માટે એક-બે પગલાં પાછળ પણ જવું પડે છે, અને તેમાં તમે નવી શક્તિ અનુભવો છે. શીખેલાને ભૂલી જવાની પ્રક્રિયાની તાકાત આપણને ખૂબ ગમતા વિચારોને પડકારવાની અને તેમનો ધ્વંસ કરવાની તેની ક્ષમતામાં છે. આપણે જૂની માન્યતાઓની ફેરવિચારણા નવા મનથી કરવી પડે."

"સજ્જનો, સાંભળો!" અવ્યક્તે બુલંદ અવાજે કહ્યું, "હું તમને માત્ર આ સંસ્થાના ભવિષ્યના ઘડવૈયાઓ તરીકે જ નથી જોઈ રહ્યો, પણ એક નવી દુનિયાના મશાલચીઓના રૂપમાં પણ જોઈ રહ્યો છું. માર્ગશોધકોએ જ માર્ગપ્રવર્તકો બનવું પડે. તમારા કુંઠિત વિચારોથી બહાર, નવી સંભાવનાઓ શોધવાની સભાન ઈચ્છાને વિકસાવો. કદાચ તે તમને ખોખાની બહાર શું છે તે વિષે સભાન કરે, અને કદાચ જેના તરફ અગાઉ તમે બેદરકાર રહ્યા તે બાબતો જોવા અને સાંભળવામાં તમારી મદદ કરે. પરિવર્તનની ઈચ્છા અને તમારા પ્રતિકાર વચ્ચે ધીમે ધીમે તમે રચનાત્મક તણાવ અનુભવશો, જે અજાણ્યાનો ભય છે. તમે જૂના માળખાને પડકારી શકો, જે તમને આગળ વધતાં રોકી રહ્યું હતું તેને છોડી શકો, અને જૂના ખોખાનો નાશ કરી નવું સર્જી શકો તેટલા ખૂલી શકો. જ્યારે આમ થાય છે ત્યારે, તે સફળતા અને મહાન જાગૃતિની ક્ષણ હશે. આવાં પરિવર્તનો નિખાલસતામાં નાટકીય વૃદ્ધિ તરફ દોરી જાય છે અને અવકાશનું સર્જન કરે છે, તમારી વર્તમાન વાસ્તિવકતા અને ભાવિ દૃષ્ટિ વચ્ચેનો, અવકાશ."

અવ્યક્તે વક્તવ્ય પૂરું કરતાં કહ્યું, "ઈતિહાસ રચી શકનારા તેઓ છે જેઓ તેમના જીવનની સ્ક્રીપ્ટ નવેસરથી લખવાનું પસંદ કરે છે. ક્રાંતિ એટલે પોતાની સ્ક્રીપ્ટને ફરી લખવી. નવા માર્ગો માટે, જૂનાને છોડવા પડે. શોધની ખરી યાત્રા નવા પ્રદેશો શોધવામાં નહીં, પણ નવી દૃષ્ટિમાં રહેલી છે. તો મળીએ એક એવા ભવિષ્યમાં જે તમારા ભૂતકાળ જેવો નથી. તમારો આભાર. સૌને સ્નેહ. તમને અધિકતમ અને અધિકતરની શુભેચ્છાઓ..."

મેનેજમેન્ટનાં બધા સ્નાતકોએ અનુભવ્યું કેઃ એક વ્યક્તિ બીજી વ્યક્તિ પાસેથી જે શીખી શકે તે પુસ્તકો દ્વારા શીખી શકાતું નથી. એન્સાઇક્લોપીડિયા એક જુદી વસ્તુ છે. હરતોફરતો એન્સાઇક્લોપીડિયા તદ્દન જુદી જ વસ્તુ છે. તેમને અવ્યક્તના સ્વરૂપમાં એક જીવંત એન્સાઇક્લોપીડિયા પ્રાપ્ત થયો.

યોગ્ય વ્યક્તિના હાથમાં વિકસવા જેવી બીજી સારી વાત કઈ હોઈ શકે.

માર્ગશોધકોએ જ માર્ગપ્રવર્તકો બનવું પડે. તમારા કુંઠિત વિચારોથી બહાર, નવી સંભાવનાઓ શોધવાની સભાન ઈચ્છાને વિકસાવો. કદાચ તે તમને ખોખાની બહાર શું છે તે વિષે સભાન કરે, અને કદાચ જેના તરફ અગાઉ તમે બેદરકાર રહ્યા તે બાબતો જોવા અને સાંભળવામાં તમારી મદદ કરે. પરિવર્તનની ઈચ્છા અને તમારા પ્રતિકાર વચ્ચે ધીમે ધીમે તમે રચનાત્મક તણાવ અનુભવશો, જે અજાણ્યાનો ભય છે. તમે જૂના માળખાને પડકારી શકો, જે તમને આગળ વધતાં રોકી રહ્યું હતું તેને છોડી શકો, અને જૂના ખોખાનો નાશ કરી નવું સર્જી શકો તેટલા ખૂલી શકો. જ્યારે આમ થાય છે ત્યારે, તે સફળતા અને મહાન જાગૃતિની ક્ષણ હશે.

મારી સફળતા અને હું

સફળતાને સંભાળી ન શકવાને કારણે જ ઘણા લોકો નિષ્ફળ રહે છે. કેટલાયે સુપ્રસિદ્ધ લોકો પોતાની જ્વલંત સફળતાને સંભાળી ન શકવાને લીધે જુદા જુદા પ્રકારના નશાને વશ થઈ ગયા છે. કેટલાક લોકો ઊભા થવા પડે છે. કેટલાક ગબડી પડવા ટોચ પર પહોંચે છે. આપણે સફળતાને કેવી રીતે સંભાળીએ છીએ?

“મને શરૂઆતથી જ ખબર હતી કે આ ચાંપલીઓનું તે ગજું નહીં. સાચું કહું તો મેં વિચાર્યું જ નહોતું કે મારે કોઈ હરીફ હતું. હકીકતમાં, હું તો એમ વિચારું છું કે આપણા ચીફ આવા ‘મૂરખ’ લોકોને કેવી રીતે મેનેજ કરે છે? તેમને એકની એક વાત ફરી ફરીને કહેવી પડે છે. તેમની ગ્રહણશક્તિ કેટલી બકવાસ છે. તમારી પાસે થોડી બુદ્ધિ તો હોવી જ જોઈએ ને... મને લાગે છે કે તેમણે થોડાં વધારે કાજુ-બદામ ખાવાં જોઈએ. તું શું કહે છે?” ખડખડાટ હાસ્ય અને ખિખિયાટીઓ વચ્ચે, અવ્યક્તની દીકરી અને તેની સખી વચ્ચેની આ વાતચીત હતી. આજે ઍવોર્ડ્સ વિતરણ સમારંભ યોજાયો હતો અને ડોલીને ‘આ વર્ષના સર્વશ્રેષ્ઠ કર્મચારી’નો ઍવોર્ડ મળ્યો હતો. ડોલીની સખીએ તેને અભિનંદન આપવા માટે ફોન કર્યો હતો અને તેમની વચ્ચેની વાતચીતનો આ એક અંશ હતો.

અવ્યક્ત પોતાના ઘરની બાલ્કનીમાં પરંપરાગત આરામખુરશીમાં આરામથી બેઠો હતો. બાલ્કનીમાંથી દેખાતા લીમડાના ઝાડ પર બે પોપટ બેઠા હતા. અવ્યક્ત તે પોપટોનો કલબલાટ સાંભળી રહ્યો હતો ત્યાં અચાનક તેનું ધ્યાન તેની દીકરીના વાતચીતના સ્વર પર ગયું. જે

માણસ હંમેશાં એવું માનતો હોય કે એક સાચો ચેમ્પિયન ફક્ત ઍવોર્ડ મેળવે છે એટલું જ નહીં પણ તે જેને ઍવોર્ડ નથી મળ્યો તેવા લોકોનું હૃદય પણ જીતી લે છે, તેના માટે તેની દીકરીનો આવો સૂર એક આઘાત હતો.

જો તમે 'જે છો' તેના ભોગે 'કાંઈક બન્યા' હો તો તેનો કોઈ અર્થ નથી. આ જગતમાં સારા અને સફળ એમ બંને પ્રકારના લોકો જોવા મળે છે. પરંતુ તેમાંથી કેવળ એ લોકો જ સફળ ગણાય છે કે જેઓ સફળ થયા પછી પણ સારા જ રહે છે. અવ્યક્તને પણ, બીજા બધા પિતાઓની જેમ પોતાની દીકરી પાસેથી ગેરવાજબી ઊંચી અપેક્ષાઓ હતી. તેની ઈચ્છા હતી કે તે સારી, સફળ અને મહાન પણ બને. પરંતુ જ્યારે તમને એમ લાગે કે કોઈ વ્યક્તિ ખોટી છે ત્યારે જો તમે તેને એટલું પણ ન કહી શકો કે તે ખોટી છે, તો પછી સંબંધોનો અર્થ શો? જ્યાં બીજાને દરેક વખતે, બધો વખત, પરાણે ખુશ રાખવા પડતા હોય, તેવા સંબંધોમાં ઊંડાણ ન હોઈ શકે. આવા સંબંધો ફક્ત સતહી અને છીછરા જ હશે. આવા સંબંધોમાંથી તમે પરિપૂર્ણતા પામતા નથી. તમારા સંબંધમાં, સંવાદમાં કેટલી નિખાલસતા અને આઝાદી શક્ય છે તેના દ્વારા સંબંધોનું ઊંડાણ જાણવા મળે છે. મુક્ત સંવાદ તમને સ્પષ્ટ કરવામાં અથવા સ્પષ્ટ થવામાં મદદરૂપ થાય છે.

અવ્યક્ત જાણતો હતો કે તે ડોલી સાથે નિખાલસપણે વાત કરી શકતો હતો. પ્રતિકાત્મક રીતે, સંબંધો બેંકનાં ખાતાં જેવા હોય છે - ભાવનાત્મક ખાતાં. સંબંધોમાં તમે જે લાગણી જમા કરાવી હોય તેટલી જ મર્યાદામાં ઉપાડ કરી શકો. જો મેં સંબંધમાં પૂરતું આપ્યું હોય, તો હું તેમાંથી પૂરતું લઈ શકું. કેટલાંક ખાતાંમાં વધારે પડતી જમા હોય છે. આવા સંબંધોમાં શૂળીનો ઘા સોયથી સરે છે. કેટલાંક ખાતાંઓમાં અતિ ઉપાડ હોય છે. તેવા સબંધોમાં, રાઈનો પર્વત બની જાય છે. અવ્યક્ત એવા પ્રકારનો માણસ હતો કે જે સંબંધ બાંધવામાં પોતે શું આપી શકે તે જોતો હોય અને નહીં કે પોતાને શું મળી શકશે, એટલે અવ્યક્તના મોટાભાગના સંબંધોમાં જમા વધારે જ રહેતી. આ બાબતે તેને પોતાના મોટાભાગના

સંબંધોમાં મહાન મુક્તિ આપી. અને એ જ મુક્તિના ભાવથી, તેણે ડોલીને બોલાવી, "બેટા! જો હું તારી સાથે થોડી વાર વાત કરી શકું..."

લાડલી દીકરી, બાલ્કની પાસે આવવાને બદલે, રસોડા તરફ જતી રહી. અવ્યક્તનું ધ્યાન ફરીવાર લીમડાના વૃક્ષ તરફ ગયું. પણ હવે ત્યાં પોપટ નહોતા. ભૂરા અને લીલા રંગોથી સ્વર્ગીય દૃશ્ય ઊભું થતું હતું. આજુબાજુમાં થોડો સફેદ અને રાખોડી રંગનો છંટકાવ પણ હતો. તે કાંઈક અસાધારણ ઉકળાટવાળો દિવસ હતો. પવન પડી ગયો હતો અને વૃક્ષોનાં પાંદડાં જાણે ધ્યાનસ્થ મુદ્રામાં હોય તેમ સ્થિર અવસ્થામાં હતાં. "તમારી મસાલા ચા તૈયાર છે!" પહેલાં ડોલીનો અવાજ સંભળાયો અને પછી તે આવી. અવ્યક્તે મસાલા ચાને પોતાની નબળાઈ બનાવી દીધી હતી. તે સારી ચા પીવાની ક્યારેય ના પાડી શકતો ન હતો. અને ડોલી, બરાબર જાણતી હતી કે તેણે ક્યારે શું કરવું જોઈએ. તેની 'શ્રેષ્ઠ કર્મચારી' તરીકે પસંદગી કાંઈ સાવ એમ જ નહોતી થઈ ગઈ. "હંમમમ..." વરાળ નીકળતી ચાનો ઘૂંટડો ભરતાં અવ્યક્તે કહ્યું, "ડોલી, મને ખબર છે કે આ તારા માટે આનંદ માણવાનો ખાસ અવસર છે, તારું હૃદય થનગનતું હશે. સફળતાનો નશો અનેરો હોય છે." જમીન પર બેઠેલી ડોલીએ પોતાના હાથ અવ્યક્તના ખોળામાં રાખ્યા, ખૂબ હળવે રહી, આગળ આવીને નમીને તેણે તેના પેટ પર ચુંબન કર્યું અને કહ્યું, "થેંક યૂ પા..."

બગીચામાં રહેલા ટેબલ પર ચાનો કપ મૂકતાં અવ્યક્તે કહ્યું, "જો સાચું કહું તો તું ફોન પર જે રીતે વાત કરી રહી હતી તે મને બિલકુલ નથી ગમ્યું. ચાંપલીઓ, મૂરખ, બુદ્ધિ હોવી જોઈએ... લોકો વિષે વાત કરતી વખતે આ કેવા કેવા શબ્દો વાપરવામાં આવતા હતા? શું ફક્ત એટલા માટે જ કે તેં આજે મહત્ત્વની સફળતા મેળવી છે, હમ્?"

ડોલીએ પિતાના ખોળામાંથી હાથ લઈ લીધા અને થોડી ઔપચારિક બની ગઈ. તે થોડે દૂર જઈ ભીંતનો ટેકો લઈને બેઠી. તે બેઠી હતી ત્યાંથી તે તેના પિતાની આંખોમાં જોઈ શકતી હતી. અવ્યક્ત ગમે તે કરી શકે, ગમે તે કહી શકે, એટલે ડોલીને ક્યારેય તેના વિષે ગેરસમજ ઊભી નહોતી

થતી. તેના માટે, તેના પિતા માત્ર એક સંબંધ નહોતા. તે તેની શ્રદ્ધા હતા. "મને કહો પા..."

અવ્યક્તે કહ્યું, "તને ખબર છે પોતાની સફળતા પચાવી ન શકવાથી કેટલા લોકો નિષ્ફળ રહ્યા છે? તને ખબર છે કેટલી સુપ્રસિદ્ધ વ્યક્તિઓ પોતાની મોટી સફળતાને સંભાળી ન શકવાથી વિવિધ પ્રકારના નશામાં બરબાદ થઈ ગઈ ? કેટલાક લોકો પડવા માટે ઊભા થાય છે. ઘણા ગબડી પડવા ઊભા થાય છે. હું નથી ઇચ્છતો કે સફળતા મારી સ્વીટહાર્ટને બીટરહાર્ટ બનાવી દે. જેટલી વધારે ઊંચાઈએ જઈશ, અને જો પડીશ, તો તે પતન ઘણું વધારે ઊંડું હશે. મારી દીકરી, સાવધાન."ડોલીની આંખમાં આંસુ આવી ગયાં, "પા! શું મેં તમને નિરાશ કર્યા ?"

"હું તારી ભૂલ સુધારું તો તેનો અર્થ એવો નથી કે તેં મને નિરાશ કર્યો છે. ફીડબેકનો અર્થ એવો નથી કે તું સારી નથી. 'તેઓ એમ વિચારે છે કે હું એટલી સારી નથી એટલે મને ફીડબેક આપે છે,' એવું ધારી લેવું ટિપિકલ છે. પરંતુ, જો સારું મહાન બની શકે તો, કેમ નહીં ? ડોલી, સફળતાની દરેક સામગ્રી મેં તારી સાથે શેર કરી છે. હવે જ્યારે તું પોતે સફળતાનો સ્વાદ ચાખવા લાગી છે, ત્યારે મને લાગે છે કે સફળતાને કેમ હેન્ડલ કરવી તે શીખવવું પણ મારી જવાબદારી છે," અવ્યક્તે સ્પષ્ટતા કરી.

અવ્યક્તની આંખમાંથી વહેતા પ્રેમ અને સ્નેહના આમંત્રણે ડોલીને ફરીવાર તેની પાસે ખેંચી. ફરીવાર તેના હાથ અવ્યક્તના ખોળામાં હતા. અવ્યક્તે હળવેથી તેના ગાલ પર ચૂંટી ખણી અને તેના માથે ટપલી મારીને કહ્યું, "સફળતાએ ક્યારેય તમારા અહંકારને પોષવો ન જોઈએ, પણ તેણે હંમેશાં તમારી જવાબદારીની ભાવનાને પોષવી જોઈએ. સફળતા કોઈ સ્ટેટસ નથી. તે એક જવાબદારી છે. તમારું હવે પછીનું પ્રમોશન સ્ટેટસ નથી. તેનો અર્થ માત્ર એટલો છે કે હવે તું તારી ટીમના ઘણા વધારે લોકોની સફળતા માટે જવાબદાર છું. ભારતીય ક્રિકેટ ટીમના કેપ્ટન બનાવવામાં આવે ત્યારે તેનો અર્થ માત્ર એ જ છે કે હવે તમે કરોડો લોકોની અપેક્ષાઓ અને લાગણીઓ માટે જવાબદાર છો. વડાપ્રધાન

બનવાનો અર્થ માત્ર એ જ છે કે હવે તમે એક દેશના ભવિષ્ય માટે જવાબદાર છો. તમને કોઈ સામાજિક સંસ્થાના પ્રમુખ તરીકે ચૂંટવામાં આવે ત્યારે તેનો અર્થ એટલો જ છે કે તમારા કાર્યકાળ દરમિયાન તમે તે તકેદારી રાખશો કે તમારી પાસે રહેલાં સંસાધનો યોગ્ય સામાજિક જરૂરિયાતો પૂરી કરશે. સફળતાની સીડીનું પ્રત્યેક પગથિયું ચઢવાની સાથે, તમે જવાબદારીનાં પગથિયાંઓ પણ ચઢો છો. સફળ થવાની ઈચ્છા, મૂલતઃ, વધારે જવાબદાર બનવાની ઈચ્છા છે."

અવ્યક્તે આગળ કહ્યું, "ડોલી! તારે એ પણ સમજી લેવું જોઈએ કે દરેક માણસ પાછળ ઘણું બધું રોકાણ કરવામાં આવ્યું હોય છે. ઈશ્વરથી માંડીને માતા-પિતા, શિક્ષક, સમાજ, માર્ગદર્શક, સાથે કામ કરનારાઓ અને એવી ઘણી વ્યક્તિઓ કે જેમણે આપણા માટે કેડી કંડારી છે, એવી વ્યક્તિઓ કે જેમના નામ અને ચહેરા પણ આપણે જાણતા નથી - એક માણસને ઘડવામાં આ બધા પોતાની ભૂમિકા ભજવે છે. કોઈ વ્યક્તિ એકલે હાથે કશું ન કરી શકે. ખરું કહીએ તો, કોઈ જાતે જ પોતાનું ઘડતર કરી શકે નહીં. આપણા સહુનું ઘડતર બીજા દ્વારા કરવામાં આવે છે. આપણે જે કાંઈ સફળતા મેળવીએ છીએ તે આપણા પર કરવામાં આવેલા રોકાણને વાજબી ઠરાવવા માટે જ હોય છે. આપણે સફળતાના નિમિત્ત માત્ર છીએ. સફળતા, મૂલતઃ, એક સામૂહિક શક્તિ છે. તે કેટલીક વ્યક્તિઓના માધ્યમથી ચરમસીમાએ પહોંચે છે અને આ વખતે તે વ્યક્તિ તું છે. તેં જે સિદ્ધિ મેળવી છે તેનું શ્રેય હું તારી પાસેથી લઈ નથી રહ્યો. છેવટે તો, કંઈ દરેક વાંસનો ટુકડો વાંસળીવાદકના હાથની વાંસળી બનતો નથી. તમારે પણ વાંસળીવાદકને લાયક એવો વાંસનો ટુકડો બનવું પડે છે. તમારે સફળતાને લાયક સાધન બનવું પડે છે. પરંતુ જે લોકો પોતાને એક સાધન માનતા હોય તેમને માટે સફળતા ક્યારેય બોજરૂપ નથી. પોતાને એક સાધન માનો અને તમારું સમગ્ર જીવન મધુર સંગીત બની જશે. મારી વહાલી નાની દીકરી, તું દરેક રીતે અધિકતમ અને અધિકતરને લાયક છે..."

ડોલીએ વચ્ચે જ કહ્યું, "અપ્પા, થેંક યુ. આજ પછીથી, સફળતા મારા માટે એક એવું માધ્યમ બનશે જે માત્ર મને વધારે ને વધારે જવાબદાર બનાવશે માત્ર મારી પ્રગતિ માટે જ નહીં પણ બીજાની પ્રગતિ માટે પણ. મારા માટે, સફળતાનો અર્થ એવો પણ થશે કે 'સફળતા' નામની સામૂહિક શક્તિ માટે મારે પ્રગતિશીલ સાધન બનવું, અને અંતે, એક દિવસ હું બીજા લોકોના જીવનમાં ઈશ્વરનું માધ્યમ બની શકું."

લીમડાના ઝાડ પર એ પોપટો પાછા આવી ગયા હતા અને તેઓ વાતો કરી રહ્યા હતા. ડોલી અને અવ્યક્ત વચ્ચે પણ, ઘણી વાતચીત થઈ ચૂકી હતી. હવે એ વાતોનો અમલ કરવાનો સમય હતો...

સફળતાએ ક્યારેય તમારા અહંકારને પોષવો ન જોઈએ, પણ
તેણે હંમેશાં તમારી જવાબદારીની ભાવનાને પોષવી જોઈએ.
સફળતા કોઈ સ્ટેટસ નથી. તે એક જવાબદારી છે.
સફળતાની સીડીનું પ્રત્યેક પગથિયું ચઢવાની સાથે, તમે
જવાબદારીનાં પગથિયાંઓ પણ ચઢો છો. સફળ થવાની ઈચ્છા,
મૂલતઃ, વધારે જવાબદાર બનવાની ઈચ્છા છે.

પ્રવૃત્તિ વિ. ઉત્પાદકતા

પ્રવૃત્તિને આપણે ઉત્પાદકતા સમજવાની ભૂલ ન કરવી જોઈએ. સમય અને પ્રયત્નનું આયોજન કોઈપણ સંદર્ભ વગર કરી જ ન શકાય. તેમનું આયોજન હંમેશાં જીવન પાસેથી તમે શું ઇચ્છો છો તે અને જીવનમાં તમે ક્યાં પહોંચવા ઇચ્છો છો તેનાં સંદર્ભમાં જ કરવામાં આવે છે. દિશાહીન પ્રયાસ પ્રવૃત્તિ છે. યોગ્ય દિશામાં કરવામાં આવેલો પ્રયત્ન ઉત્પાદકતા છે.

પ્રગતિશીલ પરિપક્વતા

વિકાસ અને સમયને એકબીજાથી અલગ ન કરી શકાય. અસરકારક પદ્ધતિઓ વડે સમયના પરિબળને ઘટાડી શકાય પરંતુ તેને સાવ દૂર કરી શકાય નહીં. બાલ્યાવસ્થાથી યુવાવસ્થા, કોઈ પણ પ્રકારનો વિકાસ, તે શારીરિક હોય કે માનસિક કે ભાવનાત્મક, સમય માંગે છે. માનસિક વિકાસ સમય માંગે છે. પરિપક્વતા સમય માંગે છે. વ્યક્તિઓ, સંસ્થાઓ કે પછી સંસ્કૃતિઓ સમય સાથે જ વિકસે છે. આ સમગ્ર પ્રક્રિયાને તાણીતૂસવાનો પ્રયત્ન કરતા, વિકાસ માટે ટૂંકા રસ્તા શોધતા, અને તાત્કાલિક પરિણામ આપતા ઉપાયો ભલે તરત સંતોષ આપે, પણ ક્યારેય લાંબા ગાળાનાં પરિણામો નથી આપતા. મહત્ત્વાકાંક્ષી લક્ષ્યો જેવું કશું નથી હોતું, પરંતુ માત્ર મહત્ત્વાકાંક્ષી સમયગાળો હોય છે. પરિપક્વતા અને રૂપાંતરણ માત્ર પ્રગતિશીલ પરિબળો હોઈ શકે અને તેઓ છે.

અર્થતંત્રમાં તેજી ચાલી રહી હતી અને આ રીટેઈલ ચેન જબરદસ્ત વિકાસ કરી રહી હતી. જેમ દરેક વૃદ્ધિ પામતી વ્યાપારિક સંસ્થા સાથે બને છે તેમ, અહીં પણ નેતૃત્વ અને કર્મચારીઓની કટોકટી સર્જાઈ હતી. માર્કેટ, મની અને મશીનરી (બજાર, મૂડી અને યંત્રો) - આ ત્રણ 'એમ'માંથી એક પણની મુશ્કેલી ન હતી; તેમનું પ્રમાણ સારું એવું હતું. મુશ્કેલી હતી ચોથા 'એમ' - મેનપાવરની - કર્મચારીઓની. સક્ષમ કર્મચારીઓની અછત ઔદ્યોગિક કટોકટી હતી. એક માત્ર ઉપાય બચ્યો હતો શિખાઉ માણસોની નિમણૂક કરી અને તેમને ક્ષમતાના જરૂરી સ્તર સુધી તાલીમ આપવી. કંપનીએ નિર્ણય કર્યો કે વ્યક્તિઓના અનુભવો કે ભૂતકાળની કામગીરીના આધાર પર નહીં, પરંતુ તેમણે પ્રદર્શિત કરેલી સંભવિત ક્ષમતાના આધાર પર તેમની નિમણૂક કરવી. વીતી ગયેલા

ભૂતકાળ પરથી અપેક્ષિત ભવિષ્ય પર ધ્યાન કેન્દ્રિત કરવામાં આવ્યું. સેંકડોની સંખ્યામાં, નવ માણસો, કંપનીમાં જોડાયા. અને તેમને તાલીમ આપવા માટે એ રીટેઈલ ચેનના ચેરમેન રાજેશે પોતાના સલાહકાર અવ્યક્તનો સંપર્ક સાધ્યો.

અંતને ધ્યાનમાં રાખીને શરૂઆત કરવી એ હંમેશાં વધારે સારું છે. જ્યારે હેતુઓ સ્પષ્ટપણે નક્કી કરવામાં આવ્યા હોય ત્યારે, તેમને કઈ રીતે સિદ્ધ કરવા તે પણ નક્કી કરી શકાય છે. કહેનાર વ્યક્તિ જે સમજાવવા માગતી હોય તે સાંભળનારને બરાબર સમજાય તે માટે બંને પક્ષે શબ્દોનો અર્થ એકસરખો થતો હોય તે જરૂરી છે. તેથી અવ્યક્તે પહેલેથી કાંઈ ધારણા બાંધ્યા વગર, આ અંગે રાજેશ સાથે વિસ્તારપૂર્વક ચર્ચા કરી. રાજેશ અસ્વસ્થ હતો. તે તાત્કાલિક પરિણામો ઈચ્છતો હતો. જે પરિણામ મેળવવાની પ્રક્રિયા આવતીકાલે શરૂ થવાની હોય તે પરિણામ તમને આજે મળી જાય એવી અપેક્ષા તમે કેવી રીતે રાખી શકો? રાજેશ એ જાણતો હતો કે અવ્યક્ત પોતાની તાલીમના કાર્યક્રમો લાંબાગાળા માટે નક્કી કરતા હતા. રાજેશ પાસે રાહ જોવા જેટલો સમય ન હતો. અંદરથી ખૂબ જ આકુળવ્યાકુળ થતો હોવા છતાં, અવ્યક્ત પ્રત્યેના આદરભાવથી દોરવાઈને, રાજેશે તેમને વિનમ્રતાપૂર્વક આગ્રહ કર્યો, "મહેરબાની કરીને તમે આ કામમાં વધારે વાર ન લગાડતા. હું ઈચ્છું છું કે તમે મારા માટે કોઈ એવો રસ્તો બતાવો કે જેથી તરત પરિણામ મળે - એક દિવસનો સેમિનાર, બે દિવસનો વર્કશોપ કે એવું કાંઈક - પણ હું ઈચ્છું છું કે પરિણામ જલદી મળે. પ્લીઝ...અમારી પાસે ઘણા દિવસો સુધી ચાલે એવા કાર્યક્રમો માટે જરા પણ સમય નથી."

અવ્યક્તે હસીને કહ્યું, "તને ખબર છે કે હું રાતોરાત બુદ્ધુમાંથી બુદ્ધ બનાવતા કાર્યક્રમો નથી કરતો. જો તારે પૈસા બગાડવા હોય તો બગાડ. પણ મને એ ઝંઝટમાં વચ્ચે ન લાવ. હું તારી અધીરાઈને સમજી શકું છું અને તારા અજંપા પ્રત્યે સહાનુભૂતિ પણ ધરાવું છું. અહીં આપણે રમકડાંને સુધારવાની વાત નથી કરી રહ્યા, પરંતુ મનને યોગ્ય માર્ગદર્શન આપવાની વાત કરી રહ્યા છીએ. મનને વિકસિત કરવું સમય માંગે

છે. કેળવણી એ પ્રક્રિયા છે કે જેમાં વિવિધ તબક્કાઓ હોય છે - માટી સમતલ કરવી, બીજ વાવવાં, નીંદામણ કરવું, ખાતર અને પાણીથી તેને પોષવું, દેખરેખ રાખવી અને પાકના વિકાસની સમગ્ર અવધિથી માંડી... પાક લણવા માટે તૈયાર ન થઈ જાય ત્યાં સુધી રાહ જોવી. આ પ્રક્રિયાને કચડવાનો કોઈ માર્ગ નથી. પ્રકૃતિના નિયમોમાં કોઈ શોર્ટકટ નથી હોતા. પ્રકૃતિ રૂંધવાની પરવાનગી આપતી નથી. તું તારા જોખમે પ્રકૃતિના નિયમોની વિરુદ્ધ જા. શું આપણે સ્કૂલ અને કૉલેજમાં આવી ભૂલો નથી કરી? આપણે માત્ર છેલ્લા કલાકોમાં પરીક્ષાની તૈયારી કરતા હતા. પરિણામે આપણે પરીક્ષામાં પાસ તો થઈ ગયા, ડિગ્રીઓ પણ મેળવી લીધી પરંતુ સ્વયંને જ્ઞાનથી વંચિત રાખી. આપણે ગણિત અને રસાયણ વિજ્ઞાનના સ્નાતક તો બની ગયા, પરંતુ આપણને એ વિષયોમાંથી કાંઈ યાદ નથી. એક ક્વિક-ફિક્સ પ્રોગ્રામ, ઢગલાબંધ માહિતી આપી દેશે પણ કોઈપણ પ્રકારનો કાયાકલ્પ નહીં કરે. તને તારા કર્મચારીઓને તાલીમ આપવાનો ખોટો સંતોષ મળશે અને મારા બેંકનાં ખાતામાં અનુચિત રકમ જમા થઈ જશે (પૈસા ચૂકવનારને પૈસા ચૂકવવાનો અસંતોષ હોય, તે પૈસા અનુચિત છે; તે ક્યારેય સાર્થક નથી નીવડતા)."

રાજેશનું મોં પડી ગયું. "હવે શું?" તેની આંખોએ ઉપાય માટે આજીજી કરી.

અવ્યક્તે સહાનુભૂતિપૂર્વક હળવેથી રાજેશની પીઠ થાબડી કહ્યું, "હું તારી મુશ્કેલી સમજું છું પણ હું એમ ઈચ્છું છું કે તું પણ મને સમજ. વિકાસ અને સમય અભિન્ન છે. અસરકારક પદ્ધતિઓથી, સમયના પરિબળને ઘટાડી શકાય પરંતુ તેને દૂર ન કરી શકાય. બાલ્યાવસ્થા હોય કે યુવાવસ્થા, શારીરિક, માનસિક કે ભાવનાત્મક વિકાસ સમય માંગે છે. માનસિક વિકાસ સમય માંગે છે. પરિપક્વતા સમય માંગે છે. વિકાસ સમય માંગે છે, તે પછી વ્યક્તિ હોય, સંસ્થા હોય કે પછી સંસ્કૃતિ. આ સમગ્ર પ્રક્રિયાને તાણીતૂસવાનો પ્રયત્ન કરતા, વિકાસ માટે ટૂંકા રસ્તા શોધતા, અને તાત્કાલિક પરિણામ આપતા ઉપાયો ભલે તરત સંતોષ આપે, પણ ક્યારેય લાંબા ગાળાનાં પરિણામો નથી આપતા. મહત્ત્વાકાંક્ષી

લક્ષ્યો જેવું કશું નથી હોતું, પરંતુ માત્ર મહત્ત્વાકાંક્ષી સમયગાળો હોય છે. પ્રત્યેક વિકાસનો એક ટાઇમસ્કેલ હોય છે - પૃથ્વીને પોતાની ધરી પર ફરવામાં ૨૪ કલાક અને સૂર્ય ફરતે એક ચક્કર મારવામાં ૩૬૫.૨૫ દિવસ જેટલો સમય લાગે છે. સમયના આ ચક્રને બદલી શકાતું નથી. નવા જન્મેલા બાળકને બોલતાં શીખવામાં અમુક મહિનાનો સમય લાગે છે અને તેને ચાલતાં શીખવામાં પણ કેટલાક મહિનાનો સમય લાગે છે. સમય વિકાસ માટેનું દૃઢ પરિબળ છે. કુદરતી નિયમોમાં ફેરફાર નથી કરી શકાતો. તેમાં માણસોના પ્રયાસોથી સુધારો નથી કરી શકાતો. સરળ શબ્દોમાં કહીએ તો, તેમાં ઊંચે જવા માટે કોઈ લિફ્ટ નથી હોતી. ઉપર જવા તમારે પગથિયાં ચડવાં જ પડે છે."

રાજેશના હાવભાવ જોતાં લાગતું હતું કે તે પરાણે એવું કહેતો હોય 'ઠીક છે, તો તમે કહો તેમ કરીએ.'

અવ્યક્તે કહ્યું, "આ વાર્તા મારા તાત્પર્યને સ્પષ્ટ કરશે."

એક ભલોભોળો ગામડિયો શહેરમાં આવ્યો. ભૂખ્યો ડાંસ, તે રસ્તા પરની એક હોટેલ પાસે અટક્યો અને તેણે વેઇટરને પૂછ્યું, "મારી ભૂખને સંતોષે તેવું તમે મને શું આપી શકો?" જવાબ હતો, "વડાં સારાં છે." "મારી ભૂખ સંતોષાય એટલાં વડાંની શું કિંમત છે?" ભૂખ્યા માણસે પૂછ્યું. "પાંચ રૂપિયા," તરત જ જવાબ મળ્યો. ગામડિયાએ પૂછ્યું, "શું તમે મને એમ કહેવા માગો છો કે વડાંથી મારું પેટ ભરાઈ જશે અને તેની કિંમત પાંચ રૂપિયા છે?" હવે જરા અકળાઈને, વેઇટરે સામો સવાલ કર્યો, "તમારે વડાં લેવાં છે કે નહીં?" તે માણસે વડાં મંગાવ્યાં, એક વડું ખાધા પછી તે હજુ પણ ભૂખ્યો હતો. તેથી તેણે બીજું વડું ખાધું, પણ તેનાથી તેની ભૂખ સંતોષાઈ નહીં. એટલે તેણે ત્રીજું, ચોથું, પાંચમું અને છઠ્ઠું વડું ખાધું - તેનું પેટ જાણે તળિયા વિનાનો ખાડો લાગ્યું. તે હજુ ભૂખ્યો હતો. છેવટે, સાતમું વડું કારગત નીવડ્યું. તેની ભૂખ શમી. તે ભોળા માણસે પાંચ રૂપિયાનો સિક્કો કાઢીને વેઇટરના હાથમાં મૂક્યો. તીવ્ર આઘાતથી વેઇટરે પાંત્રીસ રૂપિયા માગ્યા અને ખુલાસો કર્યો કે,

"તમે સાત વડાં ખાધાં હતાં." ગામડિયાએ વળતો જવાબ આપ્યો, "મેં તમને સ્પષ્ટપણે પૂછ્યું હતું કે 'મારી ભૂખ સંતોષાય એટલાં વડાંની શું કિંમત છે?' અને તમે કહ્યું 'પાંચ રૂપિયા'. માત્ર સાતમા વડાએ મારી ભૂખ સંતોષી; અન્ય છથી મારી ભૂખ સંતોષાઈ નહોતી. તેથી હું માત્ર સાતમા વડાના જ પૈસા આપીશ અને નહીં કે બાકીના છના."

"જો, તેણે સાતમા વડા પહેલાં, છ વડાં ન ખાધાં હોત તો, તેનું પેટ ભરાયું ન હોત. જો માત્ર છ વડાં જ અંદર ગયાં હોત, તો પણ ફર્ક ન પડ્યો હોત. ઝેન દર્શન કહે છે, 'જ્યારે તમે તૈયાર હશો ત્યારે તમારા ગુરુ પ્રગટ થશે'; તે મૂલતઃ પેલાં છ વડાંનો સંદર્ભ છે, જે તમને તૈયાર કરે છે, અને સાતમું વડું પરિવર્તન છે. ઝેન દર્શનના 'સટોરી' સાથે પણ, જે કથિત રીતે તત્કાલ જાગૃતિ છે, તેમાં પણ મનને એવી અવસ્થા સુધી વિકસાવવાની એક પ્રક્રિયા છે, જેમાં મન 'સટોરી' અનુભવવા સક્ષમ બને છે. કોઈ પ્રયત્ન કરવાની અવસ્થાને પણ પ્રયત્નથી સિદ્ધ કરવામાં આવે છે."

અવ્યક્તે વધારે વિગતવાર સમજાવતાં કહ્યું, "રાજેશ, પરિપક્વતા એક પ્રગતિશીલ ઘટના છે. તે જ્યારે શીઘ્ર હોય ત્યારે પણ, વાસ્તવિકતા એ હોય છે કે મન ખરેખર એ તબક્કાએ વિકસિત થયું હોય છે જ્યાં આ તત્કાલ રૂપાંતર શક્ય બને છે. દરેક માણસ પ્રગતિશીલ પરિપક્વતાના ચાર તબક્કામાંથી છટકી શકે નહીં. તેની રચના જ એવી રીતે થઈ છે. આ ચાર તબક્કા છે :

સૌ પ્રથમ, અજાગ્રત અક્ષમતાઃ હું એ નથી જાણતો કે હું નથી જાણતો. જ્ઞાન મેળવવાની શરૂઆત પહેલાંનો આ પરમાનંદ અજ્ઞાનનો તબક્કો છે. એક બાળક તરીકે હું વિચારતો કે મારે ફક્ત સ્ટીઅરીંગ વ્હીલ પાછળ બેસીને તેને ઘુમાવવાનું જ છે, અને કાર ચાલશે. એ જ રીતે જાહેરમાં ભાષણ કરતી વખતે, મને અવારનવાર 'અં...' બોલવાની ટેવ છે પણ મને તેની ખબર નહોતી.

બીજો તબક્કોઃ જાગ્રત અક્ષમતાઃ મને ખબર છે કે તે કેવી રીતે કરવું તે હું હજુ સુધી નથી જાણતો. અહીંથી જ્ઞાન મેળવવાની શરૂઆત થાય છે. પછી મને સમજાય છે કે કાર ચલાવવામાં બીજી પણ ઘણી બધી બાબતો પણ છે, અને હું થોડો હતાશ થયો. કોઈએ મારું ધ્યાન દોર્યું કે જાહેરમાં બોલતી વખતે હું વિરામ ક્ષણોની પૂર્તિ કરવા વારંવાર 'અં'નો ઉપયોગ કરું છું.

ત્રીજો તબક્કોઃ જાગ્રત ક્ષમતાઃ હું જાણું છું કે મને તે કેમ કરવું તેની ખબર છે. આ તબક્કો બહુ જ કષ્ટદાયક હોય છે, કારણ કે તેમાં આપણે પોતાને વિષે જાગ્રત હોઈએ છીએ. જેમ જેમ હું ડ્રાઈવિંગનો મહાવરો કરતો ગયો તેમ તેમ મને પોતાને વધારે સારું લાગવા માંડ્યું. મારું ડ્રાઇવિંગ હજુ પણ થોડું ઝટકાવાળું હતું. મારે વારંવાર એ વિચારવું પડતું હતું કે હવે પછી મારે શું કરવાનું છે, અને ત્યારે હું ખૂબ જ અજંપો અને અકળામણ અનુભવતો. એકવાર મુદ્દા પ્રત્યેની સભાનતા સાથે, મારા બોલવામાં પ્રયત્નપૂર્વક મેં 'અં'ની શૈલી પર કાબૂ મેળવવાની શરૂઆત કરી. પ્રયત્ન અને સભાન ધ્યાનની હજુ જરૂર હતી.

અંતિમ તબક્કો, અચેતન ક્ષમતાઃ હું જે કાંઈ કરું છું, તે ખૂબ જ સારી રીતે કરું છું. આ અંતિમ તબક્કો છે કે જ્યાં ક્ષમતા આપણો સહજ હિસ્સો બની જાય છે. આપણે તેને માટે વિચાર કરવો પડતો નથી. અંતે, ખૂબ જ પ્રેક્ટિસ કર્યા પછી હું એવી કક્ષાએ પહોંચ્યો કે જ્યાં ડ્રાઇવિંગ કરતી વખતે હવે મારે દરેક નાની નાની બાબતો વિષે વિચારવાની જરૂર પડતી નહોતી. હવે વક્તવ્ય આપતી વખતે સભાનપણે 'અં'ના ઉચ્ચારણને અવગણી અને તેના સ્થાન પર મૌન ક્ષણોને રહેવા દેવાનું વર્તન સ્વાભાવિક, આંતરિક અને સ્વયંસંચાલિત છે. આજે, મારે જાહેર પ્રવચનમાં શ્રેષ્ઠ થવા વિચારવાની પણ જરૂર પડતી નથી."

"રાજેશ, એ પણ યાદ રાખ કે," અવ્યક્તે વાત પૂરી કરતાં કહ્યું, "અક્ષમતા ત્રણ પરિબળોને લીધે ઉદ્‌ભવે છે. માહિતીનો અભાવ, સમજણનો અભાવ અને અનુભવનો અભાવ. માત્ર ધ્યાનથી સાંભળવાથી

જ પહેલી અક્ષમતા દૂર કરી શકાય છે, જે મારા કાર્યક્રમો હોય છે. માત્ર સ્વ-ધ્યાન જ બીજી અક્ષમતા દૂર કરી શકશે, અને તેથી જ કાર્યક્રમો વચ્ચે આપણને થોડા સમયની જરૂર છે. અને માત્ર અમલીકરણ જ ત્રીજા પ્રકારની અક્ષમતાને દૂર કરી શકશે, એટલે જ હું કાર્યક્રમનો સમયગાળો લાંબો રાખું છું."

રાજેશે સ્વીકાર્યું, "શિક્ષકના માર્ગો તો માત્ર શિક્ષક જ સમજી શકે. આજે, મને સમજાઈ ગયું છે કે હું મારે જોઈએ તેવાં પરિણામો નક્કી તો કરી શકું; પરંતુ નિષ્ણાત વ્યક્તિએ તે પરિણામો માટેની પ્રક્રિયા અને તે માટે જરૂરી સમયગાળો નક્કી કરવો પડે છે."

અવ્યક્તે છેલ્લે કહ્યું, "હું અવારનવાર કહું છું કે કોઈને રાતોરાત બુદ્ધુમાંથી બુદ્ધ ન બનાવી શકાય, પણ મને એ પણ ખાતરી છે કે આપણે સહુ પ્રગતિ કરતાં કરતાં બુદ્ધુમાંથી બુદ્ધ બની શકીએ. માણસ અધિકતમ અને અધિકતર માટે સર્જાયો છે... પુષ્કળતાને દરેક સ્વરૂપમાં અનુભવવા."

અક્ષમતા ત્રણ પરિબળોને લીધે ઉદ્‌ભવે છે. માહિતીનો અભાવ, સમજણનો અભાવ અને અનુભવનો અભાવ. માત્ર ધ્યાનથી સાંભળીને જ પહેલી અક્ષમતા દૂર કરી શકાય છે. માત્ર સ્વ-ધ્યાન જ બીજી અક્ષમતા દૂર કરી શકશે. અને માત્ર અમલીકરણ જ ત્રીજા પ્રકારની અક્ષમતાને દૂર કરી શકશે. રાતોરાત કોઈ બુદ્ધુમાંથી બુદ્ધ ન બની શકે, તેમ છતાં, આપણામાંથી પ્રત્યેક પ્રગતિશીલ રીતે બુદ્ધુમાંથી બુદ્ધની પરિપક્વતા સિદ્ધ કરી શકે.

માલિક કોણ છે?

કાં તો તમે તમારા જીવનના માલિક છો અથવા તમારી ટેવ તમારા જીવનની માલિક છે. કોણ માલિક છે અને કોણ ગુલામ છે? ચાલો આપણા દૃષ્ટિકોણોને સાચી રીતે સમજીએ.

સેમિનારનો વિષય હતો 'અહીંથી ક્યાં?' એ સેમિનારના મુખ્ય વક્તાઓ હતા દેવ અને અવ્યક્ત. દેવ મેનેજમેન્ટના ક્ષેત્રનો મૌલિક કોચ હતો અને અવ્યક્ત, સામાજિક સુધારણાના ક્ષેત્રમાં પથખોજક હતો. તેઓ બંને સાથે મળીને દેશની મોટી હસ્તીઓ સમક્ષ 'અહીંથી ક્યાં?' એ વિષય પર વક્તવ્ય આપવાના હતા.

દેવ અને અવ્યક્ત સર્વશ્રેષ્ઠ વક્તાઓ હતા. તેમના શબ્દોમાં એવી તાકાત હતી કે કબરમાંથી પણ માણસ ઊભો થઈ જાય. તેમણે જે પણ કાંઈ કહ્યું, જે પ્રશ્નોના જવાબો આપ્યા, તથા જે ચર્ચાઓ કરી તે સુધારણાયુક્ત અને પરિવર્તનશીલ હતી. વિચિત્ર રીતે, દેવ અવ્યક્ત સાથે અહમ્ વચ્ચે લાવી રહ્યો હતો. સેમિનાર પૂરો થયો ત્યાં સુધીમાં, દેવે અવ્યક્તની કેટલીક વાતોનો જડબાતોડ જવાબ આપવામાં અને તેની વાત સામે વિરોધનો સૂર વ્યક્ત કરવામાં કાંઈ બાકી ન રાખ્યું. સેમિનારમાં ઉપસ્થિત લોકો માટે તે બે મહાન વિચારકોનો વિતંડાવાદ નિર્ભેળ બૌદ્ધિક આનંદ હતો.

સેમિનાર પૂરો થયા પછી, લોકો રાતના ભોજન સમયે એકબીજાને હળીમળીને મૈત્રી કરી રહ્યા હતા. અને આધુનિક જમાનાના અનિવાર્ય - કોકટેલનો દોર ચાલુ હતો. દારૂના સદંતર વિરોધી એવા અવ્યક્તની આસપાસ ટોળું વળ્યું હતું. લિકવિડ અધ્યાત્મવાદી એવા,

દેવની આસપાસ પણ ટોળું હતું. દારૂના નશાએ દેવના અહંકારને વધારે આગ ચાંપી. જાણે કોઈ જૂનો હિસાબ પતાવવા આવ્યો હોય તેમ એક હાથમાં સ્કોચનો ગ્લાસ અને બીજામાં સિગરેટ લઈને દેવ અવ્યક્ત પાસે આવ્યો. દેવ જેવી હસ્તીને માન આપવા માટે લોકો એક તરફ ખસી ગયા અને રસ્તો થઈ ગયો. અવ્યક્તે હસીને દેવને આવકાર આપતાં કહ્યું, "તમારી ઊંડી આંતરિક સમજમાંથી આ લોકોએ ઘણું મેળવ્યું હોય તેમ લાગે છે. તેઓ મારી સાથે એ જ વાત કરી રહ્યા હતા. તેઓ કહી રહ્યા હતા કે તમારા કેટલાક વિચારો તો એકદમ મૌલિક છે."

"આભાર અવ્યક્ત," દેવે સ્વીકાર કરતાં કહ્યું અને ઉમેર્યું, "મેં સાંભળ્યું કે તમે એમ કહો છો કેઃ 'સિદ્ધાંતની બાબતમાં, એક ખડકની જેમ ઊભા રહો અને સંબંધોની બાબતમાં, નદીની જેમ વહો.' સંબંધ માટે, તમે અમારી સાથે ડ્રીંક લો તો કેવું?"

ખડખડાટ હસીને અવ્યક્તે કહ્યું, "સંબંધના નામે મને દારૂ પીવાનું કહેવું એ તો સાવ નવી જ વાત છે. મેં હંમેશાં વિચાર્યું કે 'પીવું કે ના પીવું' તે તો સિદ્ધાંતનો વિષય છે. તેમ છતાં દેવ, તે તમારી મરજીની વાત છે. તમે ઈચ્છો છો કે હું તમારી સાથે દારૂ પીવું, બરાબર? જ્યાં સુધી હું ગ્લાસમાંથી ચુસ્કી લેતાં તમારી બાજુમાં ઊભો રહું ત્યાં સુધી, મારા ગ્લાસમાં શું છે અને મારા ગળાની નીચે શું ઊતરે છે તેથી તમને શો ફરક પડે છે?" એમ કહીને અવ્યક્તે ફળના રસનો પ્યાલો લીધો.

'મારું અને માત્ર મારું જ ચાલશે' તે એક અહંકારીનું એક સાવ સામાન્ય લક્ષણ છે. દેવ કાંઈ આ વાતને એટલી સહેલાઈથી પૂરી થવા દે તેમ ન હતો. દેવે દલીલ કરી, "એવું કેમ છે કે પોતાને અમુક આદતથી દૂર રાખતા તમારા જેવા લોકો પોતાના વિષે આટલો ઊંચો અભિપ્રાય ધરાવે છે? અને જીવનનો આટલો નાનોઅમથો આનંદ માણતાં અમારા જેવાઓમાં એવી તે શું ખરાબી છે? અરે, કેટલાક ડૉક્ટરો પણ, જેઓ શરીર કેવી રીતે કામ કરે છે તે જાણતા હોવા છતાં પણ, પીએ છે. તો પછી એમાં આટલી ધાંધલ શા માટે?"

અવ્યક્તે સ્પષ્ટતા કરી, "દારૂ તો માત્ર અકસ્માત છે. વાંધો દારૂ માટે નહીં પણ એવી આદતો સામે છે. હું એવું નથી કહેતો કે આદતો સારી કે ખરાબ હોય છે. આદતો, ભલે દારૂની હોય કે ચાની કે ટીવીની કે છાપાની, તે ખોટી જ હોય છે." અવ્યક્તે ફળના રસનો ઘૂંટડો ભર્યો અને કહ્યું, "જો મને આજે આ ફળનો રસ ન મળ્યો હોત તો તેથી મને કોઈ ફરક ન પડ્યો હોત, પરંતુ તમારા ગ્લાસમાં જે છે તે જો તમને ન મળત તો ચોક્કસ તમે અકળાઈ ગયા હોત. આદતો વ્યક્તિની સરળતા અને પ્રસન્નતામાં અવરોધ ઊભો કરે છે. તેથી તે ખોટી છે."

દેવે તેનું અપમાન કરતાં કહ્યું, "એ જ તમે, ટિપિકલ લોકો. તમે જે કરો તે સાચું અને તમે જે ન કરતા હો તે ખોટું? જો અમે તમારા જેવા હોઈએ તો અમે સારા માણસો; અને જો તમારા જેવા ન હોઈએ તો અમે ખરાબ માણસો." એમ કહીને દેવ ત્યાંથી જતો રહ્યો, અફ કોર્સ, તે સંતોષ સાથે કે છેલ્લો શબ્દ તેનો હતો. એટલું તો નક્કી થઈ જ ગયું હતું કે હવે પછી દેવ ક્યારેય અવ્યક્તની સાથે એક મંચ પર નહીં આવે.

દેવને સેમિનારમાં આમંત્રિત કરનારા આયોજકોમાંથી જેણે દેવને આમંત્રણ આપ્યું હતું તેણે હળવે રહીને અવ્યક્તની માફી માંગી. અવ્યક્તે કહ્યું, "જ્યારે તમે તમારા મનની શાંતિને બધી બાબતથી ઊંચે રાખો ત્યારે કોઈપણ વ્યક્તિ કે વસ્તુ તેનો ભંગ ન કરી શકે. જ્યારે તમે તમારા અહંને બીજી બધી બાબતોની ઉપર રાખતા હો, ત્યારે દરેક વસ્તુ કે વ્યક્તિ તમને વ્યથિત કરે છે. મારા માટે, મારી શાંતિ સહુથી પહેલાં છે, ને પછી બીજું બધું. હું આ માર્ગ પર ઘણો આગળ નીકળી ગયો છું અને હવે આ "દેવો" મારી શાંતિને નિયંત્રિત નથી કરતા."

સેમિનારમાં હાજર એવી એક વ્યક્તિએ આગળ આવીને કહ્યું, "તમારા પૂરા આદર અને સન્માન સાથે, હું સાચેસાચ એ જાણવા માગું છું કે આદતો પડે તો તેમાં ખોટું શું છે. જ્યારે તમે એમ કહો કે કોઈ સારી આદત કે કોઈ ખરાબ આદત હોતી નથી, પણ બધી આદતો ખોટી હોય છે, તેનો શું અર્થ થાય છે?"

અવ્યક્તે સમજાવતાં કહ્યું, "ટેવો માનસિક ફોનોગ્રાફ રેકોર્ડ્સ હોય છે. કોઈપણ વસ્તુને બેફામ કરવાથી તેની માનસિક છાપ પડી જાય છે. જ્યારે જ્યારે પણ, મગજમાં પડેલી તે ખાંચો પર કોઈ ધ્યાનની સોય મૂકે ત્યારે, તે બ્લુ પ્રિન્ટ ફરીવાર વાગવા લાગે છે. પુનરાવર્તન આ ખાંચોને વધારે ઊંડી કરે છે અને અમુક સમય પછી, રેકર્ડ આપોઆપ વાગવા લાગે છે, વારંવાર. માનસિક માળખું, લઢણો જેને આદત કહેવાય છે તે એટલી સખત બની જાય છે કે, તેને બદલવી મુશ્કેલ બની જાય છે. આમ આપણે આપણી આદતોના ગુલામ બનીએ છીએ અને આપણી સ્વતંત્રતા, આત્મ-નિયંત્રણ, અને આપણો સંયમ ગુમાવી બેસીએ છીએ. આપણી આદતો આપણને રોબોટ જેવું અસ્તિત્વ જીવવા તરફ દોરી જાય છે."

અવ્યક્તે સ્પષ્ટતા કરી, "શું આપણે પાવલોવની અસર વિષે નથી સાંભળ્યું? ઈવાન પાવલોવ પોતાના કૂતરાઓને ખાવાનું ખવડાવતી વખતે ધાતુનો એક ઘંટ વગાડતા. થોડા સમય પછી, જે કૂતરાઓ માત્ર ખાવાનું જોતાં જ લાળ ટપકાવતા, તે હવે ખાવાનું ન હોય તો પણ, ઘંટનો અવાજ સાંભળતાં જ લાળ ટપકાવવા લાગ્યા. શું માણસ પણ પાવલોવના કૂતરાઓની જેમ પીડાઈ શકે? પણ તે જ તો આદતો છે. જો હું સિગરેટ ન પીઉં તો મારું પેટ સાફ ન આવે; જો કાંઈક વાંચવાનું હાથમાં ન હોય તો હું પોટ પર બેસી જ ન શકું; જો મને સવારની ચા ન મળે તો, મને માથું દુ:ખે; જો રાત્રે મને કેળું ન મળે તો, હું સૂઈ નહીં શકું; હું જ્યારે વ્યગ્ર હોઉં ત્યારે, મારે દારૂ જોઈએ; ભલે ગમે તે થાય, હું તો ઘરે જઈને મારી ગમતી ટીવી સિરિઅલ જોઈશ જ, નહીં તો મારી દુનિયા ઊથલપાથલ થઈ જાય...ઘંટ વગાડો અને હું લાળ ટપકાવીશ. સાલ્વેશન કે સાલીવેશન?! (મોક્ષ કે લાળ?!)"

"ટૂંકમાં," અવ્યક્તે કહ્યું, "તમને જે વસ્તુ જોઈએ તે તમને ત્યારે ન મળે, અને જો તે તમને વ્યગ્ર કરે તો, માની લેવું કે તેણે તમારા પર કબજો કર્યો છે. જેણે તમારા પર કબજો કર્યો હોય તેણે તમારી શાંતિ પર પણ કબજો જમાવ્યો છે. જેટલા વધારે બાહ્ય માલિકો હશે, એટલા ઓછા તમે શાંત હશો. જો છાપું મોડું આવે તો તમે અશાંત થઈ જાઓ છો. જો કૉફી

તમારા ટેસ્ટની ન બની હોય તો તે તમારી શાંતિનો ભંગ કરે છે. જ્યારે તમારે મંદિરે જવું હોય અને ન જઈ શકો તો, તેથી પણ તમારી શાંતિનો ભંગ થાય છે. ભક્તિનાં સ્થળોએ જવું પણ યંત્રવત્ થઈ ગયું છે - એક આદત. જો મંદિરે જવાથી કે ન જવાથી પણ તમારી શાંતિમાં ખલેલ પડતી હોય તો, ઉપરની પરમ શક્તિ સાથેનો તમારો સંબંધ પણ કેવળ આદત બની ગયો છે. જે તમને શાંતિ ન આપે અને જેનાથી તમારી શાંતિનો ભંગ થાય, તે આધ્યાત્મિકતા કેવી રીતે હોઈ શકે?"

"દેવે અહીં રોકાઈ જવું જોઈતું હતું," સેમિનારમાં ભાગ લેવાવાળા લોકોમાંથી એકે કહ્યું. બીજા લોકોએ પણ તેની વાતને ટેકો આપ્યો, "હા, સાચું."

અવ્યક્તે સ્પષ્ટતા કરી, "યોગ્ય રીતે જીવવાની સાબિતી તમે જે શાંતિ અનુભવો છો તેમાં છે. આદતો તમારી શાંતિમાં ખલેલ પહોંચાડે છે તેથી એવી બધી આદતો ખોટી છે. ઇચ્છાશક્તિનો વિકાસ 'કબજો નહીં આપવાની' દૃઢતાથી થાય છે. હવે પછી તમને જે જોઈએ તે તમને ત્યારે ન મળે ત્યારે તમે અત્યંત હેરાન-પરેશાન થઇ જાઓ ત્યારે, સમજજો કે તેણે તમારા પર કબજો મેળવી લીધો છે. 'કબજો નહીં આપવાની' પ્રેક્ટિસ કરો. આખા એક અઠવાડિયા સુધી તમે પોતાને એ અશાંત કરતી બાબતથી દૂર રાખો. પછી ફરીવાર તેની પાસે જાઓ. પણ જો, ઈચ્છિત વસ્તુ જ્યારે જોઈએ ત્યારે ન મળે તે પરિસ્થિતિ હજુ પણ તમને વ્યગ્ર કરે તો, ફરી એક અઠવાડિયા સુધી 'કબજો નહીં આપવાની' પ્રેક્ટિસ કરો...જ્યાં સુધી તમે તેના પર સંપૂર્ણપણે કાબૂ ન મેળવી લો, અથવા તમારે તેની કાયમ માટે, જરૂર જ ન રહે ત્યાં સુધી. એક વખતમાં એક અઠવાડિયાનો સમય લો અને જીવનભરની જીત મેળવો."

અવ્યક્તે વાતનો સાર કહ્યો, "માલિક કોણ છે એ મોટો પ્રશ્ન છે. જવાબમાં જેટલી વધારે વાર તમારા સિવાયની કોઈ બહારની વ્યક્તિ કે વસ્તુ છે, તો પછી તમારું અસ્તિત્વ એટલું શાંતિપૂર્ણ નહીં હોય. જેટલી વધારે વાર તમને એમ લાગે કે તમે માલિક છો, ત્યારે તમને જણાશે કે

તમે તમારી આસપાસની સર્વવ્યાપક શાંતિ જ અનુભવી રહ્યા છો."

અવ્યક્તે વાત પૂરી કરી, "આપણા જીવનમાં જે કંઈ પણ આવે તેણે આપણી સાથે રહી આપણી તાકાત બનવું જોઈએ અથવા, તેણે આપણને છોડી દઈ આપણને મુક્ત કરવા જોઈએ. આપણી સાથે રહીને તે આપણી નબળાઈ બની જાય તેવું ક્યારેય ન થવું જોઈએ. અવ્યક્ત પણ, તેને પસંદગી તરીકે અનુભવો અને નહીં કે વ્યસન તરીકે. મને તમારી શક્તિ અને નહીં કે નબળાઈ બનવાની અનુમતિ આપો."

માલિકે અન્યોને માલિક બનવાનું કહી વિદાય લીધી.

જે તમને જોઈએ તે જો તમને ત્યારે ન મળે અને તે તમને અત્યંત પરેશાન કરે ત્યારે એટલું સમજજો કે તેણે તમારા પર કબજો મેળવી લીધો છે. જેણે તમારા પર કબજો મેળવી લીધો છે તેણે તમારી શાંતિ પર કબજો મેળવી લીધો છે.

તમારે જેટલા વધારે બાહ્ય માલિકો, તેટલા તમે ઓછા શાંતિપૂર્ણ. યોગ્ય જીવવાની સાબિતી તમે જે શાંતિ અનુભવો છો તેમાં છે. આદતો તમારી શાંતિને ખલેલ પહોંચાડે છે અને તેથી તમામ આદતો ખોટી છે. ઈચ્છાશક્તિ 'કબજો નહીં આપવાથી' જ વિકસાવી શકાય છે. તેની પ્રેક્ટિસ કરો. આખા એક અઠવાડિયા સુધી તમને જેણે અશાંત કર્યું તેને પોતાનાથી દૂર રાખો. ફરીવાર તેની પાસે જાઓ. પણ જો જ્યારે તમને તે જોઈએ ત્યારે તે ન મળે તે તમને અશાંત કરવાનું ચાલુ રાખે તો, ફરી એક અઠવાડિયા સુધી 'કબજો નહીં આપવાની' પ્રેક્ટિસ કરો... જ્યાં સુધી તમે તેના પર સંપૂર્ણપણે કાબૂ ન મેળવી લો, અથવા તમારે તેની, જરૂર જ ન રહે ત્યાં સુધી, કાયમી. એક વખતમાં એક અઠવાડિયાનો સમય લો અને જીવનભરની જીત મેળવો."

વિકસતી ચેતના

આપણે આપણા જીવનમાં કાંઈક ઉમેરી શકીએ એ માટે જ, આપણને સહુને જીવન આપવામાં આવ્યું છે. જ્યારે એક માણસ તીવ્ર સભાનતા સાથે પોતાનું જીવન જીવતો હોય ત્યારે, તેનું જીવન માનવજાતને પરિપક્વતાનાં થોડાં વર્ષો મેળવી આપે છે, તે પણ સમગ્ર માનવજાતે સ્વયં આ થોડાં વર્ષો જીવ્યા વિના. હકીકતમાં, તે જણ માનવજાતને થોડાં વર્ષો આગળ લઈ જાય છે. કોઈ પણ જીવ, જે પોતાનું જીવન તીવ્ર સભાનતા સાથે જીવતો હોય, તે ખરેખર ખુદાનું કર્મ કરે છે... વિકસતી જતી માનવીની ચેતનામાં ભૂમિકા ભજવવાની જવાબદારી તેને અસ્તિત્વ દ્વારા સોંપવામાં આવી હોય છે.

અરે! ફરીથી નહીં...

જો તમને એમ લાગતું હોય કે આ પુનરાવર્તન છે તો તેવા અનુભવથી તમે વિકસતા નથી. માત્ર ને માત્ર જ્યારે તમે અટકી જાઓ છો, ત્યારે જ તમે અનુભવને પુનરાવર્તન તરીકે જુઓ છો.

યજુસ પ્રાણાયામમાં પૂરેપૂરો ઓતપ્રોત થઈ ગયો હતો. સૂર્યોદય પહેલાં ઊઠી જવું અને ૯૦ મિનિટ સુધી યોગ કરવાની નિયમિતતા ત્રણ વર્ષથી યજુસના જીવનની રોજિંદી બાબત બની ગઈ હતી. આજે યજુસનું મન અશાંત હતું. તેનું મન સામાન્યપણે હોય તેના કરતાં આજે ઘણું વધારે અશાંત હતું. માણસની બુદ્ધિની અભિવ્યક્તિઓ પૈકીની એક અભિવ્યક્તિ પ્રશ્નો પૂછવા પણ છે. પ્રશ્નો તમને સ્પષ્ટતા તરફ લઈ જઈ શકે; પ્રશ્નો તમને અરાજકતા તરફ પણ લઈ જઈ શકે. યજુસના મનમાં જે પ્રશ્ન ઉદ્ભવ્યો હતો તે હતો “મારે ક્યાં સુધી પ્રાણાયામની એકની એક પદ્ધતિનો મહાવરો કરતા રહેવું જોઈએ?”

મનને વિવિધતા જોઈએ છે. તે નવા સર્કસ પર સમૃદ્ધ છે. દાખલા તરીકે, એક જ પ્રકારનો ખોરાક લેવો એ શરીર માટે સારું ગણાય. શરીર તેને સાચવવાનું શીખી લે છે. તેનું આંતરિક બંધારણ તેને અનુકૂળ થઈ જાય છે. પણ રોજ એક જ પ્રકારનો ખોરાક ખાવાથી મન એકવિધતાની ભાવના અનુભવે છે. તેને વૈવિધ્ય જોઈએ. આથી આપણે આપણા મનના આવેશોને સંતોષવા માટે અનેક પ્રકારની વાનગીઓ ખાઈએ છીએ અને તેને પરિણામે બીમાર પડીએ છીએ. સમયસર ઊઠવું, રોજ નક્કી કરેલા સમયે જમવું અને એક જ સમયે સૂઈ જવાથી તંદુરસ્ત જીવનશૈલી માટે

શરીરનો જૈવિક તાલમેલ જળવાઈ રહે છે. દરેક કાર્ય માટે સમય અને દરેક કાર્ય તેના સમયે - એ જ તો શિસ્ત છે, અને જે શરીરને એકદમ અનુકૂળ છે. પરંતુ મન આવી એકની એક ઘરેડથી ગૂંગળામણ અનુભવે છે. "જો આજ ગઈકાલ જેવી જ હોય તો તેનો અર્થ શું?" મન વિચારે છે. આમ મન તમને અનિયમિત વિલાસમાં ખેંચે છે.

હકીકતમાં, કંટાળાથી દૂર જવાની મનની ઈચ્છા જ આપણને નશાનાં અવનવાં સ્વરૂપો તરફ ખેંચી જાય છે. નશો કેન્દ્રીય ચેતાતંત્રને (સેન્ટ્રલ નર્વસ સીસ્ટમઃ સીએનએસ) મંદ બનાવી મનને ગૂંચવે છે. સામાન્ય પરિસ્થિતિમાં કેન્દ્રીય ચેતાતંત્ર શરીરના અવયવો દ્વારા ઈન્દ્રિયગત સૂચના મેળવે છે, તેનું પૃથક્કરણ કરે છે અને પછી તે મુજબની પ્રતિક્રિયા દર્શાવે છે. તેમ છતાં, જ્યારે કોઈ નશાગ્રસ્ત હોય ત્યારે, દારૂ અથવા નિકોટીન કેન્દ્રીય ચેતાતંત્રની પૃથક્કરણની ક્ષમતામાં અવરોધ ઉત્પન્ન કરે છે. એ કારણે ખોટો નિર્ણય, અયોગ્ય વર્તન, ઈન્દ્રિયોની ઓછી થયેલી ક્ષમતા, મંદ પડેલી માનસિક પ્રક્રિયા, ઉત્કટ લાગણીઓ અને ઘટેલું નિયંત્રણ જેવાં લક્ષણો જોવા મળે છે. પણ આ આંતરિક નાટકમાં વૈવિધ્ય હોય છે અને મનને તેમાં મઝા આવે છે, ને મન આપણને નશાના વિવિધ રૂપના ભોગ તરફ લઈ જાય છે. તેથી જ, મનને સ્વસ્થ કર્યા વિના વ્યક્તિને ક્યારેય વ્યસનમાંથી બહાર ન લાવી શકાય.

યજુસનું મન તેની સાથે રમી રહ્યું હતું, "ક્યાં સુધી મારે પ્રાણાયામની એકની એક પદ્ધતિનો મહાવરો કર્યા કરવાનો?" એક વખત પ્રશ્ન ઉદ્ભવે પછી, જ્યાં સુધી તેનો ઉત્તર ન મળે અને તે હલ ન થાય ત્યાં સુધી, તે પજવે છે. તેને અર્જુનની અવસ્થા કહેવાય છે. જો પ્રશ્નોનું સમાધાન ન થાય તો, તમે જે સારી રીતે કરી શકો છો, તે પણ તમે ન કરી શકો. અવ્યક્ત યજુસનો પિતા અને ગુરુ બંને છે. આથી યજુસ અવ્યક્ત પાસે ગયો. શરીર ક્યારેય જુઠ્ઠું નથી બોલતું. યજુસના ચહેરાના હાવભાવથી જ, અવ્યક્તને જાણ થઈ કે છોકરાને મનમાં શાંતિ નથી.

“જ્યારે તમે મને પ્રાણાયામ કરતાં શીખવ્યું ત્યારે તમે મને એકવીસ દિવસ સુધી નિયમિતપણે પ્રાણાયામ કરવા માટે કહ્યું હતું,” યજુસે કહ્યું. “હું છેલ્લાં ત્રણ વર્ષથી તે જ કરી રહ્યો છું. હવે તે થોડું કંટાળાજનક થઈ ગયું છે - એ નું એ જ, રોજેરોજ. જો તમે માત્ર મારા પિતા હોત તો હું સહેલાઈથી મારો રોષ વ્યક્ત કરી શકત, પરંતુ તમે મારા ગુરુ પણ છો. એ જ કારણે હું આ વાત કરવાનું ટાળતો હતો; પણ હવે હું સહન નથી કરી શકતો.”

“જો તને તે પુનરાવર્તન લાગતું હોય,” અવ્યક્તે કહ્યું, “તો પછી, તે અનુભવથી તું વિકસી નથી રહ્યો. માત્ર જ્યારે તમે અટકો ત્યારે જ, તમે તે અનુભવોને પુનરાવર્તન તરીકે જોવાનું શરૂ કરો છો. વિકાસમાં કોઈ પુનરાવર્તનો નથી હોતાં, ઉપલક દૃષ્ટિએ તેવું લાગે તો પણ.”

“હું જાણું છું કે તું એમ કહીશ કે એ મારી વિશેષતા છે, છતાં હું તને એક વાર્તા કહેવા માંગું છું,” અવ્યક્તે કહ્યું, “ઘણા સમય પહેલાં ચીનમાં વિહારોમાં કેટલાક ભિક્ષુઓ રહેતા, પોતાનું અનાજ ઉગાડતા અને જાતે જ કપડાં બનાવતા. તેઓ સંપૂર્ણપણે સ્વાવલંબી હતા. તેઓ તત્ત્વજ્ઞાનની સાથે માર્શલ આર્ટ્સ જેવી શારીરિક શિસ્તનો પણ અભ્યાસ કરતા. ગામમાં રહેતા એક પિતાએ તેના પુત્રોમાંથી એકને આ મઠમાં મોકલવાનું નક્કી કર્યું. તેણે ભિક્ષુઓને વચન આપ્યું કે તેનો પુત્ર સખત મહેનત કરશે, તેમની આજ્ઞાનું પાલન કરશે અને તેના શ્રમ અને યોગદાનો દ્વારા તેમની કૃપાની ભરપાઈ કરવા તે વધારાની મહેનત પણ કરશે. ભિક્ષુઓએ તેની વાત સ્વીકારી, અને તે છોકરો પોતાના પરિવારથી દૂર, મઠમાં રહેવા લાગ્યો. પ્રથમ દિવસે ભિક્ષુઓએ તેને પહેરવા માટે એક સામાન્ય એવો ઝભ્ભો આપ્યો અને કામે લગાડ્યો. ‘પેલું મોટું તપેલું લે, તેમાં પાણી ભર અને તેને ત્યાં રાખેલા મોટા પથ્થર પર મૂક.’ છોકરાને હેતુ ન સમજાયો, પરંતુ તેણે આજ્ઞા માની. એ ઓરડામાં ક્યાંય અગ્નિ ન હતો એટલે તેને એ ન સમજાયું કે તપેલું ત્યાં શેના માટે હતું. ત્યારબાદ ભિક્ષુએ કહ્યું, ‘હવે બે હાથે તપેલામાંથી બધું પાણી ઉલેચી કાઢ, આ રીતે.’ આ બહુ

વિચિત્ર લાગ્યું, છતાં છોકરાએ તેની આજ્ઞાનું પાલન કર્યું. થોડીવાર પછી ફર્શ ભીની થઈ ગઈ અને તપેલું ખાલી થઈ ગયું, અને તેના હાથ અક્કડ થઈ ગયા. બરાબર ત્યારે જ ભિક્ષુ આવ્યો અને કહ્યું, 'હવે તપેલું ફરીથી ભર.' છોકરાએ પહેલે દિવસે આ ત્રણવાર કર્યું, અને બીજે દિવસે પણ ત્રણવાર તેનું પુનરાવર્તન કર્યું. એક મહિના પછી, પુત્ર પિતાના નિર્ણય ઉપર પસ્તાવો કરી રહ્યો."

અધવચ્ચે જ યજુસે કહ્યું, "શું તમે મારા પર કટાક્ષ કરી રહ્યા છો?"

અવ્યક્ત હસ્યો અને તેણે ચાલુ રાખ્યું, "છેવટે, ત્રણ મહિના પછી તે છોકરાને તેના કુટુંબને મળવા જવાની રજા આપવામાં આવી. તે ઘણો ઉત્સાહિત અને થોડા દિવસ માટે તેને પોતાના રોજિંદા કામમાંથી મુક્તિ મળતાં ઘણો મુક્ત હતો. ઘરે આવ્યો ત્યારે સહુ તેને પૂછવા લાગ્યાઃ 'તું શું શીખ્યો? શું તું માર્શલ આર્ટ્સ શીખ્યો? શું તારા હાથ વડે પાટિયું તોડી શકે? ધ્યાનનું શું?' આ પ્રશ્નોથી તે અકળાઈ ગયો. કારણ કે તેણે કશું જ નહોતું કર્યું. તેણે માત્ર તપેલું ભર્યું હતું અને તેને ખાલી કર્યું હતું. બસ એટલું જ. છોકરો એટલો ગુસ્સે થઈ ગયો કે તેણે ચીસ પાડીને કહ્યું, 'હું કાંઈપણ શીખ્યો નથી,' અને તેણે પોતાના હાથ લાકડાના એ મજબૂત ટેબલ પર પછાડ્યા. તે સાથે જ તેના બે કટકા થઈ ગયા. હવે તેને ખ્યાલ આવ્યો કે તે શું શીખ્યો હતો."

અવ્યક્તે તેના દીકરાનો હાથ પોતાના હાથમાં લીધો અને પોતાની વાત ચાલુ રાખી, "જ્યારે તેં પ્રાણાયામ કરવાની શરૂઆત કરી ત્યારે, તું ચાર સુધી ગણીને શ્વાસ લેતો હતો અને પાંચ ગણીને શ્વાસ છોડતો હતો. હવે...'

"હવે હું એક શ્વાસના ચક્રમાં ૪૪ સુધી ગણી શકું છું." યજુસે જવાબ આપ્યો.

"તો તેમાં પુનરાવર્તનનો પ્રશ્ન ક્યાં આવે છે, યજુસ?" અવ્યક્તે પૂછ્યું.

અવાજને થોડો કડક કરી અવ્યક્તે કહ્યું, "કંટાળો, એકવિધતા અને પુનરાવર્તનને અવગણવાના બહાના હેઠળ, પરિવર્તન, વિવિધતા, ભિન્નતા અને બહુમુખીના સંદર્ભનો ઉપયોગ કરીને, તમે કોઈ પણ બાબતને લાંબા સમય સુધી વળગેલા રહી નથી શકતા. જ્યારે બી લાંબા સમય સુધી જમીનમાં પડ્યું રહે ત્યારે જ, તેનાં મૂળિયાં વિકસિત થાય છે અને કાળક્રમે તે વૃક્ષ બને છે. પરંતુ જો, હું તે બીને થોડા થોડા દિવસે બહાર કાઢીને ફરી જુદી જુદી જગ્યાઓએ ફરીને ફરી વાવ્યા કરું, તો તે તો એક નાનો છોડ પણ નહીં બની શકે."

યજુસની દેહભાષા હવે બદલાઈ ગઈ હતી. હવે તેના પિતા સામે પુત્ર નહોતો. કૃતજ્ઞતાથી ભરેલી આંખો અને આદરમાં જોડેલા હાથ સાથે, શિષ્ય હતો. મન બ્લોટિંગ પેપર બની ગયું હતું. તે સંપૂર્ણપણે ગ્રહણશીલ હતો.

અવ્યક્તે કહ્યું, "કુશળતા સમય સાથે આવે છે, પણ તું કોઈપણ જગ્યાએ લાંબુ ટકતો જ નથી. ચોકસાઈ સમય સાથે આવે છે, પણ તું કોઈ પ્રક્રિયાને લાંબા ગાળા સુધી ચાલુ રાખવા જ નથી ઈચ્છતો. સંપૂર્ણતા સમય સાથે આવે છે, પરંતુ તું ઉપરછલ્લી શ્રેષ્ઠતામાં જ ખુશ છે. સપાટી પર, તે એકનું એક જ યોગાસન દેખાય છે; પરંતુ, દરેક અભ્યાસ વખતે, આંતરિક અનુભવ ઉચ્ચતર અને વધારે ગહન હોય છે. એકનો એક મંત્ર અને એકનું એક રટણ લાગે, પરંતુ તેથી ભીતરની શાંતિ પરમ ગહન અને ઉચ્ચતર બનતી હોય છે. પ્રક્રિયા ભલે એક જ લાગતી હોય, પરંતુ અનુભવ ક્યારેય એક જ નથી હોતો. વિકાસમાં, ક્યારેય પુનરાવર્તનો નથી હોતાં. પુનરાવર્તનમાં, કેવળ સ્થિરતા હોય છે. જીવન તમે જે કાંઈ કરો તેના વિષે નથી; પરંતુ જીવન તમે જે કાંઈ કરો, તેમાં તમે જે ગુણવત્તા લાવો તેના વિષે છે. જો તે લાંબા સમય સુધી ન કરવામાં આવે તો, ઉચ્ચતર અને ગહનતમ ક્યારેય અનુભવી જ ન શકાય."

"અરે પિતાજી," યજુસે વચ્ચે કહ્યું, "તમે જ્યારે કહો કે પ્રબુદ્ધ થયા પહેલાં, ગુરુ લાકડાં કાપતા અને પાણી ભરતા હતા. પ્રબુદ્ધ થયા પછી

પણ, તેઓ લાકડાં કાપતા હતા અને પાણી ભરતા હતા. ત્યારે તમે શું કહેવા માંગો છો તે મને હવે સમજાયું. અને ગુરુએ ટિપ્પણી કરી: પ્રબુદ્ધતાએ મારાં કર્મોને બદલ્યાં નથી, પરંતુ હું મારું કાર્ય જે ગુણવત્તાથી કરું છું તે અવશ્ય બદલાયું છે."

"બરાબર, બેટા," અવ્યક્તે સમજાવતાં કહ્યું, "આર્કિટેક્ટે તેના જીવનમાં ફક્ત સ્કેચ જ તૈયાર કરવાના હોય છે. ડૉક્ટરે જીવનભર પોતાના દર્દીની છાતી પર સ્ટેથોસ્કોપ જ મૂકવાનો હોય છે. શિક્ષકે કાયમ દર વર્ષે પોતાના વર્ગમાં જઈને ફરીથી શરૂઆત કરવાની હોય છે, ન્યૂટનનો ગતિનો આ પહેલો સિદ્ધાંત છે... રોટલી અને દાળ જિંદગીભર રસોડામાં જ બનાવવાનાં હોય છે...અને બેટા, તારે આજીવન પ્રાણાયામ કરવાનું ચાલુ રાખવાનું છે. અને છતાં, કાર્યમાં એવી શક્તિ છે કે તે પ્રાર્થના બની શકે; પ્રાર્થનામાં એવી શક્તિ છે કે તે ધ્યાન બની શકે; અને ધ્યાનમાં એવી શક્તિ છે કે તમને ઈશ્વરની સાથે એકાકાર બનાવી શકે. ઉચ્ચતર અને ગહનતમ સર્વસ્વમાં અનુભવી શકાય છે. તે બધું કાર્ય કરતા પણ તમારાં કાર્યમાં તમે કેટલી ગુણવત્તા લાવો છો તેના પર નિર્ભર છે."

અવ્યક્તે સમાપન કરતાં કહ્યું, "કંટાળો અને ઘરેડ એટલે છે કે તમે વિચારો છો કે જીવન પુનરાવર્તન છે, પણ જીવન તેની પોતાની શૈલીમાં પોતાને પુનરાવર્તિત કરી જ ન શકે. જીવનમાં હંમેશાં નવું હોય છે. જ્યારે કોઈ ગુલાબનું ફૂલ ખીલે ત્યારે, તે તેની પહેલાંના કોઈપણ ગુલાબના ફૂલની નકલ નથી હોતું. કુદરતમાં કાયમ એક રહસ્યમય તાજગી છે. માટે યજુસ, જીવનમાં પરિવર્તન આવે એવું જરૂરી નથી, પરંતુ જીવન પ્રત્યેનો તારો દૃષ્ટિકોણ બદલાય તે જરૂરી છે. તારે જે જોઈએ છે તે કોઈ નવી ક્ષિતિજ નથી, પરંતુ નવી દૃષ્ટિ છે, પ્રવર્તમાન ક્ષિતિજને જોવા. તને અધિકતમ અને અધિકતરની શુભકામનાઓ..."

યજુસ તેના જીવનના પ્રત્યેક દિવસે તેના પિતા સાથે રહ્યો છે, છતાં, આજે જાણે પહેલો દિવસ હોય એવું લાગ્યું...આ અનુભવ વધારે ઉચ્ચતર અને ગહનતમ હતો.

'આર્કિટેકટે તેના જીવનમાં ફક્ત સ્કેચ જ તૈયાર કરવાના હોય છે.
ડૉક્ટરે જીવનભર પોતાના દર્દીની છાતી પર સ્ટેથોસ્કોપ જ મૂકવાનો
હોય છે.
શિક્ષકે કાયમ દર વર્ષે પોતાના વર્ગમાં જઈને ફરીથી શરૂઆત કરવાની
હોય છે,' ન્યૂટનનો ગતિનો પહેલો સિદ્ધાંત છે...
રોટલી અને દાળ જિંદગીભર રસોડામાં જ બનાવવાનાં હોય છે...અને
બેટા, તારે આજીવન પ્રાણાયામ કરવાનું ચાલુ રાખવાનું છે.
અને છતાં કાર્યમાં એવી શક્તિ છે કે તે પ્રાર્થના બની શકે;
પ્રાર્થનામાં એવી શક્તિ છે કે તે ધ્યાન બની શકે; અને ધ્યાનમાં એવી
શક્તિ છે કે તમને ઈશ્વરની સાથે એકાકાર બનાવી શકે.
ઉચ્ચતર અને ગહનતમ સર્વસ્વમાં અનુભવી શકાય છે. તે બધું કાર્ય
કરતાં પણ તમારા કાર્યમાં તમે કેટલી ગુણવત્તા લાવો છો તેના પર
નિર્ભર છે.
તારે જે જોઈએ છે તે કોઈ નવી ક્ષિતિજ નથી, પરંતુ નવી દૃષ્ટિ છે,
પ્રવર્તમાન ક્ષિતિજને જોવા.

દરેક વસ્તુ માટે એક સ્થાન

દરેક વસ્તુ માટે એક સ્થાન અને દરેક વસ્તુ તેના સ્થાને. દરેક વસ્તુ માટે સમય અને દરેક વસ્તુ તેના સમયે. તેને કહેવાય વ્યવસ્થિત રહેવું. પહેલાં, નક્કી કરવાની ક્ષમતા અને પછી, નક્કી કરાયેલાને વળગી રહેવાની ઈચ્છા. એકવાર જ્યારે તમે તમારી આસપાસની બધી ચીજવસ્તુઓને ઠેકાણે રાખવાનો અને વ્યવસ્થિત જીવવાનો આનંદ અનુભવશો ત્યારે જ, તમને ખબર પડશે કે આપણે અવ્યવસ્થિત રહેવાની કેટલી ભારે કિંમત ચૂકવીએ છીએ. એકવાર તમે જીવનમાં વ્યવસ્થિત થઈ જશો ત્યાર બાદ તમે ક્યારેય ખોવાયેલા નહીં લાગો. વ્યવસ્થિત જીવનનો એક પ્રવાહ હોય છે.

ચિંતા સાથે માતા-પિતાએ વિદાય આપી. તેમની દીકરી આ વખતે પહેલી જ વાર એકલી જ મુસાફરી કરવાની હતી. તે ગોવામાં રહેતાં તેના દાદા-દાદી સાથે નાતાલ ઊજવવા જઈ રહી હતી. નતાશા માટે આ ઉત્તેજના હતી, સોળ વર્ષની ઉંમરે એકલાં ઊડવાની. તેના ‘ગોવા એકલા જવાના પ્રોજેક્ટ’ને તેનાં સગાંઓનું ધ્યાન મળી રહ્યું હતું અને તેને તે ગમ્યું. ખરેખર તો, તે પાડોશમાં તેના વિષે બહુ ડંફાસ મારી રહી હતી. દાદા-દાદી સાથે નાતાલ ઉજવણી નહીં, પણ વિમાનમાં એકલાં ઊડવાના સાહસે નતાશાને આ ટ્રીપ માટે પ્રોત્સાહિત કરી.

હાથમાં ‘29-B’ લખેલો બોર્ડિંગ પાસ લઈને, બબલગમ ચાવતી નતાશા વિમાનની બે હરોળ વચ્ચે ટીનેજરના એકાધિકાર એવા ઘમંડથી ચાલી. તે જાણતી હતી કે બધા વડીલોની જેમ તેનાં માતા-પિતાને પણ તે બબલગમનો ફુગ્ગો ફુલાવે તે નહોતું ગમતું અને એટલે જ તેને બબલગમ

ગમતી હતી. તેનાથી તે લોકોને અકળાવી શકતી હતી. તેનાથી જ તે હંમેશાં તેની ઇચ્છા મુજબ લોકોનું ધ્યાન પોતાની તરફ આકર્ષી શકતી. તેણે '29-A' સીટ લીધી અને મનોમન વિચારવા લાગી... જે કોઈ એ સીટ પર આવશે તેને તે પોતાની 'B' સીટ પર બેસવા વિનંતી કરશે જેથી તે બારીમાંથી નજારો માણી શકે. 'પણ જો તે વ્યક્તિ તોછડી હશે તો...ના મને નથી લાગતું... મારા જેવી ક્યુટ ટીનેજર સાથે તો નહીં જ...' તેનું મન જ જાણે અદાલત હતું. 'શું તે પેલો છોકરો હશે? શું આ સ્ત્રી હશે? ના ના...ક્યાંક આ માણસ ન હોય તો સારું...' હરોળમાંથી ચાલ્યા આવતા લોકો વિષે તેનું મન ધારણાઓ કરતું રહ્યું. આપણું મન કેટલું બિનજરૂરી કામ કરતું હોય છે, અને આપણને તેની ખબર પણ નથી હોતી કે તે કેટલું વધારે કામ કરતું રહે છે. 'આ સામેથી આવે છે તે કાકા જ હશે' નતાશાએ એક આધેડ ઉંમરના માણસને જોઈને વિચાર્યું. તે આધેડની આંખો ઓગણત્રીસ નંબરની સીટ પર કેન્દ્રિત થઈ. આવી મોટી ઉંમરની વ્યક્તિની પાસે બેસવા સામે પોતાનો અણગમો વ્યક્ત કરવા, તેણે તેની સામે જોઈને બબલગમનો ફુગ્ગો ફુલાવ્યો.

તે માણસે ઉપરના લોકરમાં પોતાનું લેપટોપ મૂક્યું, નતાશા સામે જોઈને સ્મિત કર્યું અને શાંતિથી '29-B'માં બેસી ગયો. વડીલ વર્તન - તેઓ બાળકો સાથે બારીવાળી સીટ માટે માથાકૂટ નથી કરતા હોતા - જો કે તે સામાન્ય વર્તન ન ગણાય. ભલેને તે ૯૦ મિનિટની ફ્લાઇટ હોય, તો પણ લોકો વિમાનમાં પોતાની સીટ માટે ઝઘડો કરતા હોય છે, જાણે કે તે તેમની માલિકીની હોય તેમ. થોડી જ મિનિટોમાં વિમાન આકાશમાં ઊડવા લાગ્યું. નતાશા વારાફરતી બારી બહારનાં દૃશ્યો અને સાથે બેઠેલી વ્યક્તિને જોઈ રહી.

બાળકને ચેન મહેસૂસ કરાવવા, તે વ્યક્તિએ તેની તરફ પોતાનો હાથ લંબાવી કહ્યું, "બહાદુર નાની છોકરી... શું તું એકલી જ મુસાફરી કરી રહી છે?"

"હું નતાશા," તેણે જવાબ આપ્યો. "તમારી વાત સાચી અને ખોટી એમ બંને છે. હું બહાદુર છું, પણ નાની નથી. હું સોળ વર્ષની છું." અવ્યક્ત હસી પડ્યો અને પછી તેને કહ્યું, "સૉરી બેટા. તો, એકલાં મુસાફરી કરવાનું કેવું લાગે છે?"

"એકદમ રોમાંચક છે," નતાશાએ જવાબ આપ્યો, "હું આ યાત્રાને એકલી માણી રહી છું. હું મારાં દાદા-દાદીના ઘરે જઈ રહી છું. તમે? તમે શા માટે ગોવા જઈ રહ્યા છો?"

અવ્યક્તે કહ્યું, "હું આર્કિટેક્ટ છું. હું મારા એક ગ્રાહક માટે ગોવામાં દરિયાકિનારે વિલા બનાવી રહ્યો છું. પ્રોજેક્ટ અંતિમ તબક્કાઓમાં છે અને હું તેનું ફાઈનલ ઇન્સ્પેક્શન કરવા જઈ રહ્યો છું. નતાશા, તું જીવનમાં શું બનવા ઈચ્છે છે?"

એ દરમિયાન વિમાનમાં નાસ્તાનો સમય થયો હતો તેથી એરહોસ્ટેસે ખલેલ પાડી, "વેજીટેરિયન કે નોન-વેજીટેરિયન?" નતાશાએ કહ્યું, "નોન-વેજીટેરિયન." અવ્યક્તનો જવાબ હતો, "વેજીટેરિયન." નતાશાએ મુખમાંથી ટીશ્યૂ પેપરમાં બબલગમ બહાર કાઢી. થોડીવાર સુધી બંને નાસ્તો કરતાં રહ્યાં. નતાશાએ જવાબ ન આપ્યો હોવાથી અવ્યક્તે માની લીધું કે આ નાની છોકરીને પોતાની કંપની નહીં ગમી હોય અથવા તો ચર્ચાનો વિષય નહીં ગમ્યો હોય. તેથી, તેણે તેને તેની રીતે રહેવા દેવાનું યોગ્ય માન્યું. ફરી, આ સરળ છતાં વડીલ-વર્તન હતું.

નતાશાએ મૌન તોડ્યું. "મને સુંદર મકાનો બહુ ગમે છે. શું સારાં અને અલગ મકાનો બનાવવાં એ જ તમારું મુખ્ય કામ છે?"

અવ્યક્તે પોતાના લેમન જ્યુસનો ઘૂંટડો ભરતાં નતાશા સામે જોઈને કહ્યું, મારું કામ ત્રણ પ્રકારનું છે, પહેલાં સ્થાન નક્કી કરવું; બીજું, મકાનને અંદરથી અને બહારથી સુશોભિત કરવા પર ધ્યાન આપવું; અને ત્રીજું કામ, પહેલું અને બીજું, બંને કામ કાર્યક્ષમ રીતે થાય તેનું માર્ગદર્શન આપવું. તારા જેવી, ઉઘાડી આંખ માટે, ઉત્તેજના હોય છે, અંદરના

અને બહારના સુશોભનની... દેખાવ, બાહ્ય દેખાવ. પ્રોજેક્ટનો અમલ કરવા ટેક્નિકલ બાબતોમાં આર્કિટેક્ટ જે પ્રોજેક્ટને અમલમાં મૂકી રહ્યા છે તેને કેટલી સહાય કરે છે તેના આધારે, એક આર્કિટેક્ટ તે પ્રોજેક્ટ પર કામ કરવાવાળાઓ માટે આશીર્વાદ કે અભિશાપ હોય છે. વ્યક્તિગતપણે, કોઈ આર્કિટેક્ટની મહાનતા સ્થાનોને વ્યાખ્યાયિત કરવાની તેની ક્ષમતામાં રહેલી છે. તને મારી વાત સમજાય છે?"

"ના," નતાશાએ ભારપૂર્વક કહ્યું. "તે રસપ્રદ છે, પણ તમે જે કહો છો તે મને બહુ સમજાતું નથી. સ્થાનોને વ્યાખ્યાયિત કરવાં એટલે શું? જો તમને એમ લાગતું હોય કે મને તે નહીં સમજાય, તો એ વાત રહેવા દો. હું જ્યારે તે તબક્કે પહોંચીશ ત્યારે કદાચ એ મને સમજાશે. ગમે તેમ, મારે આર્કિટેક્ટ બનવું કે નહીં તે વિષે પણ હું નિશ્ચિત નથી."

"સારું, હું પ્રયત્ન કરું કે તું સમજી શકે તે રીતે હું આને સમજાવું," અવ્યક્તે કહ્યું. સાંભળનાર વ્યક્તિ સહેલાઈથી સમજી શકે તે સ્તરે વાત કરવી...ફરીથી વડીલ-વર્તન.

અવ્યક્તે કહ્યું, "સરળ શબ્દોમાં કહેવું હોય તો, સ્થાનની વ્યાખ્યા છે: 'દરેક વસ્તુ માટે એક સ્થાન અને દરેક વસ્તુ તેના સ્થાને.' દાખલા તરીકે, આ નાસ્તાની ટ્રે. મેઈન કોર્સ માટે જગ્યા અને મેઈન કોર્સ તેની જગ્યાએ; બ્રેડ માટે એક જગ્યા અને બ્રેડ તેની જગ્યાએ; બટર માટે જગ્યા, જામ માટે જગ્યા, જ્યુસ માટે જગ્યા અને પાણી માટે જગ્યા...અને બધું તેની જગ્યાએ. જો તે બીજી કોઈ જગ્યાએ રાખવામાં આવ્યું હોત, આ ટ્રેમાં તું બધું જ રાખી ન શકી હોત."

અવ્યક્તે ખિસ્સામાંથી પોતાનું પાકીટ કાઢ્યું. "આ જો," નતાશાને પોતાનું પાકીટ બતાવતાં તેણે કહ્યું, "નોટ્સ રાખવાની જગ્યા, સિક્કા રાખવાની જગ્યા, ક્રેડિટ કાર્ડ રાખવાની જગ્યા, બિઝનેસ કાર્ડ રાખવાની જગ્યા...દરેક વસ્તુ માટે સ્થાન અને દરેક વસ્તુ તેના સ્થાને. આ મુદ્દો છે સારામાં સારી રીતે ગોઠવણી કરવાનો."

રસની પુષ્ટિ કરતી અને સમજણને પ્રદર્શિત કરતી તેની આંખો સામે જોઈ, અવ્યક્તે કહ્યું, "નતાશા, તેથી જો મારે તારા માટે ઘર બનાવવું હોય તો, મારી સહુથી મહત્ત્વની જવાબદારી તારી બધી જરૂરિયાતો અને મહત્ત્વની બાબતોનું ધ્યાન રાખવું, અને તે હેતુને સિદ્ધ કરવા ઉપલબ્ધ જગ્યાની અંદર હું કેવી રીતે સ્થાનોને વ્યાખ્યાયિત કરી શકું તે છે... દરેક વસ્તુ માટે સ્થાન અને દરેક વસ્તુ તેના સ્થાને."

નતાશાએ જવાબ આપ્યો, "છટ્, કાશ કે મારા પપ્પાએ અમારું ઘર બનાવતી વખતે તમને રાખ્યા હોત ! મારા ઘરમાં બધી વસ્તુઓ આડીઅવળી પડી હોય છે. મારા ઘરમાં કોઈપણ વસ્તુ માટે પૂરતી જગ્યા નથી અને તે હંમેશાં અસ્તવ્યસ્ત લાગે છે. હું મારા પપ્પાને મોટું ઘર લેવાનું કહેતી રહું છું પણ તેઓ મારી વાત સાંભળતા નથી."

અવ્યક્તે ઉમેર્યું, "મોટું ઘર જ ઉપાય હોય તે જરૂરી નથી. આ નાસ્તા માટે મોટી ટ્રે હોય તે ઉપાય જરૂરી નથી; ખરેખર, તો આટલી સાંકડી જગ્યામાં મોટી ટ્રે સમસ્યા બની જાય. હું તને તારી રજા પૂરી થાય અને ઘરે પાછી જાય ત્યારે તારી જીવનશૈલીમાં એક સરળ ફેરફાર કરવાનું સૂચન કરું છું. તું જોઈશ કે તે તારું જીવન કેટલું બદલી શકે છે. નક્કી કર કે તારે તારા સેન્ડલ ક્યાં રાખવા છે. નક્કી કર અને ધ્યાન રાખ કે કોઈ પણ સંજોગોમાં, તું તારા સેન્ડલ ઉતારીને બીજે ક્યાંય ન મૂકે. ડ્રેસિંગ ટેબલમાં કાંસકો, પાવડર, હેરબેન્ડ, ડીઓડરન્ટ્સ વગેરે... માટે જુદી જગ્યા નક્કી કરી લે. જેટલી જગ્યા હોય તેટલી જગ્યામાં, બધી વસ્તુઓ માટે જગ્યા નક્કી કરી લે અને ધ્યાન રાખ કે તું બધું તેની જગ્યાએ જ મૂકે છે. એક છાજલી જ હોય તો પણ, તારો વોર્ડરોબ નક્કી કર; તારા સ્કૂલ યુનિફોર્મ માટે, કેઝ્યુઅલ માટે, રોજનાં કપડાં વગેરે માટે...તારી સ્કૂલ બેગમાં પણ પુસ્તકો, નોટબુક, પેન વગેરે... માટે જગ્યા નક્કી કરી લે. તારા કમ્પ્યુટરમાં ફોલ્ડર્સ ફરીથી ગોઠવ...તારા ફોલ્ડર્સ માટે સ્પષ્ટ અને તરત જ સમજાઈ જાય તેવાં નામોનો ઉપયોગ કર અને તારી બધી ફાઈલ્સ તે જ નક્કી કરેલા ફોલ્ડરમાં રાખ. તારા બાથરૂમની શેલ્ફ પરથી તું ટૂથબ્રશ અને ટૂથપેસ્ટ લઈ શકતી હોવી જોઈએ, તારી આંખો બંધ હોય તો પણ.

જો ઘરમાં વીજળી ગુલ થઈ જાય તો પણ, રૂમની જમણી બાજુની શેલ્ફ પરથી તું ટીશ્યુસ લઈ શકતી હોવી જોઈએ. રૂમની ડાબી તરફ રાખેલી કચરાટોપલીમાં, તું આંખો બંધ કરીને પણ કાગળનો ડૂચો ફેંકી શકતી હોવી જોઈએ. તારી સાઇકલની ચાવી ક્યાં રાખવી એ તેં નક્કી કર્યું છે; ત્યાં જ તારે તે રાખવાની. રોજ સવારે ચાવી શોધવાનું નાટક હવે નહીં. તારી ગણિતની નોટબુક શોધવા માટે હવે ઘરમાં વધારે કકળાટ નહીં. દરેક વસ્તુ માટે એક સ્થાન અને દરેક વસ્તુ તેના સ્થાને. નતાશા, એકવાર જ્યારે તું તારી આસપાસની બધી ચીજવસ્તુઓને વ્યવસ્થિત રાખવાનો અને વ્યવસ્થિત જીવવાનો આનંદ અનુભવીશ, ત્યારે તને સમજાશે કે આપણે અવ્યવસ્થિત રહેવાની કેટલી ભારે કિંમત ચૂકવીએ છીએ. એકવાર તું તારા જીવનમાં વ્યવસ્થિત થઈ જઈશ તો, તું ક્યારેય ખોવાયેલી નહીં લાગે. વ્યવસ્થિત જીવનનો એક પ્રવાહ હોય છે. અવ્યવસ્થિત લોકો હંમેશાં ખોવાયેલા દેખાતા હોય છે, અને તેમની દરેક વસ્તુ ખોવાઈ જ જાય છે. મારા જેવો આર્કિટેક્ટ દરેક વસ્તુનું સ્થાન નક્કી કરી શકે, પણ તારા ઘરમાં તો તારે જ દરેક વસ્તુને તેની જગ્યાએ રાખવી પડશે. આમ, આ બધું છેવટે વ્યવસ્થિત રહેવા પર આવીને ઊભું રહે છે."

એરહોસ્ટેસ ખાલી ટ્રે લઈ જતી હતી ત્યારે નતાશાએ અવ્યક્તને કહ્યું, "તમે મને ઘણાં વર્ષોથી ઓળખતા હો તે રીતે વાત કરો છો. સાચે, મારા જીવનમાં અત્યારે શું થઈ રહ્યું છે, ખાસ કરીને સાઇકલની ચાવીઓની રોજની રામાયણ, વિષેનું સચોટ અનુમાન તમે કરી શકો છો તેમ લાગે છે. પણ મિ. અવ્યક્ત, હું તમને કહી શકું કે મારે વ્યવસ્થિત થવું જોઈએ એ બાબતમાં તમે મારામાં ખાસ રસ જગાડ્યો છે."

અવ્યક્તે ઉમેર્યું, "નતાશા, આ બધું ફક્ત સ્થાનને જ નહીં, પણ સમયને પણ એટલું જ લાગુ પડે છે. વ્યવસ્થિત થવાનો અર્થ એ જ છે કે તમે દરેક કામ માટે સમય નક્કી કરો અને એ કામ નક્કી કરેલા સમયમાં જ કરો. કસરત કરવા માટેનો સમય, ભણવાનો સમય, મિત્રો માટેનો સમય, કુટુંબ માટેનો સમય, રમવા માટેનો સમય, ટીવી જોવાનો સમય અને સૂવા તથા ઊઠવાનો સમય... દરેક કામ માટે સમય, અને દરેક

કામ તે સમયમાં જ. આથી સમય ઓછો બગડશે, સમયનો વધારે સારો ઉપયોગ થશે, આપણને મળતા મર્યાદિત સમયમાં, ઘણુંબધું સિદ્ધ કરી શકાશે. નતાશા, હું આ જ સમજણ શક્ય એટલા તમામ સંસાધનોમાં અજમાવું છું. વ્યવસ્થિત થવું એટલેઃ પહેલું, નક્કી કરવાની ક્ષમતા અને પછી, નક્કી કરાયેલાને વળગી રહેવાની સંકલ્પશક્તિ. એક વ્યવસ્થિત વ્યક્તિ પોતે જ પોતાનો આર્કિટેક્ટ હોય છે, અને આપણને ઉપલબ્ધ પ્રત્યેક સામગ્રી - સ્થાન, સમય, પૈસા, વગેરે...માટે આપણે જ આપણા આર્કિટેક્ટ બનવું જોઈએ."

વિમાને ઉતરાણ શરૂ કર્યું. નતાશાએ એક બીજી બબલગમ મુખમાં સરકાવી, પોતાનો સીટબેલ્ટ બાંધ્યો અને તેણે પોતાની આંખો બંધ કરી લીધી. અવ્યક્તે પણ પોતાની આંખો બંધ કરી. થોડી મિનિટો પછી નતાશાના અવાજે અવ્યક્તની આંખો ખોલાવી. "જ્યારે તમે હમણાં મને જે કાંઈ કહ્યું તે મને સમજાતું જાય છે, ત્યારે મને લાગે છે કે મારા પર અસર કરવા મારે તમારો આભાર માનવો જોઈએ. તમે સહેલાઈથી મારા તરફ બેધ્યાન રહી તમારી પોતાની જગ્યામાં મુસાફરી કરી શક્યા હોત. આ નાની છોકરીને આદરનો અનુભવ કરાવવાની આવી કોશિશ તથા પ્રયત્ન માટે તમારો આભાર. કદાચ, એ મહાન આર્કિટેક્ટ, ઈશ્વરે, જ એવું નક્કી કર્યું હોય કે આજે હું ૨૯-છ અને તમે ૨૯-માં બેસીને એક સાથે મુસાફરી કરીએ અને તેમાંથી મને લાભ મળે. હું તમારા શબ્દોને વ્યર્થ નહીં જવા દઉં. હું હજી પણ નિશ્ચિત નથી કે મારે પ્રોફેશનલ આર્કિટેક્ટ બનવું છે કે નહીં, છતાં હું મારા જીવનની આર્કિટેક્ટ તો ચોક્કસ બનીશ. હું એક સુવ્યવસ્થિત જીવન જીવીશ."

"મને પણ તારી સાથે મુસાફરી કરવાની મજા આવી. ગોડ બ્લેસ યુ! તું જે કાંઈ કરવા ઇચ્છે તેમાં, તને અધિકતમ અને અધિકતરની શુભેચ્છા... શું તું મને એક બબલગમ આપશે?" અવ્યક્તે નતાશા પાસેથી એક બબલગમ લીધી અને પોતાના મોઢામાં મૂકી. તેણે બબલગમ ફુલાવવાની કોશિશ કરી, પણ તે કોશિશ સફળ ન થઈ. તે થોડો મૂંઝાયો, જ્યારે નતાશાએ સ્મિત કર્યું જેણે પહેલેથી જ સુંદર એવી છોકરીને વધારે સુંદર

બનાવી. વડીલો જ્યારે બાળકોને ગમતું કાંઈ કરે તેથી તેમને આનંદ થાય છે. અવ્યક્તે તરફથી ફરીવાર વડીલ-વર્તન કર્યું...તેને કાંઈ પોતાના મોઢામાં મૂકવા બબલગમ નહોતી જોઈતી; તેને ખરેખર જે જોઈતું હતું તે હતું નતાશાના ચહેરા પર સ્મિત.

દરેક કામ માટે સમય, અને દરેક કામ તે જ સમયમાં.
પછી, સમય ઓછો બગડશે, જીવનનું સારું સંતુલન થશે,
બીજું ઘણુંબધું સિદ્ધ કરી શકાશે. વ્યવસ્થિત થવું તે
વ્યાખ્યા કરવાની ક્ષમતા, અને પછી વ્યાખ્યાયિત કરેલાને
વળગી રહેવાના સંકલ્પ વિષે છે. એક વ્યવસ્થિત વ્યક્તિ
પોતે જ પોતાનો આર્કિટેક્ટ હોય છે, અને આપણને
ઉપલબ્ધ પ્રત્યેક સામગ્રી - સ્થાન, સમય, પૈસા વગેરે...
માટે આપણે આપણા પોતાના જ આર્કિટેક્ટ બની શકીએ.

ઓછું તેને દીર્ઘ બનાવશે

તમે કહો છો, “મને ખાવું ગમે છે.” એટલા માટે જ, ઓછું ખાઓ. ખાવા માટે તમે સારું એવું લાબું જીવશો. તમે કહો છો, “મને ઊંઘવું ગમે છે.” એટલા માટે જ ઓછું ઊંઘો. ઊંઘવા માટે તમે સારું એવું લાબું જીવશો. તમે કહો છો, “હું તને બહુ પ્રેમ કરું છું.” એટલા માટે જ તેને જગ્યા આપો. તો જ એ સંબંધ સમયની કસોટી પર ખરો ઊતરશે. તમે કહો છો, “હું ટોચ પર પહોંચવા ઇચ્છું છું.” એટલા માટે જ, નીચે પાયો તૈયાર કરવા પૂરતા સમયનું રોકાણ કરો. પછી તે પાયો તમને ટોચ પર ટકાવી શકશે. ઓછું તેને સુદીર્ઘ બનાવશે. વધારે તેને સંક્ષિપ્ત કરશે.

ગમે તેટલી મુશ્કેલીઓ હોવા છતાં

ધરતી માતા ક્યારેય કોઈપણ બીજ પ્રત્યે ઉદાર નથી હોતી. તે કોઈપણ બીજના અંકુરણની પ્રક્રિયાને ક્યારેય સરળ નથી બનાવતી. ખરેખર, તે દરેક બીજની વિરુદ્ધ ઊભી હોય છે. બીજે ધરતીમાંથી ઊગવા અને બહાર આવવા ધરતીની તમામ શક્તિઓ વિરુદ્ધ લડવું પડે છે. આ જ રીતે, બધા મહાન માણસો પહેલાં સામાન્ય માણસો જ હતા જેમને સંજોગોએ મહાન પડકારો ઝીલવા માટે મજબૂર કર્યા. ઈતિહાસ એવા ઘણા સામાન્ય માણસોથી ભરેલો છે જેમણે તેમના નિયંત્રણની બહારનાં પરિબળોને જીત્યા અને જેઓ ચેમ્પિયંસ તરીકે બહાર આવ્યા.

જ્યાં સુધી નજર જઈ શકે ત્યાં સુધી, છેક પર્વતો સુધી હરિયાળી દૂર ફેલાયેલી હતી. તાજી હવા ઉપચારક અને આરોગ્યકર હતી. શહેરી સંસ્કૃતિના અતિક્રમણ અને સ્પર્શ વિનાના નિવાસોવાળું, તે નાનું ગામ હતું. એ એટલું નાનું ગામ હતું કે કોલંબસ જેવા શોધકોની નજરે પણ ચડે એમ નહોતું. "હું જ્યારથી અહીં આવ્યો છું ત્યારથી હું આશ્વસ્ત છું કે સ્વર્ગ આ ક્ષિતિજોની પાર નહીં હોય," અવ્યક્તે તેના પુત્રને લખ્યું.

દશકાઓ સુધીની સતત સેવા પછી, અચાનક એક સવારે તેને થયું કે તે તો જાણે સાર્વજનિક સંપત્તિ બની ગયો છે. દરેક વ્યક્તિ તેનો સમય માગતી હતી અને તે હંમેશાં બીજાના ભલા માટે ખુશીથી સમય આપવા ઈચ્છતો હતો. સ્પાઈડરમેન-૨ માં ઝિલાયેલી માન્યતાને તે પણ માનતોઃ "બુદ્ધિ" કોઈ વિશેષાધિકાર નથી પણ એક ભેટ છે. તેનો ઉપયોગ માનવજાતના કલ્યાણ માટે કરવો જોઈએ." અવ્યક્તને સમજાયું, પ્રત્યેક માટે ઉપલબ્ધ

રહેવાની પ્રક્રિયામાં, તે પોતાના માટે ઉપલબ્ધ નહોતો રહ્યો. તેને પોતાની સાથે રહેવાની અવર્ણનીય તલપ જાગી. તેથી તેણે અમુક સમય સુધી રજા લઈ આરામ લેવાનું નક્કી કર્યું. તેણે બધી વસ્તુઓ અને લોકોથી એક વર્ષ સુધી દુનિયાથી અલગ રહેવાનું નક્કી કર્યું. તેણે પશ્ચિમ ઘાટના પર્વતોમાં એક ગામ શોધી કાઢ્યું અને તેણે તેનું સ્થાન બદલ્યું. પુસ્તકો ભરેલાં એક બોક્સ અને એક બેગમાં કપડાં સાથે, અવ્યક્ત આ પ્રદેશમાં આવી ગયો જ્યાં વસ્તી ઓછી અને પ્રકૃતિ વધારે હતી.

અગિયાર મહિનાના આરામ પછી, અવ્યક્ત લોકો વચ્ચે પાછા જવા અને બીજાના કલ્યાણ માટે પોતાની બુદ્ધિનું રોકાણ કરવા તૈયાર હતો. કારણ કે તેને માટે તેના પુત્રનું મહત્ત્વ ખૂબ હતું, તેણે વિચાર્યું કે આ સ્વર્ગીય સ્થળની શાંતિનો અનુભવ તેના પુત્રે પણ લેવો જોઈએ. તેણે પોતાના પુત્રને પોતાની સાથે એ ગામમાં એક અઠવાડિયું રહેવા માટે આમંત્રણ આપ્યું. ત્યાર બાદ બંને સાથે ઘરે પાછા ફરી શકે.

અવ્યક્તના સ્વર્ગથી લગભગ ત્રણેક કિલોમીટર દૂર, પાસેના કોઈ એક ગામમાંથી બસ પસાર થતી હતી. તેના પુત્રની રાહ જોતો, અવ્યક્ત બસ સ્ટોપ પાસે ઊભો રહ્યો. બસ દેખાતાં જ અવ્યક્તની આંખો ભીની થઈ ગઈ અને તેનું હૃદય તેના પુત્રને ભેટી પડવા તલપાપડ થવા લાગ્યું.

જેવો તેનો પુત્ર બસમાંથી નીચે ઊતર્યો કે, તે કિશોરે એક નાના બાળકની જેમ પોતાની બેગ જમીન પર છોડી દીધી, અને કૂદકો મારીને તેના પપ્પાને ચુસ્ત રીતે વળગી પડ્યો. એ બંને માટે સમય થંભી ગયો. અને બંને એકબીજાના આલિંગનમાં એ રીતે ખોવાયા હતા કે તેમના માટે અન્ય કોઈ વિશ્વનું અસ્તિત્વ નહોતું. ત્યારબાદ તેમણે અવ્યક્તના સ્વર્ગ તરફ લાંબી સહેલ શરૂ કરી. અવ્યક્તનો પુત્ર રસ્તામાં એકધારું બોલતો રહ્યો, તેની પાસે કહેવા માટે ઘણુંબધું હતું.

તેઓ ભાગ્યે જ એકાદ કિલોમીટર ચાલ્યા હશે ત્યાં તેનો પુત્ર આટલા લાંબા વોક વિષે ફરિયાદ કરવા લાગ્યો. અવ્યક્ત હસ્યો અને કહ્યું, "તું કમાલ

છે. ટ્રેડમિલ પર તું ૬૦ મિનિટ સુધી મહેનત કરે છે, ચાલ ચાલ જ કરે છે અને તોયે ક્યાંય પહોંચતો નથી, અને તેમ છતાં તું એને માટે ઉત્સાહિત હોય છે. ટ્રેડમિલ સિવાય, પાર્કિંગ લોટથી શોપિંગ મોલ સુધીના થોડા મીટરના વોકમાં ખોટી કચકચ કરે છે. તારી ચારે તરફ પથરાયેલાં આ સુંદર દૃશ્યોને તો જો અને તારા દરેક પગલાંની ઉજવણી કર! તું ફરીવાર તારા પપ્પા સાથે છે એ હકીકતને વહાલ કર અને તું જે હવા શ્વાસમાં લઈ રહ્યો છે તેની શુદ્ધતાની કદર કર. કપાળ પર કરચલીને બદલે હોઠ પર સ્મિત લાવ. ચાલ, મારા દીકરા! મારી સાથે શરત લગાવ."

અવ્યક્તના પુત્રે તેની સામે જોઈ હસીને કહ્યું, "તમે જાણો છો અમે તમને આટલા બધા યાદ કેમ કરીએ છીએ?. તમે બધું સહેલું લાગે તેવું બનાવી દો છો. તમારી હાજરીમાં, જીવન સરળ અને સહજ છે. તમારા વગર, જીવન ખરેખર એક સમસ્યા છે. તમારી ગેરહાજરીમાં જીવને મારી સાથે કેવી રીતે વ્યવહાર કર્યો તે હું તમને નથી કહી શકતો."

અવ્યક્તે પુત્રને કાંઈ ન કહીને મૌન રહેવાનું પસંદ કર્યું અને બંને ચાલતાં ચાલતાં અવ્યક્તના નાનકડા નિવાસ સુધી આવ્યા. પછી રાત્રે, ભવ્ય ચંદ્ર અને તેના ઝગમગતા અગણિત મિત્રોની પૃષ્ઠભૂમિમાં, તાપણા સામે બેઠેલા, અવ્યક્તે તેના પુત્રને તેની કથિત મુશ્કેલીઓ અને તે ક્રૂરતા કે જેની સાથે જીવને તેની સાથે વ્યવહાર કર્યો હતો તેના વિષે પૂછ્યું, "શું તેં ધરતીકંપ, વાવાઝોડાં, ધસમસતાં પૂરનો, રમખાણોનો, પ્રાણઘાતક બીમારીનો, લકવો થઈ જાય તેવા અકસ્માતનો, કે એવો કોઈ અનુભવ કર્યો? કેવા પ્રકારની સમસ્યાઓ, બેટા?" અવ્યક્તે કટાક્ષમાં પૂછ્યું.

પપ્પા તેને કટાક્ષમાં પૂછે છે એ સમજી જતા અવ્યક્તના પુત્રે તેની સામે તાકીને જોયું અને પછી તાપણામાં સળગતી જ્વાળા સામે નજર ફેરવી લીધી. અવ્યક્તે આગળ કહ્યું, "આપણે લાંબા સમય પછી મળીએ છીએ તેથી હું તને ન ગમે તેવું કાંઈ કહેવા નથી ઇચ્છતો. પરંતુ હું એટલી અપેક્ષા તો જરૂર રાખું કે મારો દીકરો વધારે પરિપક્વતા સાથે જીવે. તારી અનુમતિ સાથે, હું મારા અમુક વિચારોને શેર કરવા ઇચ્છું છું."

આ એવી વિશિષ્ટ પરિસ્થિતિ હતી કે જ્યારે કોઈનો અહમ્ કાંઈ પણ સાંભળવા તૈયાર ન થાય, પણ છેવટે ઉત્સુકતાનો વિજય થયો...તેના પુત્રે સંમતિમાં માથું હલાવ્યું. અવ્યક્તે પોતાની ખુરશી તેની વધારે નજીક લાવતાં કહ્યું, " માનવીનો અહમ્ જીવનની સમસ્યાઓ વિષે તેણે સર્જેલી પરીકથાઓ પર ધબકે છે. આપણો અહમ્ આપણને જે પણ કંઈ મનાવે, તો પણ આપણી મોટાભાગની સમસ્યાઓ વૈકલ્પિક છે. આપણે જેને સમસ્યાઓ માનીએ છીએ, નાની કે મોટી, તે હકીકતમાં જાતે ઊભી કરેલી હોય છે. તમારાં ડેશબોર્ડ પર તમે જરા સરખી લાલ લાઈટ ઝબૂકતી જુઓ કે તરત જ તમે મુશ્કેલી પસંદ કરો છે, પણ કારને ઓઈલ બદલાવવા લઈ જવાનું ટાળો છો. પીક-અવર ટ્રાફિકમાં તમારી કાર રસ્તાની વચ્ચે બંધ પડી જાય ત્યારે તમે બહુ અકળાઈ જાઓ છો, પરંતુ તેનાથી એ હકીકતમાં કોઈ ફેર નથી પડતો કે અત્યારે તમને જે મુશ્કેલી પડી રહી છે તે તમે ઊભી કરેલી છે. ગજા બહારના પૈસા વાપરતી, ક્રેડિટ કાર્ડનો વધારે ઉપયોગ કરતી વખતે, તમે તમારા માટે ભવિષ્યની સમસ્યા સર્જો છો. આપણે જાણીએ છીએ કે જીવનમાં જ્યારે આપણે અત્યંત અગત્યના સંબંધોને સીંચવાનું વારંવાર મુલતવી રાખીએ ત્યારે, ધીરે ધીરે ગુસ્સો અથવા છૂટા પડવાની સમસ્યાઓ પણ ઊભી થશે. રોજેરોજ અશાંત અને બિનજરૂરી સમસ્યાઓ ઊભી કરતી નાનીઅમથી મુશ્કેલીઓ અને અગવડતાઓને વિકસવાની આપણે અનુમતિ આપીએ છીએ."

હવે તેની સામે જોઈ રહેલા અને આંખમાં આંખ નાખીને વાત કરવાનું અવગણવા તાપણા સામે જોવાનો ડોળ નહીં કરી રહેલા પુત્રને, અવ્યક્તે કહ્યું, "એ વાત સાચી છે કે પ્રાકૃતિક આફતો કે અણધારી જીવલેણ બીમારી વ્યક્તિના નિયંત્રણની બહાર છે, પરંતુ એ સિવાયની મોટા ભાગની મુશ્કેલીઓ જાતે જ ઊભી કરી હોય છે. આજે આપણે જે દાવાનળનો સામનો કરીએ છીએ, તે નાનો તણખો છે, જેને ગઈકાલે આપણે અવગણ્યો હતો. મોટાભાગની આજની મુશ્કેલીઓ ગઈકાલે આપણે અવગણેલા પડકારો જ હોય છે."

"મારા દીકરા," અવ્યક્તે કહ્યું, "જો તારે તારા જીવનને ભવ્ય ઊંચાઈઓ

પર લઈ જવું હોય તો, તારે મોટા પડકારોનો સામનો કરવા માટે તૈયાર રહેવું જ પડશે. જો તારે મોટા લક્ષ્ય બનાવવા હોય અને મોટા પડકારોનો સામનો કરવા તૈયાર થવું હોય તો, તારે રોજિંદી ક્ષુલ્લક, મુશ્કેલીઓથી છુટકારો મેળવવો પડશે. રોજની ક્ષુલ્લકતાઓ તારી શક્તિ છીનવી લે છે. જીવનશૈલીમાં થોડી સુસંગતતા, નિયમિતતા, અને થોડા પદ્ધતિસર જીવનથી, મોટાભાગની આ આદતી મુશ્કેલીઓને નિવારી શકાય છે."

અવ્યક્તનો પુત્ર ખુરશીમાંથી ઊભો થયો અને પપ્પાના પગને અઢેલીને નીચે જમીન પર બેઠો. તેણે તેને તેના પિતાની વધારે નિકટ હોવાનો અનુભવ કરાવ્યો. "પપ્પા, તમારી વાત સાંભળવી એ જ મારા માટે પૂરતું છે. મારે કાંઈ ખાવું પણ નથી પડતું; હું મારી દુનિયા ભૂલી જાઉં છું." અવ્યક્તે પુત્રને આશ્લેષમાં લઈ પોતાની વાત ચાલુ રાખી.

"પહેલાં, તો તું 'સમસ્યા' શબ્દનો જે સ્વતંત્રતાથી ઉપયોગ કરે છે તે છોડી દે. સમસ્યા અને પડકાર વચ્ચેના આસમાન-જમીનના અંતરને સમજ. જો મારે ગાઢ જંગલમાં સિંહનો સામનો નિઃશસ્ત્ર કરવાનો હોય તો, મારે સમસ્યા છે. પણ, જો મારી પાસે મશીનગન હોય, તો પછી તે સિંહની સમસ્યા છે. મારા માટે યોગ્ય સમયે ગોળી મારવી તે માત્ર એક પડકાર છે. તો યાદ રાખ, જો મારી પાસે જે સાધનો હોય તેના કરતાં જે પરિસ્થિતિનો હું સામનો કરું તે ગંભીર હોય, તો તેને સમસ્યા કહી શકાય. પરંતુ, જો મારી પાસે સામે આવેલી પરિસ્થિતિ કરતાં સાધનો વધારે હોય ત્યારે, તે ફક્ત એક પડકાર છે. મારે કેવળ પરિસ્થિતિમાંથી બહાર નીકળવા એ સાધનોનું યોગ્ય સંચાલન જ કરવાનું રહે છે. મોટે ભાગે, માણસ જીવનને સમસ્યા તરીકે જુએ છે, કારણ કે પરિસ્થિતિને વશમાં કરવા તેની પાસે જે સાધનો છે તેને તે જોતો જ નથી. મનુષ્યની દુર્દશા એ છે કે આપણે આપણી સમસ્યાઓનું મૂલ્ય વધારે આંકીએ છીએ અને તેમને પરાસ્ત કરી શકવાની આપણી શક્તિને ઓછી આંકીએ છીએ."

પાણી પીવાને બહાને, અવ્યક્તે પોતાના પુત્રને થોડો સમય તાપણા પાસે એકલો રહેવા દીધો. તે ઇચ્છતો હતો કે તેણે જે સાંભળ્યું એના પર તે

ચિંતન કરે. શબ્દો જ્ઞાન આપે છે, પરંતુ મૌન અને ચિંતનની ક્ષણોમાં જ તેઓ ડહાપણમાં પરિવર્તિત થાય છે. જો માહિતી વ્યક્તિનું રૂપાંતર ન કરે તો, તે માનસિક કચરાથી વિશેષ કશું જ નથી.

અવ્યક્ત પાછો આવ્યો ત્યારે, તે તેના પુત્ર માટે પાણીની બોટલ લેતો આવ્યો. જેમ ધંધામાં અનપેક્ષિત સેવાની પહેલ ગ્રાહકોની વફાદારી ઊભી કરે છે, તેમ સ્નેહનું પ્રત્યેક અનપેક્ષિત પ્રદર્શન વ્યક્તિગત સંબધોમાં સ્નેહસૂત્રને વધારે દઢ બનાવે છે. હૂંફસભર 'લવ યુ, ડેડ', સાથે અવ્યક્તના પુત્રે પાણીના થોડા ઘૂંટડા ભર્યા.

અવ્યક્તે ઉમેર્યું, "જીવનના પડકારો તને રૂંધવા માટે નથી. હકીકતમાં, તો પડકારો તમારી સેવા કરે છે અને તમે શું છો એ શોધવામાં તમને મદદ કરે છે. પડકારો ખરેખર તમારા પર ઉપકાર કરે છે; કારણ કે, જ્યારે તેમને જીતી લેવાય છે ત્યારે, તે તમને મોટા પડકારોનો પ્રયત્ન કરવા મદદ કરે છે અને પરિણામે તમને વધારે વિકાસ આપે છે. એક બાળક તરીકે, જ્યારે તું ભાંખોડિયા ભરતો, ત્યારે તારી માતા એક રમકડાને તારાથી થોડે દૂર મૂકતી અને તને ત્યાં સુધી પહોંચવાનો પડકાર આપતી. દરેક વખતે તું રમકડાં પર હાથ મૂકવાની તૈયારીમાં જ હોય, અને તે તેને ફરીવાર થોડું વધારે દૂર મૂકી દેતી. તારા વિકાસમાં પ્રેરકની ભૂમિકા કરવી, શું તે નિર્દયતા હતી કે સ્નેહ? જ્યારે તેં પ્રથમ નાનાં નાનાં પગલાં ભર્યાં, ત્યારે તારી માતા હંમેશાં તારાથી થોડે દૂર ઊભી રહેતી અને તને પોતાના સુધી પહોંચવાનો પડકાર આપતી. એ સાચું, ક્યારેક તું પડી જતો અને તને વાગતું, પરંતુ તે તો તારા ઉછેરની પ્રક્રિયાનો એક ભાગ જ નહતો? તે જ રીતે, અસ્તિત્વ હંમેશાં પોતાના શ્રેષ્ઠ સર્જન - માણસને પડકારે છે, કે જેથી તેને ખ્યાલ આવે કે તે કઈ ધાતુનો બનેલો છે."

અચાનક પવન પડી ગયો, આજુબાજુના વૃક્ષોએ જાણે અવ્યક્તની વાત સાંભળવા પવનને ચૂપ રહેવા કહ્યું હોય તેમ. હવા ન હોવાથી તાપણાની સ્થિર જ્વાળા વધારે સુંદર લાગી. આ ઘટનાથી ચંદ્ર કેમ શરમાઈ ગયો તે તો કોઈ કવિની કલ્પનાની પણ બહાર હતું, કારણ કે તેણે પોતાનું મુખ

છુપાવવા વાદળાનો આવરણ તરીકે ઉપયોગ કર્યો.

અવ્યક્તે બગાસું ખાધું અને કહ્યું, "બેટા, મને લાગે છે કે આપણે હવે ડીનર લઈને પછી સૂઈ જવું જોઈએ. હું ઈચ્છું છું કે સૂતા પહેલાં તું આ બાબતો પર વિચાર કરે. જો બ્રિટીશરોએ ભારત પર રાજ ન કર્યું હોત તો, એક બેરિસ્ટરના જીવનને પોતાની અંદર છુપાએલા મહાત્મા ગાંધીને શોધવાનો મોકો ન મળ્યો હોત. ગરીબ અને ગલીમાં મૃત્યુ પામતા લોકો ન હોત તો, તે લોકો માટે સ્કૂલની એક શિક્ષિકાએ પોતાની અંદર રહેલી મધર ટેરેસાને શોધી ન હોત. રંગભેદની નીતિ વગર, ઈતિહાસે નેલ્સન મંડેલાને ગુમાવી દીધા હોત. જો દમન થયું જ ન હોત, દુનિયાએ માર્ટીન લ્યૂથર કિંગને ન જાણ્યો હોત. જો ધર્મને નામે સામાન્ય લોકોનું શોષણ ન થયું હોત તો, આપણે ઈસુ ખ્રિસ્તને ગુમાવ્યા હોત. જો માનવજાત મૂંઝવણ ન અનુભવતી હોત તો, બુદ્ધ ક્યારેય આપણી સમક્ષ ન આવ્યા હોત. જો રાવણ ન હોત તો, રામ હનુમાનને ન મળ્યા હોત; અને જો દુર્યોધન ન હોત તો, ભગવદ્-ગીતા પણ ન હોત. જ્યારે કૃષ્ણ કહે છે, 'જ્યારે પણ અધર્મ તેની ટોચ પર હોય છે, ત્યારે પ્રભુ અવતાર ધારણ કરે છે,' પ્લીઝ સમજ મારા દીકરા, અધર્મ સુધ્ધાં પણ ઈશ્વરને ઉતરાણ કરવાની એક તક માત્ર જ છે."

"બેટા, શું તું જાણે છે," અવ્યક્તે કહ્યું, "કે ધરતી માતા ક્યારેય કોઈપણ બીજ પ્રત્યે મમતા નથી દર્શાવતી? તે બીજને ઊગવાની પ્રક્રિયાને ક્યારેય સરળ નથી બનવા દેતી. ખરેખર, તો તે દરેક બીજની વિરુદ્ધમાં ઊભી રહે છે. માટીમાંથી બહાર આવવા બીએ ઊગવું જ પડે છે અને ધરતીનાં પરિબળો સામે લડવું પડે છે. નસીબજોગે જે ધરતી બીજ અંકુરિત થયું ત્યાં સુધી તેની વિરુદ્ધ હતી, તે જ હવે તેનું પોષણ કરે છે, અને તેને વિકસવામાં મદદ કરે છે. આ પ્રકૃતિનો રસ્તો છે બીજની યોગ્યતા નક્કી કરવાનો છે; જો બીજ યોગ્ય હોય તો, તે તેને તેની પૂર્ણ ક્ષમતા સુધી વિકસવા માટે જરૂરી બધી જ સામગ્રી પૂરી પડે છે. જે બીજ માટીમાંથી અંકુરિત થવામાં નિષ્ફળ રહે તે માટીમાં મળી જઈ માટી બની જાય છે."

અવ્યક્ત તેની ખુરશીમાંથી ઊભો થયો અને કહ્યું, “બરાબર તેવી જ રીતે, બધા મહાન માણસો સામાન્ય માણસો જ હતા જેમને સંજોગોએ મોટા પડકારો ઝીલવા મજબૂર કર્યા. ઈતિહાસ એવા સરળ માણસોથી ભરપૂર છે જેઓ પોતાના ગજા બહારનાં પરિબળોને જીત્યા અને ચેમ્પિયંસ તરીકે બહાર આવ્યા.”

અવ્યક્ત જમવાની તૈયારી કરવા માટે અંદર ગયો. તેના પુત્રને હવે ખ્યાલ આવ્યો કે શા માટે ઈશ્વરે કાચો માલ ધરાવતા વિશ્વનું સર્જન કર્યું છે અને શા માટે તેણે તેને તૈયાર માલમાં ફેરવવાનું માણસ પર છોડ્યું છે... કોરા કેનવાસીસ, ન ગવાયેલાં ગીત અને અનિર્ણીત પડકારો... અને આ બધાને વિચારતા, માણસ પોતે કઈ વસ્તુનો બનેલો છે તે શોધી કાઢે છે. ફરીવાર હવા વહેતી થઈ, ચંદ્ર બહાર આવી ગયો અને અગ્નિએ નૃત્ય કરવાનું શરૂ કર્યું. જો કે તેમને હજી એ ખબર નહોતી કે અવ્યક્ત જલદીથી તેમની પાછળ છોડી જશે. તે ફરીવાર સાર્વજનિક સંપત્તિ બનવા માટે પાછો જઈ રહ્યો હતો, કારણ કે બીજી એક દુનિયા હતી જેને સ્વર્ગમાં પરિવર્તિત કરવી જરૂરી હતી.

સમસ્યા અને પડકાર વચ્ચે આસમાન-જમીન જેટલું અંતર છે. જો મારે જંગલમાં અધવચ્ચે કોઈ સિંહનો સામનો નિઃશસ્ત્ર કરવાનો હોય, તો એ સમસ્યા કહેવાય. પણ, જો મારી પાસે મશીનગન હોય તો એ સિંહની સમસ્યા કહેવાય. આથી, મારી સામે આવેલી પરિસ્થિતિ મારી પાસેનાં સાધનો કરતાં મોટી હોય, તો તે સમસ્યા કહેવાય. પરંતુ, જો મારી સામે આવેલી પરિસ્થિતિ કરતાં સાધનો મોટાં હોય ત્યારે, તે ફક્ત એક પડકાર જ છે. માનવદુર્દશા એ જ છે કે આપણે આપણા પડકારોનું મૂલ્ય વધારે આંકીએ છીએ અને તેમને પરાસ્ત કરી શકવાની આપણી શક્તિને ઓછી આંકીએ છીએ.

સીમારેખાની પેલે પાર

જ્યારે તમે છોડવાની તૈયારીમાં જ હોવ છો, ત્યારે વળગી રહેવાનું તે જ ચોક્કસ બિંદુ છે. સીમારેખાની પેલે પાર જવાનું તે જ બિંદુ છે. જ્યારે તમે વિચારો કે હવે તે પૂરું થઈ ગયું, તે તબક્કો હોય છે ચાલુ રાખવાનો. જ્યારે તમે અટકવાનું વિચારો, તે જ સમય હોય છે આગળ વધી જવાનો. જ્યારે તમે વિચારો કે હવે અંત છે, એ જ સમય આગળ ચાલતા રહેવાનો હોય છે. તમારા દરેક પ્રયત્નમાં અને તમે ચાલવા માટે જે માર્ગ પસંદ કરો તેમાં, સીમારેખાની પેલે પાર નીકળી જવું. ટકી રહેવાની શક્તિ સાથે, પ્રત્યેક અંત એક વળાંક બને છે. ચાલતા રહેવાનું ચાલુ રાખો.

ત્રણેય ગાડીઓ લગભગ પહોંચી જ ગઈ હતી પરંતુ બીજી બે ગાડીઓ આવે તે પહેલા, પાર્કિંગ લોટની છેલ્લી ખાલી જગ્યા પર કાળી એસયુવીએ કબજો કરી લીધો. બીજી ગાડીઓ થોડી જ ક્ષણો માટે એ પાર્કિંગ જગ્યા મેળવતાં ચૂકી ગઈ, એનો અર્થ એ થયો કે તેના ડ્રાઇવરોએ પોતાની ગાડીઓ આસપાસની લેનમાં પાર્ક કરવી પડે અને જીમમાં જવા માટે ૨૦૦ મીટર જેટલું પાછું ચાલવું પડે. આવી સસ્તી જીતની સમજથી ઉત્તેજિત થયેલા સ્મિત સાથે, અર્પિતા તેની એસયુવીમાંથી બહાર આવી. કેટલી વખત આવી નાની જીત આપણને ઓલિમ્પિક વિજેતાઓ હોઈએ તેવું મહેસૂસ કરાવે છે!

અર્પિતાએ તરત જીમના ચેન્જીંગ રૂમમાં જઈ કસરત કરતી વખતે પહેરવાનાં કપડાં પહેરી લીધાં. જીમના કાર્ડિઓ સેક્શનમાં ઘણી ભીડ હતી. છ ટ્રેડમિલ્સ, ચાર ક્રોસ ટ્રેનર્સ અને ત્રણ સાઇકલોનો ઉપયોગ થઈ રહ્યો હતો, અને એ કાંઈ નવાઈની વાત ન હતી. હજુ તો જાન્યુઆરીનું

પહેલું અઠવાડિયું હતું અને આ બધી અસર 'નવા વર્ષના સંકલ્પો'ની હતી. અવ્યક્તને જોતાં જ અર્પિતાનો ચહેરો પહોળા સ્મિતમાં ખીલી ઊઠ્યો. પચાસ વર્ષના અવ્યક્તને ગંભીરતાપૂર્વક નિયમિત જીમમાં કસરત કરતાં જોવો એ આ બાવીસ વર્ષની યુવતી માટે જબરદસ્ત પ્રેરણા હતી.

અવ્યક્તે પૂછ્યું, "તારું કામકાજ કેવું ચાલે છે?" એ આશાથી કે હેલ્થ-ફૂડ જોઈન્ટનો મૌલિક કન્સેપ્ટ છવાઈ જશે અને શહેરની ચર્ચા બની જશે, અર્પિતાએ એક વર્ષ પહેલાં ડાયેટ-કિચન શરૂ કર્યું હતું. તે જવાબમાં કાંઈ કહે તે પહેલાં, તેના ભાવ પરથી જણાયું કે વસ્તુઓ બરાબર નથી. "અમે અત્યારે તો નહીં નફો-નહીં નુકસાનના ધોરણે જ ચલાવીએ છીએ. મેં કશું જ બાકી નથી રાખ્યું, પણ કશું જ નથી બની રહ્યું એવું લાગે છે. કદાચ, હું ધંધા માટે યોગ્ય નથી. દરેક નવો વિચાર અને નવી યુક્તિ વૈચારિક તબક્કે ખૂબ જ ઉત્તેજક લાગે છે, પરંતુ જ્યારે તેને અમલમાં મૂકીએ ત્યારે ધાર્યાં પરિણામો મળતાં નથી. તેણે મારા અહમ્‌ને તોડવાની શરૂઆત કરી દીધી છે. મારી પાસે એક સાહસિક વિચાર હતો એમ કહીને હું મારા ઘરના બધા સાથે આક્રમકતા સાથે લડી હતી. તેઓ નહોતાં ઇચ્છતાં કે હું બિઝનેસ કરું. મેં વિચાર્યું હતું કે છેલ્લું હાસ્ય મારું હશે, પરંતુ અત્યારે તો તેઓ મારી પર હસી રહ્યાં છે." તેના ગાલનાં ખંજન તેની ઓળખ હતાં. પણ તે પોતાનું વાક્ય પૂરું કરે તે પહેલાં તેનાં ખંજન અને હાસ્ય કરમાઈ ગયાં હતાં.

એટલામાં પાસપાસેનાં બે ટ્રેડમિલ ખાલી થઈ ગયાં. અર્પિતા અને અવ્યક્તે એકબીજાની સામે જોઈને સંકેત કર્યો અને બંને એ ટ્રેડમિલ પર ગોઠવાઈ ગયાં. જે બે જણા તેમની ગાડીઓ બાજુની લેનમાં પાર્ક કરવા ગયા હતા તેઓ કાર્ડિઓ સેક્શનમાં આવ્યા. ફરીવાર... તેઓ થોડી ક્ષણો માટે ચૂકી ગયા હતા. અર્પિતાના ગાલ પર ફરી ખંજન પડ્યાં... તે હસી રહી હતી, જો કે અવ્યક્તને તે શા માટે હસે છે એ ન સમજાયું. ટ્રેડમિલ પર ત્રણ મિનિટ સુધી ચાલ્યા પછી અવ્યક્તે જોગિંગ શરૂ કર્યું. પચાસ વર્ષના અવ્યક્તને જોગિંગ કરતાં જોઈ, હંમેશાં ટ્રેડમિલ પર પોતાને બ્રીસ્ક વોક સુધી જ સીમિત રાખતી, અર્પિતાએ પણ જોગિંગ શરૂ કર્યું.

પાંચ જ મિનિટમાં અર્પિતા હાંફવા લાગી અને તેણે બ્રીસ્ક વોક ફરી શરૂ કરવાનો સંકેત આપ્યો. અવ્યક્તે તેને પાનો ચડાવતાં કહ્યું, "અર્પિતા, ચાલુ રાખ...ચાલુ રાખ... બે મિનિટ વધારે." જેના પ્રત્યે તેને આટલું બધું માન હતું તેની વાત તે ટાળી ન શકે. તેણે બે મિનિટ સુધી જોગિંગ ચાલુ રાખ્યું. અવ્યક્તે ફરી તેને હિંમત આપતાં કહ્યું, "અર્પિતા...સરસ... બહુ સરસ...તું લયમાં આવી ગઈ છે...તે ગુમાવતી નહીં...ચાલ... હજુ ત્રણ મિનિટ વધારે...ચાલતી રહે...બસ ત્રણ મિનિટ વધારે..તારા મનની વાત સાંભળ...તું ચાલુ રાખે તેમ તે ઈચ્છે છે."

જીવનમાં, મોટાભાગના લોકો જ્યાં પહોંચ્યા હોય છે ત્યાં એટલા માટે પહોંચ્યા હોય છે કે જેઓ તેમની કાળજી રાખે છે તેઓ તેમને આગળ જોવામાં મદદ કરે છે. અર્પિતાને તેવા ધક્કાની જરૂર હતી. આઠ, નવ, દસ, વાહ...અગિયાર, બાર, તેર...અર્પિતાએ સ્વેચ્છાએ વીસ મિનિટ સુધી જોગિંગ ચાલુ રાખ્યું. એક કલાક પછી જ્યારે અર્પિતા કસરત કરીને ફરી ચેન્જીંગ રૂમ તરફ જતી હતી, ત્યારે તેણે જોયું કે અવ્યક્ત જ્યુસ બાર પર તેની રાહ જોઈ રહ્યો હતો. તેણે અર્પિતાને સંકેત કરીને ત્યાં બોલાવી અને બેસવા કહ્યું. અર્પિતાને પૂછીને, અવ્યક્તે ગાજર-બીટ-મરી-ફુદીનાના જ્યૂસના બે ગ્લાસનો ઑર્ડર આપ્યો.

અર્પિતા હજુ પણ પરસેવો લૂછી રહી હતી. કોણી ટેબલ પર રાખી હથેળીમાં ચિબુક ટેકવતાં, અવ્યક્તે અર્પિતા સામે જોઈને કહ્યું, "થોડાં વર્ષો પહેલાં તું એક વિદ્યાર્થિની હતી. તું ક્યારેય રાત્રે અભ્યાસ કરવાના અનુભવમાંથી પસાર થઇ છે? એક તબક્કે તને ખૂબ જ ઊંઘ આવતી હોય અને ત્યારે જો તું ગમેતેમ કરીને એ સમય જાગતા રહીને પસાર કરી દે... તો પછી તને ઊંઘ નહીં આવે. હકીકતમાં, તું એટલી તાજગી મહેસૂસ કરે છે કે તે પછી સૂવાનું તને અઘરું લાગશે." અર્પિતાએ હકારમાં ઉત્સાહથી માથું હલાવ્યું.

અવ્યક્તે પોતાની વાત ચાલુ રાખી, "શું તું ક્યારેય તે અનુભવમાંથી પણ પસાર થઈ છે...તું ભૂખી ડાંસ ઘરે આવી હોય. તું મોટેભાગે તારી

ભૂખથી જ ખતમ થઈ ગઈ હોય. તું મમ્મીને કાંઈક ખાવાનું આપવાનું કહે. મમ્મી બધું તૈયાર કરતાં થોડી મિનિટ્સ લે, પણ, તારા માટે તે રાહ અનંત બની રહે. તને પેટમાં ચૂંક આવવાની તૈયારીમાં જ હોય. બરાબર ત્યારે જ ડોરબેલ વાગે અને તું દરવાજો ખોલે. અને તારી સામે તારી સહુથી પ્રિય સખી ઊભી હોય. તું તેને તારી સાથે જમવા માટે કહે પણ તે ના પાડે. તેથી, તું તેની સાથે બેઠકખંડમાં બેસે અને તે અડધા કલાક સુધી અલકમલકની વાતો કરીને જાય. અને મહા આશ્ચર્ય ! હવે તું ભૂખી નથી; હકીકતમાં તને ખાવાનો મૂડ જ નથી." "અફ કોર્સ," અર્પિતાએ સ્વીકાર્યું.

અવ્યક્તે આગળ કહ્યું, "શું તું ક્યારેય આ અનુભવમાંથી પસાર થઈ છે... તું કોઈ પાર્ટીમાં ગઈ...અને લોકો પહેલેથી જ ડાન્સ ફ્લોર પર હતા. મિત્રોએ તને આગ્રહ કર્યો અને તું પરાણે ડાન્સ કરવા ગઈ. ડાન્સિંગની થોડી મિનિટ્સમાં જ, તું થોડી થાકી જાય અને અટકવાનું વિચારે. બરાબર તે વખતે ડીજે તારું મનગમતું ગીત વગાડે અને તું માત્ર એક ગીત માટે ડાંસ કરવાનું નક્કી કરે, બસ આ જ વાત છે...ત્યાર બાદ તો તું ડાન્સ કરતી અટકે જ નહીં. એક બિંદુ પછી, તું જરા પણ થાક અનુભવતી નથી, પણ તેનાથી ઊલટું તું ઊર્જાવાન મહેસૂસ કરે છે, અને એટલું જ નહીં તને ડાન્સ ફ્લોર છોડવાનું મન જ ન થતું હોય."

ટેબલ પર ગાજર-બીટ-મરી-ફુદીનાના જ્યૂસના બે ગ્લાસ મૂકવામાં આવ્યા હતા પણ બંનેમાંથી કોઈએ તે તરફ જોયું પણ નહીં. અર્પિતા સ્વીકારમાં માથું હલાવીને સ્મિત કરી રહી. અવ્યક્તે ઉમેર્યું, "આજે પણ, જ્યારે તું ટ્રેડમિલ પર હતી ત્યારે, તેં એ નોંધ્યું કે એક ખાસ સમયે તું અટકી જવાની હતી? પણ તેં ચાલુ રાખ્યું અને એકવાર તું તે ખાસ સમય વટાવી ગઈ તે પછી તો તું ધારતી હતી તેના કરતા પણ લાંબા સમય સુધી જોગિંગ ચાલુ રાખી શકી."

હવે અર્પિતાએ પોતાની કોણી ટેબલ પર મૂકી અને પોતાની હથેળીમાં ચિબુક ટેકવીને અવ્યક્ત તરફ જોયું. અવ્યક્તે આરામખુરશીને અઢેલીને,

અદબ વાળીને બેસતાં કહ્યું, "એ એક નિયમ છે...અસ્તિત્વ સાથે સંબંધિત નિયમ. જીવન તમારા રસ્તામાં એક કાલ્પનિક સીમારેખા દોરે છે. સાધારણને બીજાથી અલગ દર્શાવવાની જીવનની આ રીત છે. પ્રત્યેક સાધારણ વ્યક્તિ એ કાલ્પનિક સીમારેખાને અંતિમ રેખા માની ત્યાં જ અટકી જાય છે. માત્ર કેટલાક ચેમ્પિયનો જ એ કાલ્પનિક સીમારેખાની પેલે પર જઈ શકે છે. જીવન હંમેશાં પોતાની સમૃદ્ધિ એ કાલ્પનિક સીમારેખાની પેલે પાર રાખે છે. આ કાલ્પનિક સીમારેખાથી બરાબર થોડે આગળ આપણા માટે સ્વર્ગ આપણી રાહ જોતું હોય છે. થોડું વધારે ટકી જાઓ... જે સીમારેખા દેખાય તેને સ્વીકારી ન લો. આપણે જે પણ રસ્તો લઈએ તેના પર આપણા સૌ માટે જીવન જાળ પાથરે છે. ચેમ્પિયનો અને અસમર્થ લોકો વચ્ચે ફરક કરવાનો જીવનનો આ રસ્તો છે. સાધારણ વ્યક્તિ તેને છેલ્લી સીમારેખા માને છે અને ત્યાં જ અટકી જાય છે. અસાધારણ વ્યક્તિ જાણે છે કે જો પોતે માત્ર એ કાલ્પનિક સીમારેખાની પેલે પાર જઈ શકે, તો પછી ત્યાં કોઈ છેલ્લી સીમારેખાઓ નહીં હોય."

"અર્પિતા," અવ્યક્તે ભારપૂર્વક કહ્યું, "જીવનના ચમત્કારો અને જાદુ હંમેશાં તે સીમારેખાની ફક્ત થોડે આગળ જ જોવા મળે છે. રાત્રે વાંચવાના, ભૂખ, ડાન્સ કે દોડવાનાં જ ઉદાહરણો શા માટે...સંબંધોને પણ આ જ વાત લાગુ પડે છે. ઘણીવાર જે સંબંધ તમને ખૂબ જ ગમતો હોય તે ક્યારેક એક હદ સુધી પહોંચી જાય છે... એવું લાગે છે કે જાણે બધું કાયમ માટે ખતમ થઈ જશે. પરંતુ જો તે સમયે બેમાંથી એક વ્યક્તિ પણ થોડા વધારે સમય સુધી વળગી રહે, તો એ જ સંબંધ એટલો ગાઢ બની જશે કે તે કલ્પના બહાર હશે. કવિતા લખતી વખતે કવિ એક એવા તબક્કે પહોંચે છે કે જ્યારે આગળની પંક્તિ નથી સૂઝતી. તેનું મન શૂન્ય થઈ જાય છે. પણ સારો કવિ એ જાણતો હોય છે કે જો તે તેની કવિતાની બીજી પંક્તિ મેળવવા થોડું વધારે વળગેલો રહે, તો શાશ્વત પ્રવાહ ફરીવાર કબજો લઈ લેશે. કોઈ વાત કહેનાર માટે તે એક વધારે શબ્દનો સવાલ હોય છે, ચિત્રકાર માટે પીંછીનો વધુ એક લસરકો,

વેપારી માટે એક વધારે દિવસ, અર્પિતા... એક દિવસ વધારે. જ્યારે તમે છોડી દેવાની તૈયારીમાં જ હોવ છો... તે જ ક્ષણ વળગેલા રહેવાની હોય છે. એ જ ક્ષણ સીમારેખાની પેલે પાર નીકળી જવાની ક્ષણ હોય છે. જ્યારે તમને એમ લાગતું હોય કે બસ હવે પૂરું થઈ ગયું છે...તે જ સમય હોય છે આગળ જવાનો... જ્યારે તમે અટકવાનું વિચારો...તે સમય હોય છે આગળ વધી જવાનો... જ્યારે તમે વિચારો કે હવે અંત છે... એ જ સમય હોય છે ચાલતા રહેવાનો. તમારાં પ્રત્યેક પ્રયત્નમાં અને, તમે ચાલવા જે માર્ગ પસંદ કરો તેમાં, સીમારેખાની પેલે પાર જવું. ટકી રહેવાની શક્તિ સાથે, અંત સુધ્ધાં પણ વળાંક બને છે.''

ત્યાં સુધીમાં, અર્પિતા અવ્યક્ત સાથે એટલી જોડાઈ ગઈ હતી કે બંને વચ્ચે માત્ર સંવાદ જ નહીં, પરંતુ સ્પંદનોની પણ હિસ્સેદારી હતી. અર્પિતા અવ્યક્તનાં કંપનોને આકર્ષવાનો પ્રારંભ કરી રહી હતી.

અવ્યક્તે કહ્યું, ''બેટા, આ 'સીમારેખાની પેલે પાર'નો સૂક્ષ્મ સ્તરનો નિયમ છે. પણ જ્યારે એ જ ઘટના સ્થૂળ સ્તર સુધી વિસ્તરે ત્યારે તે 'ક્રિટિકલ માસ' એટલે કે 'નિર્ણાયક દ્રવ્યમાન'નો નિયમ બને છે. જ્યારે એક નિશ્ચિત નિર્ણાયક સંખ્યા ચોક્કસ સમજણ મેળવે છે, ત્યારે આ નવી સમજણ એક મનથી બીજા મન સુધી પહોંચાડાય છે. જ્યારે માત્ર મર્યાદિત સંખ્યામાં લોકો આ નવા રસ્તા વિષે જાણતા હોય, ત્યારે તે થોડા લોકોની સભાન સંપત્તિ બની રહે છે. પરંતુ એક તબક્કો હોય છે જ્યારે માત્ર એક વધારે વ્યક્તિ પણ આ નવી સભાનતા સાથે સંધાન કેળવે તો, ક્ષેત્ર એટલું તો શક્તિશાળી બને છે કે આ સભાનતા લગભગ દરેક વ્યક્તિ પ્રાપ્ત કરે છે! ત્યારે માનવજાત ચેતનામાં નાટકીય અને સામૂહિક પરિવર્તનના તબક્કામાંથી પસાર થશે. જ્યારે બદલાવ માટે નિર્ણાયક દ્રવ્યમાન સિદ્ધ થાય ત્યારે આવું બને છે. જ્યારે આધ્યાત્મિકપણે જાગૃત વ્યક્તિઓની નિશ્ચિત સંખ્યા સિદ્ધ થાય ત્યારે દુનિયા આધ્યાત્મિક નવયુગમાંથી પસાર થાય છે. શું આપણે સોશિયલ નેટવર્કિંગ વેબસાઈટ પર આવું બનતું નથી જોયું? માત્રાત્મક પરિવર્તન ગુણાત્મક પરિવર્તન લાવે છે. પછી તે વિચારો હોય, પ્રોડક્ટ હોય, સંદેશાઓ કે વર્તણૂક હોય...

નિર્ણાયક દ્રવ્યમાનના તબક્કે તે વાઈરસની માફક ફેલાય છે...જાણે કે વૈચારિક રોગચાળો ફાટ્યો હોય તેમ. તે બિંદુને પેલે પાર, વિકાસ હંમેશાં ભૌમિતિક ક્રમે થાય છે. સીમારેખાની પેલે પારનું આ ક્રિટિકલ માસનું બિંદુ એવી ચમત્કારિક ક્ષણ છે કે જ્યારે એ બધું જ દાવાનળની જેમ પ્રસરવા લાગે છે...બધું તાત્કાલિક બદલાઈ જાય છે. હું તને અધિકતમ અને અધિકતરની શુભેચ્છા પાઠવું છું...અને અર્પિતા, જો તું કાલ્પનિક સીમારેખાઓથી બહાર જોતી રહીશ તો, તારા જીવનના દરેક ક્ષેત્રમાં તું અધિકતમ અને અધિકતર અનુભવીશ."

અવ્યક્ત અને અર્પિતા પોતપોતાના પાર્કિંગ લોટ તરફ
ગયા. અવ્યક્તે પોતાની કારનો દરવાજો ખોલતાં,
અપિતા તરફ જોઈને કહ્યું, "એક ટપકું (.) એટલે
પૂર્ણવિરામ. તેમાં બે વધારે ટપકાં ઉમેર (...), અને હવે
તેનો અર્થ છે 'વગેરે વગેરે', એક નિરંતરતા.
નિરંતરતા ચાલુ જ રાખજે."

●●●

કસોટીનો સમય

એકવાર બંદૂકમાંથી ગોળી છૂટી જાય પછી તે બંદૂકમાં પાછી ફરતી નથી. તેણે નિશાનને વીંધવું જ પડે. આરંભેલું સાહસ પૂર્ણ સાહસ જ હોવું જોઈએ. રસ્તામાં આડે આવે તે પગથિયું છે કે માર્ગ અવરોધતો પથ્થર તેનો આધાર તમે તેનો ઉપયોગ કેવી રીતે કરો છો તેના પર છે. ચરૈવેતિ, ચરૈવેતિ. એટલે કે, "ચાલતા રહો, ચાલતા રહો, અટકો નહીં. ક્યાંય રોકાઈ ન જાઓ. હંમેશાં પ્રયત્ન કરતા રહો. ક્યાંય ઊભા ન રહેતા. ક્યાંય આરામ ન કરતા. ચાલતા રહો. આગળ ને આગળ ચાલતા રહો."

"હેપી મોર્નિંગ! કેમ છો?" "ઓહ, એકદમ મઝામાં!" "તમારે શું ચાલે છે?" "આનંદમાં! હું બહુ મોજમાં છું. અને હું તમને બહુ ચાહું છું." "હે, શું નવાજૂની છે?" "અફ કોર્સ, જોરદાર. હું માત્ર ધંધો વધારવા વિષે જ વિચાર્યા કરું છું. માત્ર વિકાસ જ વિચારું છું. હું આવા ફોર્મમાં ક્યારેય નહોતો. જસ્ટ રોકિંગ, માય ડીયર."

જ્યારે આ વર્ગના લોકો મળે ત્યારે એકબીજા સાથે આવી જ વાતચીત કરતા હોય છે અને એવા જ ભાવો વ્યક્ત કરતા હોય છે. પરંતુ કોલંબસે શોધેલી ધરતી પર હવે ધરખમ ફેરફારો થઈ ગયા હતા. ધરતીકંપની અસર હંમેશાં તેના કેન્દ્રથી દૂર જઈએ ત્યારે જ અનુભવાય છે. માઈલોના માઈલો સુધી, દિવસોના દિવસો સુધી ધરતીકંપના આંચકા આવતા જ રહે છે. શું દુનિયાના એક ખૂણે થયેલો ધરતીકંપ દુનિયાના બીજા ઘણા બધા ભાગોમાં ભયંકર સુનામીમાં નથી પરિણમતો? વિનાશના સ્રોત સિવાયની બીજી જગ્યાઓએ ઘણા માણસો મૃત્યુ પામ્યા. જો કે આર્થિક ભૂકંપ આ 'અવસરની ધરતી' પર જ આવ્યો હતો, પરંતુ બાકીની દુનિયા

તેના આંચકા અનુભવતી હતી, કારણ કે દુનિયા આર્થિક વૈશ્વિક ગામમાં સંકોચાઈ ગઈ હતી.

માનવીના એકમાત્ર આધાર, એવા ઈશ્વરની રમૂજવૃત્તિ બહુ જ ક્રૂર છે. એ જરૂરી નથી કે તેની લીલાથી માણસને હસવું જ આવે. ક્યારેક, તેની લીલા માણસને રડાવે પણ છે. તો પછી, એવું પૂછવાનો કોઈ અર્થ નથી કે આ સંખ્યા ૧૫, ૩૦ અને ૪૦ કેમ છે? આવું પૂછવાનો કોઈ અર્થ નથી, કારણ કે તે નિયમો છે અને તે રીતે ટેનિસ રમાય છે. શતરંજના પટ પર ચોસઠ ખાનાં કેમ હોય છે? ગોલ્ફના મેદાનમાં ૧૮ ખાડાઓ કેમ હોય છે? ક્રિકેટમાં ૨૨ વારના માપને સર્વત્ર શા માટે સ્વીકારવામાં આવે છે અને બાઉન્ડ્રી લાઇનને શા માટે મનફાવે તેમ બદલી નાખવામાં આવે છે? આવા પ્રશ્નો પૂછવાનો કોઈ જ અર્થ નથી. ઉત્સુક રમતપ્રેમીઓ રમતના નિયમો વિષે આવા પ્રશ્નો પૂછવા બદલ તમને મૂરખ ગણશે. જો માણસે બનાવેલી રમતોની બાબતમાં પણ આવી પરિસ્થિતિ હોય, તો પછી ઈશ્વરની રમતો વિષે શું કહેવું? તેની લીલામાં આ ક્રૂર વિનોદવૃત્તિ હોય છે જેમાં માણસ પરખાય છે અને વારંવાર પડકારાય છે. રમત સામે પ્રશ્નો કરવા નિરર્થક છે. તેને બદલે, એ રમતના નિયમો શીખો, તેને સારી રીતે શીખો, સારી રીતે રમો, અને રમત જીતો. માણસને ઈશ્વરની રમત પર એટલી શ્રદ્ધા હોવી જોઈએ કે તેની રમતનો અંત હંમેશાં સુંદર છે અને તે માણસની તરફેણમાં જ છે. શરૂઆતથી જ જાણો કે અંત હંમેશાં સુંદર છે. એવો ભરોસો રાખો કે કોઈ મા-બાપ પોતાનાં બાળકોને એવી વાર્તા વાંચવા નહીં આપે જેનો અંત સુખદ ન હોય, અને જીવનની આ રમત બહાદુરીથી રમો.

અત્યારે, આ બિરાદરીના લોકોના ઉદ્‌ગારો અને ભાવનાઓ એકદમ જુદાં લાગતાં હતાં. “ટફ ટાઈમ્સ.” “અમારે ૧૦૦ની છટણી કરવી પડી.” “હવે અમને પીંચ થાય છે.” “મારી આંખ સામે મારાં સપનાં જમીનદોસ્ત થતાં દેખાય છે.” આવાં વાક્યો આ વર્ગના લોકો માટે એકદમ નવાં હતાં. જો કે, મારા પાડોશીના ઘરમાં આગ લાગી હોય તો, હું ગભરાટ મહેસૂસ કરવા સિવાય બીજું કશું જ નથી કરી શકતો.

જે રીતે શારીરિક બીમારી ચેપી હોઈ શકે, તે રીતે માનસિક ઉદાસી પણ ચેપી હોય છે. ઉદાસ વિચારો અને નકારાત્મક ભાષાની સતત આપલે સાથે, જે લોકો સીધી રીતે અસરગ્રસ્ત ન હોય તેએ પણ તેમની માનસિક એકાગ્રતા, બૌદ્ધિક સ્થિરતા અને ભાવનાત્મક સ્થિરતા ગુમાવવાનું શરૂ કરી દીધું હતું. જેને ટાળી ન શકાય તેને સહન જ કરવું પડે. જ્યારે ભાગવું એ વિકલ્પ ન હોય ત્યારે આપણે લડવું જ પડે. એક લાઇફબોટની જરૂર હતી. અવ્યક્ત આવી પહોંચ્યો. લોકો તેને ઘેરી વળ્યા. તેણે હસીને કહ્યું, "મારી પાસે બધું તરત બદલી નાખે તેવી કોઈ જાદુઈ લાકડી નથી, પણ મારી પાસે ટેકણ લાકડી છે, તે આપણને ઊભા થવા અને આગળ ચાલવાની શક્તિ આપશે."

અવ્યક્તે કહ્યું, "આપણે સારા સમયને માણ્યો છે. આપણે આ કસોટીનો સમય સહી લેવો પડશે. હું તમને વચન આપું છું કે ભવિષ્યમાં આપણે સારું અનુભવીશું. પ્રાચીન રોમમાં એક માણસ રાજાના માથા પર ફૂલોનો મુગટ લઈને તેની સાથે ચાલતો અને વચ્ચે વચ્ચે બોલતો રહેતો કે 'તું નાશવંત છું.' આમ કહેવા પાછળનો હેતુ હતો, જે માણસને આટલી બધી સત્તા મળી છે તેને યાદ અપાવવું કે, છેવટે તો, તે પણ, એક માણસ જ છે અને તે રીતે, નાશવંત છે. મને લાગે છે કે આપણે ઈશ્વરની ભૂમિકા ભજવવાનું બંધ કરવું જોઈએ અને એ સમજવું જોઈએ કે આવા કટોકટીના સમયે આપણી પાસે બધા પ્રશ્નોના જવાબો નથી. આપણે નાશવંત છીએ, અને નાશવંતો પાસે તમામ પ્રશ્નો હોય છે પણ એ જરૂરી નથી કે તેમની પાસે જવાબો પણ હોય. પડવું નિષ્ફળતા નથી. આગળ જવાની ઇચ્છા આપણને અહીં સુધી લાવી છે અને એ જ ઇચ્છા આપણને આગળ લઈ જશે. એક સૂર્યાસ્ત પછી બધું પડી ભાંગ્યું. એક સૂર્યોદય પછી બધું ઉપર જશે. તે સૂર્યોદય કે જેના પછી બધું બદલાઈ જશે તેની શોધમાં ચાલતા રહો. એક દિવસ વધારે...વધારે એક વાર... કોઈ નિર્ધારિત સ્થાન નજરમાં ન આવતું હોય તેવા અનંત દેખાતા રસ્તા પર બસ એક પગલું આગળ મૂકો. આ ગ્રહ ઉપર આવેલા દરેક માણસે, અને સમગ્ર માનવજાતે, ઈતિહાસના જુદા જુદા સમયખંડમાં, જીવનના એ

બિંદુનો સામનો કર્યો છે જ્યારે ચાલવાનું નકામું લાગ્યું, ઘટનાઓ અને પરિસ્થિતિઓ વચ્ચે ગૂંગળામણ અનુભવી, જ્યારે જે એક માત્ર વસ્તુ શક્ય હતી તે હતી, રસ્તાની વચ્ચોવચ બેસી જઈ વિશ્વ અને બધાંને તેની આજુબાજુ થઈને પસાર થવા દેવું. ગઈકાલે આપણે જે પરિસ્થિતિમાંથી પસાર થયા તે શા માટે થયા એ આપણને આજે સમજાય છે. એ રીતે, આવતીકાલે આપણને એ સમજાશે કે આજે આપણે જે પરિસ્થિતિમાંથી પસાર થયા તે શું હતી અને શા માટે હતી.

પ્રાથમિક ઉપાયો જખમનો ઈલાજ નથી, પણ તેનાથી જખમ વિકૃત થતા તો જરૂર અટકે છે. સારવાર તેનો સમય લેશે. વૈશ્વિક વ્યવસ્થાઓમાં વર્ષોની અધૂરપોને એક દિવસમાં પૂરી ન કરી શકાય. માઉન્ટ ઍવરેસ્ટની ટોચે પહોંચવા માટે કેટલી મહેનત કરવી પડે છે? અને ત્યાંથી ગબડી પડતાં કેટલી વાર લાગે છે? જો આપણે તે તફાવત સમજીએ, તો આપણને એ તરત સમજાઈ જશે કે ચઢાણ સમય લે છે અને પતન હંમેશાં તાત્કાલિક હોય છે. અવ્યક્ત ફક્ત પ્રાથમિક માનસિક ઉપચાર કરી રહ્યો હતો. જીવનની રમત ખૂબ મુશ્કેલ છે, પણ તે એવી રમત પણ નથી જેને જીતી ન શકાય. પ્રેક્ષકોમાં કેટલાક તો એટલા બધા હતાશ થઈને બેઠા હતા કે તેઓ અવ્યક્તના કહેવાનો અર્થ પણ સમજી શકતા નહોતા. આમ ઘણીવાર, એવું બને છે કે જેમને ઉકેલની સૌથી વધારે જરૂર હોય તેઓ જ તેના તરફ સહુથી ઓછું ધ્યાન આપતા હોય છે. કેટલું સાચું છે કે વિકાસ શીખવી ન શકાય, પણ તેને પકડી પાડવો પડે. જો કે કેટલાક એવા પણ હતા કે જેઓ સમંતિમાં તેમનાં માથાં હલાવતા હતા અને 'મને સમજાય છે' એવો ભાવ દર્શાવીને એકબીજા સામે જોતા હતા.

અવ્યક્તે સ્પષ્ટ કરતાં કહ્યું, "હું આ સમયને ખરાબ સમય કહેવા નથી માંગતો, કારણ કે હું તેને 'કસોટી'ના સમય તરીકે જોઉં છું. જેને ઉગાડવામાં આવે તેને પાક કહેવાય છે. જે આપોઆપ ઊગી નીકળે તેને નકામું ઘાસ કહેવાય. પાક માણસના પરસેવાનું પરિણામ અને અસર છે. સારા અર્થતંત્રમાં, પ્રત્યેક રૂપિયા બનાવે છે. ખરાબ અર્થતંત્રમાં કેવળ કાબેલ લોકો જ પૈસો બનાવી શકે છે. આવા સમયમાં જ તમને ખબર પડે

કે તમે શેના બનેલા છો. તમે પાક છો કે નકામું ઘાસ? કામ કરતાં રોકાણો વધારે વળતર મેળવતા હતા. તેથી, મહેનતે તેની ગરિમા ગુમાવવાની શરૂ કરી દીધી હતી. કામ અને રોકાણ અર્થતંત્ર માટે બહુ સરસ છે. પરંતુ જ્યારે રોકાણો કામનું સ્થાન લઈ લે, તો તે કોઈપણ અર્થતંત્ર માટે વિનાશ નોતરે. પૈસો એટલો બધો પૈસો બનાવી રહ્યો હતો કે માણસની ક્ષમતા, યોગ્યતા, શિક્ષણ, નેતૃત્વ, અનુભવ, આવડત અને સંસ્થાઓનો પદ્ધતિસરનો વિકાસ જેવી બાબતો પોતાનું મૂલ્ય ગુમાવી રહી હતી. જો બધા જ લૉટરી લાગવાથી પૈસાદાર બની જતા હોય તો, પછી કાર્યની પવિત્રતા શી રહે? આપણે જે અનુભવી રહ્યા હતા તે પરસેવાની કમાણીથી જ ઊંચું આવેલું જીવનધોરણ હતું એવું જરૂરી નથી. આપણે જેમાંથી પસાર થઈ રહ્યા હતા એ ક્રેડિટ કાર્ડનું અર્થતંત્ર હતું, એક પ્રકારનું ઉધાર અર્થતંત્ર - એક એવું અર્થતંત્ર જેમાં સામાન્ય માણસોનું દેવું તેમની કમાવવાની અને ચૂકવવાની શક્તિનાં પ્રમાણમાં ન હતું - હું તેને 'ખોટા' પૈસાનું અર્થતંત્ર કહું છું. હું તેને 'કાલ્પનિક' પૈસાનું અર્થતંત્ર કહું છું. સુધારાની જરૂર હતી, અને તે સુધારો થઈ રહ્યો છે."

ક્યાંક ક્યાંક હળવાં સ્મિત હતાં. સમસ્યાની વ્યાખ્યા કરવી તેને ઉકેલવાની શરૂઆત છે. અવ્યક્તે ઉમેર્યું, "માનવતાનો પાયો કેટલાંક મૂલ્યોને આધારે રચાય છે, જેમ કે વચનપાલન, સ્થિતિસ્થાપકતા, દઢતા, પ્રામાણિકતા, વફાદારી, અખંડતા અને ક્યાંક પહોંચવા પરસેવો પડવાની ઇચ્છા. એક એવો સમયગાળો હતો જ્યારે વ્યવસ્થાપકો કર્મચારીઓનું શોષણ કરતા. તે અયોગ્ય હતું. આપણે હમણાં જ એવા તબક્કામાંથી પસાર થયા છીએ કે જેમાં કર્મચારીઓ પોતાના બાયોડેટાને વધારવા અને ઊંચા વેતન મેળવવા સંસ્થાઓનો કામચલાઉ ઉપયોગ કરતા. એ પણ અયોગ્ય છે. રોજીરોટી આપનારાઓ તથા રોજીરોટી કમાનારાઓ બંનેએ પરસ્પર લાભકારી વ્યવસ્થામાં કામ કરવું પડે. સુધારાની જરૂર હતી અને સુધારો થઈ રહ્યો છે. સારા સમયે બિન-ઉત્પાદકને રક્ષણ આપ્યું. ખરાબ સમય તેમને ચાળે છે. અત્યારે ગળણી થઈ રહી છે. આપણી કસોટી થઈ રહી છે, પણ જે સારા છે તેમને ક્યારેય છોડી નહીં દેવાય. પહેલાં કરતાં

સૌથી વધારે અત્યારે, તમારે બહાદુર થવાનો સમય છે અને જાત પર ભરોસો રાખવાની જરૂર છે. બોજ ઊંચકીને ચાલી રહેલો માણસ જ્યાં સુધી ચાલતો રહે ત્યાં સુધી તે ઉમદા છે. જે ક્ષણે તે અટકી જાય તે જ ક્ષણથી બોજ ભારે થઈ જાય છે અને કાપવાનું અંતર વધારે દૂર લાગવા માંડે છે. જે તમારે કરવું જોઈએ તે તમે જેટલો સમય સુધી મુલતવી રાખો, તેટલું જ તે શરૂ કરવું મુશ્કેલ બનતું જાય છે. તેથી ચાલતા રહો. જો તમારે ધીમે ચાલવું હોય તો ધીમા પડો; પણ, ચાલતા રહો. જીવન ફોતરાંમાંથી ઘઉં છૂટા પાડી રહ્યું છે. જો તમે કુશળ છો તો, આગળ વધતા રહો... કંટકોવાળો માર્ગ વટાવી લીધા પછી ગુલાબ તમારી રાહ જુએ છે. તમે થાક અનુભવો તે બરાબર છે, પણ તમે અટકતા નહીં. જીવનના રીવર્સ ગીઅરનો અસ્વીકાર કરીને, આપણે જીવનને ટોપ ગીઅરમાં ફેંકીએ છીએ."

અવ્યક્તે કહ્યું, "શ્રીકૃષ્ણે કહ્યું: 'હે ભારત (અર્જુન), સમયના જે ગાળામાં, ધર્મનો ક્ષય થાય છે અથવા તેના પર હુમલો થાય છે; જ્યારે અધર્મ બેફામ ફેલાય છે, ત્યારે હું શ્રદ્ધાની પુનઃસ્થાપના કરવા મારી સમગ્ર શક્તિઓથી ફરી અવતરિત થાઉં છું.' મારા પ્રિય મિત્રો, ઈશ્વરે આપણને થોડા ઊંઘતા જ ઝડપી લીધા છે. મને સહેજ પણ અણસાર નહોતો કે સુધારો કરવા માટે તે ખરાબ અર્થતંત્રના સંદર્ભનો ઉપયોગ કરશે! આપણે સારા સમયને માણ્યો છે. આપણે આ કપરા સમયને સહી લેવો પડશે. અને, હું તમને વચન આપું છું કે આપણે સારો સમય અનુભવીશું."

નેતા પાસેથી સાંત્વના નહીં પણ ઉકેલની અપેક્ષા રાખવામાં આવતી હોય છે. લોકોને આશ્વાસનની નહીં પરંતુ આગળ વધવા પ્રેરણાની જરૂર હોય છે... અવ્યક્તે તેની બિરાદરીને આમ કહી સશક્ત બનાવી, "બંદૂકમાંથી છૂટેલી ગોળી બંદૂકમાં પાછી ફરી શકતી નથી. તેણે નિશાનને વીંધવું જ પડે. આરંભેલું સાહસ પૂર્ણ સાહસ જ હોવું જોઈએ. રસ્તામાં આડે આવે તે પગથિયું છે કે માર્ગ અવરોધતો પથ્થર તેનો આધાર તમે તેનો ઉપયોગ કેવી રીતે કરો છો તેના પર છે. જે ઋષિઓએ આપણને ઉપનિષદો આપ્યા છે તેઓ કહે છે 'ચરૈવેતિ, ચરૈવેતિ' એટલે કે, ચાલતા

રહો, ચાલતા રહો, અટકો નહીં. ક્યાંય રોકાઈ ન જાઓ. બુદ્ધ તેમના દરેક ઉપદેશ, 'ચરૈવેતિ, ચરૈવેતિ' એટલે કે, 'ચાલતા રહો, ચાલતા રહો, અટકો નહીં. સ્થિર ન થઈ જાઓ', તેમ કહીને પૂર્ણ કરતા. નિરંતર પ્રયત્ન કરતા રહો. ક્યાંય ન થોભો. આરામ ન કરતા. ચાલતા રહો. આગળ ને આગળ ચાલતા રહો. ચરૈવેતિ, ચરૈવેતિ. અધિકતમ અને અધિકતરની ઝંખના કરો...અને અધિકતમ અને અધિકતરથી કશા પણ ઓછાથી સંતોષ ન પામો..."

માણસનું મન એટલે માણસ પોતે જ. કોઈનું મન
બદલો અને તમે માણસને બદલી નાખ્યો છે. તે દિવસે,
અવ્યક્તને અનુભવી તેમની અંદર કાંઈક બદલાયું. એ
આંતરિક પરિવર્તનની અસર વહેલી કે મોડી જરૂર દેખાશે.

•••

કોઈપણ રીતે નહીં! પણ કેવી રીતે?

પ્રમુખ બનવાની અનિચ્છા, જવાબદારી લેવાની અરુચિ, અને નેતૃત્વથી ભાગવું એ વ્યક્તિને પોતાની ક્ષમતા મુજબ જે કરી શકે તે કરવામાં નડતા ગંભીર અવરોધો છે. તમે જેટલા વધારે કુશળ, તેટલું વધારે તમે ઉચ્ચ સ્થાને તમારો ઉપયોગ કરી શકો. તમે જેટલા વધારે કુશળ, એટલા તમે ઉચ્ચ સ્થાને વધારે કાર્યક્ષમ બની શકો. તો, કેવળ અનુયાયી નહીં પણ નેતા બનવાનો પ્રયત્ન કરો.

સફળતા જેવું મીઠું બીજું કાંઈ નથી. નિષ્ફળતા જેવું કડવું બીજું કાંઈ નથી. આ એક એવી સંસ્થા છે કે જેણે બંનેનો સ્વાદ ચાખ્યો છે, અને હવે તેઓ તફાવત જાણે છે. ગયું નાણાકીય વર્ષ નિષ્ફળ હતું, પણ આ વર્ષ જોરદાર હતું. સંસ્થા કપરા સમયમાંથી પસાર થઈ હોવા છતાં, જે કર્મચારીઓ સંસ્થા સાથે રહ્યા હતા, તેમના મનમાં ગયા વર્ષની વાર્ષિક સમીક્ષા મીટિંગની યાદો જીવંત હતી. કેટલાક લોકો મજબૂરીથી, કેટલાક લોકો આશામાં, અને કેટલાક લોકો સંસ્થાના ચીફ બિલીફ ઑફિસર (સીબીઓ) અવ્યક્તમાં શ્રદ્ધા હોવાને કારણે ટકી ગયા.

હતાશાથી ઝૂકેલા ખભાવાળા લોકોના રૂમમાં, ગયા વર્ષે રીવ્યુ મીટિંગનું સમાપન કરતાં, અવ્યક્તે કહ્યું હતું, "આ વર્ષે આપણી હાર થઈ છે. બીજા લોકોની સરખામણીમાં આપણે જે મેળવીએ છીએ તે સફળતા નથી. પરંતુ આપણે જેને માટે સક્ષમ છીએ તેની સરખામણીમાં આપણે જે મેળવીએ છીએ તે સફળતા છે. ગોકળગાયની ગતિએ આગળ

વધવું એ ગોકળગાયની સફળતા છે, પરંતુ તે ગતિએ આગળ વધવું એ સસલાની સફળતા નથી. અલબત, સસલાની ગતિએ આગળ ન વધવાની અસમર્થતા એ ગોકળગાયની નિષ્ફળતા નથી. જે આપણે કરી શકવા માટે સમર્થ હતા તે આપણે કરતા નથી એ ભારે દુઃખની વાત છે. તેથી હું કહું છું કે આપણે જ આપણી જાતને હરાવી છે. આપણે હરીફો સામે નથી હાર્યા; આપણે આપણી જાત સામે જ હાર્યા છીએ. હું આ હારની જવાબદારી સ્વીકારું છું. એ નેતૃત્વની નિષ્ફળતા હતી. જે થઈ ગયું તે થઈ ગયું. આપણને વેક અપ કોલની જરૂર હતી, અને તે એ હતો. સંસ્થાનો અહમ્ ઘવાયો છે. સામૂહિક ભય હિંમત છે. સામૂહિક ઘા ક્રાંતિનું બીજ છે. જખમ ને કાર્યસિદ્ધિની દિશામાં વાળવો એ જ ઉકેલ છે. સફળતા એ સર્વશ્રેષ્ઠ નૈતિક બદલો છે. વરસાદ આવ્યાના બહુ પહેલાં તમે તેને સૂંઘી શકો. મને સફળતાની સુગંધ આવે છે. તે આવી રહી છે. જેમ આપણે નવા નાણાકીય વર્ષમાં ડગલાં માંડીએ તેમ, હું ઈચ્છું કે તમે સૌ જાણો કે 'જ્યારે કોઈ વિજેતા હારે છે, ત્યારે તે વધારે સારો વિજેતા બનવા ફરીવાર આવે છે'. મારા હ્દયમાં, મેં અંત જોઈ લીધો છે. મારા મનમાં, મેં માર્ગ જોઈ લીધો છે. આ વખતે આપણે કરી બતાવીશું."

બેલાશક, તેમણે કરી બતાવ્યું. એ ત્યારબાદની વાર્ષિક સમીક્ષાની મીટિંગ હતી. સહુના પગમાં ઉત્સાહ હતો. દરેક સંસ્થાના હિસ્સામાં વિજેતાઓ અને નિષ્ફળ લોકો હોય છે. નેતૃત્વની સફળતા તે નિશ્ચિત કરવામાં છે કે વિજેતાઓની સંખ્યા નિષ્ફળ લોકો કરતા વધારે હોય. થોડા લોકો ઘણા બધા લોકોનો બોજો ન ખમી શકે, પરંતુ વધારે લોકો હંમેશાં થોડા લોકોનો બોજો ઉઠાવી શકે. આ વખતની મીટિંગ વિજેતાઓના મેળા જેવી લાગી. એક પછી એક, કર્મચારી મંચ પર ગયો અને પોતાના વ્યક્તિગત કામની સમાલોચના કરી. તાળીઓનો ગડગડાટ અને ઊભા થઈને અભિવાદન કરવું તે આ દિવસના સૂર હતા. તે પ્રચુર ઉજવણીઓ હતી. શું ઉજવણી સફળતાનો રાગ નથી?

આખી સંસ્થામાં, ફક્ત સાત લોકો જ એવા હતા કે જેઓ ચેમ્પિયન જેવું કામ નહોતા કરી શક્યા. તેમને પણ મંચ પર જવાનું અને તેમની

લાગણીઓ વ્યક્ત કરવાનું કહેવામાં આવ્યું. એ સાતમાંથી પાંચ જણે પોતાની નિષ્ફળતાને વાજબી ઠરાવવાનો અને તેનાં કારણો આપવાનો પ્રયત્ન કર્યો. શ્રાપિત આત્માઓ! કદાચ તેમને સમજાયું નહોતું કે નિષ્ફળતાને વાજબી ઠરાવવાનો પ્રયત્ન એ વધારે નિષ્ફળતાઓને આમંત્રણ આપવા જેવું છે. ખુલાસાઓ અને બચાવ યુક્તિઓ પેઈન બામ જેવા છે જે કદાચ પીડા તો ઓછી કરે પણ ડાઘને ક્યારેય દૂર ન કરી શકે.

જ્યારે અવ્યક્તે ગયા વર્ષની મીટિંગમાં એમ કહ્યું હતું કે, 'જ્યારે કોઈ વિજેતા હારે છે ત્યારે વધારે સારો વિજેતા બનવા તે ફરીવાર પાછો આવે છે', ત્યારે તે એવા લોકોને ઉદ્દેશીને કહેતો હતો કે જેઓ અસફળતાના જખમને સફળ થવાના સંકલ્પમાં ફેરવી નાખે છે. બાકી રહેલા બે કર્મચારીઓ એ વર્ગના હતા, જ્યારે તેઓ મંચ પર આવ્યા ત્યારે તેમની આંખો રાતીચોળ હતી. તેમણે પોતાના ભૂતકાળ વિષે ખાસ કાંઈ ન કહેતાં હવે પછીના વર્ષ વિષે જ વધારે વાતો કરી. તેમના હાવભાવ, વાળેલી મુઠ્ઠીઓ, હથેળીઓને જોરથી પટકવી, આજુબાજુ (નકારમાં) નહીં, પણ ઉપર નીચે (હકારમાં), માથું હલાવવું, અને એ બધાથી પણ વધારે, તેમની આંખોનો વણકહ્યો સંદેશો - એ બધાએ તેમની સફળ થવાના દૃઢ સંકલ્પની આગ વ્યક્ત કરી. તેઓ જે બીજું બધું બોલ્યા તે સિવાય, બંનેએ એક વાત એકસરખી કહી, "હું કોઈપણ રીતે આવતા વર્ષે ચેમ્પિયનના વર્ગમાં નંબર લાવીશ. કેવી રીતે તેની મને ખબર નથી પરંતુ કોઈપણ રીતે મારે તે કરવું છે." બંને વખત જ્યારે આમ કહેવામાં આવ્યું ત્યારે, અવ્યક્તે વક્તા સામે સ્મિત કર્યું, અને જે કોઈ અવ્યક્તને જાણતું તેને ખબર પડી કે એ સ્મિતનો અર્થ વધારે ગહન છે. જ્યારે સ્મિત માત્ર ચહેરાનો વ્યાયામ કે વ્યાવસાયિક શિષ્ટાચાર ન હોય, પણ સહજતાથી ખીલેલું હોય, ત્યારે તે હંમેશાં ઊંડા વિચારો અને લાગણીઓનું પ્રતિબિંબ હોય છે.

અવ્યક્તના ટૂંકા સંબોધન સાથે મીટિંગ પૂરી થઈ. "અભિનંદન! આપણે સહુ આ ક્ષણને લાયક છીએ! છતાં, એક ચેતવણી! ટોચ પર જવું એ સફળતા નથી પરંતુ ત્યાં ટકી રહેવું સફળતા છે. સફળતા એકવારની

સિદ્ધિ નથી, પરંતુ તેને દઢતાથી વળગી રહેવું તે સફળતા છે. ગયા વર્ષે, તમારામાંથી ઘણા બધાને સમજાયું કે તમે કેટલા કુશળ છો. આ વર્ષે, તમારી જાતને વધારે સારી બનાવવા પ્રયત્ન કરો. ચાલો આપણે આપણાં પોતાનાં, વ્યક્તિગત અને સંસ્થાકીય, ધોરણોને થોડાં ઊંચા લાવીએ. આ વર્ષે, હું તમને સહુને નંબર ઉપરાંત સિદ્ધ કરવા નવાં લક્ષ્યો આપવાનો છું."

ત્યારબાદ, જાણે એ રહસ્ય પર તેઓ થોડો વિચાર કરે તેવી ઈચ્છા રાખતા, અવ્યક્તે પાણીનો ગ્લાસ લેવાને બહાને ઈરાદાપૂર્વકનો વિરામ સર્જ્યો. રૂમમાં ઉત્સુકતા અને અકળામણનું મિશ્રણ હતું. એકચિત્ત ધ્યાન સાથે પ્રતીક્ષા કરી રહેલી સભાને, અવ્યક્તે કહ્યું, "અપરિપક્વ અને નબળા નેતૃત્વ દ્વારા માણસની આવડત અને ક્ષમતાઓનો ઊતરતો ઉપયોગ આજના કોર્પોરેટ જગતનું ભયસ્થાન છે. તો આનો ઉપાય શો? તમારામાંથી વધારે ને વધારે લોકોએ કોર્પોરેટ વાતાવરણમાં જવું જોઈએ, જે તમને તમારા નેતૃત્વની ક્ષમતાઓનો ઉપયોગ કરવાની અનુમતિ આપે. તમારામાંથી વધારે ને વધારે લોકોએ નેતૃત્વ લેવા માટે આગળ આવવું જોઈએ. આ કહ્યા સાથે, હું તમને આવતા વર્ષે એવું વાતાવરણ આપીશ કે જેમાં તમે તમારા નેતૃત્વની ક્ષમતાઓનો ઉપયોગ કરી શકો. સારા કર્મચારીઓ ધરાવતી સંસ્થા તેની સફળતામાં વધારો કરતી રહે છે. સારા નેતાઓ ધરાવતી સંસ્થા તેની સફળતાને ઉત્તરોત્તર વધારતી રહે છે. તમારામાંથી ઘણા બધાને નેતાઓ તરીકે વિકસતા જોઉં એ મારું તમારા માટેનું લક્ષ્ય છે. રમતગમતથી તદ્દન વિરુદ્ધ, સંસ્થા ધન્ય હોય છે; કારણ કે, અહીં ઘણા નેતાઓ માટે અવકાશ હોય છે."

અવ્યક્તે પૂછ્યુ, "કોઈ પ્રતિભાશાળી વ્યક્તિ નેતા બનવાને બદલે અનુયાયી બનવાનું શા માટે પસંદ કરે? જો બિલગેટ્સ કોઈ બીજી વ્યક્તિના નેતૃત્વ નીચે હોત; જો જે.આર.ડી. તાતા પાસે નિર્ણય લેવાની સત્તા ન હોત; જો મહાત્મા ગાંધી અનુયાયી હોત; જો મધર ટેરેસા કોઈ બીજાના નેતૃત્વમાં હોત; જો રીચાર્ડ બાક સ્ટેનોગ્રાફર હોત...તો ઈતિહાસ આજે છે તેવો ન હોત. પ્રમુખ બનવાની અનિચ્છા, જવાબદારી લેવાની

અનિચ્છા, અને નેતૃત્વથી ભાગવું એ વ્યક્તિ પોતાની ક્ષમતા સાથે જે કરી શકે તે કરવામાં નડતા મોટા અવરોધ છે. તમે જેટલા વધારે કુશળ, ઉચ્ચ સ્થાન પર તમે તેટલા વધારે પ્રમાણમાં તમારો ઉપયોગ કરી શકો. તમે જેટલા વધારે કુશળ, ઉચ્ચ સ્થાન પર તમે તેટલા વધારે અસરકારક બની શકો. તો, કેવળ અનુયાયી નહીં પણ નેતા બનવાનો પ્રયત્ન કરો. આપણા વિશ્વની વણનોંધાયેલી અને ધ્યાન બહાર રહી ગયેલી કરુણતા છે અસરકારક નેતૃત્વના અભાવે મોટી સંખ્યામાં આપણે ગુમાવેલા પ્રતિભાશાળી લોકો, અને આ પ્રતિભાશાળી લોકોની નેતૃત્વ સંભાળવાની અરુચિ." ગોવાળ માત્ર પોતાના નવ્વાણું ઘેટાં પાછા ફર્યાં છે તેનો આનંદ જ કરે તેવું નથી, પરંતુ જે એક ઘેટું પાછું નથી ફર્યું તેની ચિંતા પણ તે કરે છે. આથી, અવ્યક્ત જેમણે દૃઢ સંકલ્પ કર્યો હતો એ બે જણા પાસે ગયો અને તેમને પોતાની કેબિનમાં લઈ ગયો. તેમનો ગભરાટ જોઈને, અવ્યક્તે તેમને સહજ બનાવતાં આમ કહ્યું, "હું તમારી સંકલ્પશક્તિને વખાણું છું. હું તમારી સાથે એટલા માટે વાત કરવા ઇચ્છતો હતો કે મને તમારામાં આશા દેખાય છે. તમે બંનેએ કહ્યું હતું, 'મને ખબર નથી કેવી રીતે, પરંતુ ગમે તેમ કરીને હું કરી બતાવીશ.' જો તમને 'કેવી રીતે' કરવું એ ખબર ન હોય તો, તે તમે નહીં કરી શકો. દૃઢ સંકલ્પ અને લક્ષ્ય વચ્ચે આ ફરક છેઃ દૃઢ સંકલ્પમાં તમને 'કેવી રીતે' તેની ખબર હોતી નથી; લક્ષ્ય સાથે તમે 'કેવી રીતે' કરવું તે નક્કી કરી રાખ્યું હોય છે. જો એડમંડ હિલેરીએ એમ કહ્યું હોત કે, 'હું બસ, ચાલતો રહ્યો અને ગમે તેમ કરીને માઉન્ટ ઍવરેસ્ટની ટોચે પહોંચી ગયો'?, તો તમે તેની વાત માનશો? સામ વોલ્ટને એમ કહ્યું હોત કે, 'હું રોજ ઑફિસે આવતો રહ્યો અને સખત મહેનત કરતો રહ્યો અને એક દિવસ મારા આશ્ચર્ય વચ્ચે ટોપ પર આવી ગયો', તો તમે માનશો? જો કોઈ કડિયો એમ કહે કે, 'હું તો એક ઉપર એક એમ ઈંટો મૂકતો ગયો અને અચાનક આવું ભવ્ય સ્મારક બની ગયું', તો તમે તેની વાત પર વિશ્વાસ કરશો? શું તમે એ નથી જાણતા કે એડમંડ હિલેરીએ એક પ્લાન તૈયાર કર્યો જ હોય - માત્ર એક જ પ્લાન નહીં પરંતુ પ્લાન-B, પ્લાન-C અને પ્લાન-D પણ, જો કદાચ પ્લાન-A નિષ્ફળ જાય તો? શું તમે એ નથી જાણતા કે સામ વોલ્ટન સતત કામ

કરતા રહ્યા, વર્ષોનાં વર્ષ, ફરી ફરી વાર, પોતાનું આયોજન બદલતા રહ્યા, જ્યાં સુધી તેનો એકાદ વ્યૂહ સફળ ન થયો હોય ત્યાં સુધી. અને મને ખાતરી છે કે તેઓ હજી પણ તેમાં સુધારો કરવા મંડ્યા રહેતા હશે. શું તમે નથી જાણતા કે કડિયાકામ પહેલાં કોઈ આર્કિટેકટની પ્રતિભાએ યોગદાન આપ્યું હોય છે? મારા પ્રિય મિત્રો, સફળતા એટલે 'ગમે તેમ' ક્યારેય નહીં, પરંતુ તે છે હંમેશાં 'કેવી રીતે'.

તેમને સહજ કરવા અને જે કહેવાયું છે તેને માનસિક રીતે પચાવવાનો સમય આપવા અવ્યક્તે તેમને ચાનો કપ આપ્યો. તેણે કહ્યું, "તમારી ચાની મજા લો, હું પછી વાત કરીશ." તેમને વિચારનો અવકાશ આપવા જ, તે જાણીજોઈને ઑફિસની બહાર આવી ગયો, તેમને ત્યાં છોડીને. લોકો શું સાંભળે છે તે નહીં, પરંતુ સાંભળ્યા પછી, તેઓ જે વિચારે છે, તે જ આત્મસાત્ થાય છે. એક સીબીઓ તરીકે, અવ્યક્તનું કામ લોકોને પોતાનામાં જ શ્રદ્ધા રાખતા શીખવવાનું અને તેઓ જે કાર્ય કરે તેમાં વિશ્વાસ રાખવા માર્ગદર્શન આપવાનું હતું. માટે, તેને ખબર હતી કે સમજણ ગળે ઊતરે તે માટે લોકોને સમય આપવો જોઈએ.

થોડીવાર પછી અવ્યક્ત પાછો આવ્યો. તેણે હૂંફથી તેમની પીઠ થાબડી, પોતાની બેઠક લીધી અને ચાલુ રાખ્યું, "પરિણામ મેળવવા માટે પ્રક્રિયાનું વિગતવાર આયોજન કરવું એ સારો નકશો તૈયાર કરવા જેવું છે. સાચો નકશો હોવો તે આપણે હંમેશાં સાચા રસ્તે જ રહીશું તેની ખાતરી નથી આપતું, પરંતુ જ્યારે આપણે રસ્તો ભૂલીએ ત્યારે તે માર્ગદર્શકની ગરજ સારશે. જ્યારે તમે પ્રક્રિયાનું વિગતવાર આયોજન કરો ત્યારે પણ એમ જ હોય છે. ઘણા લોકો એમ કહે છે, 'હું કોઈ આયોજન કરતો જ નથી કારણ કે આયોજન મુજબ ભાગ્યે જ કાંઈ થાય છે.' જે રીતે વસ્તુઓ બનવી જોઈએ તે રીતે નથી બની રહી એ જાણવા માટે આયોજન જરૂરી છે. જે વિદ્યાર્થી પોતાના અભ્યાસનું આયોજન કરતો હોય તે 'કોઈપણ રીતે' સારો દેખાવ કરવા ઇચ્છતા વિદ્યાર્થી કરતા હંમેશાં વધારે સારો દેખાવ કરે છે. જે કર્મચારીએ આખા દિવસનું આયોજન કર્યું હોય તે ઑફિસે જઈને હવે શું કરવું તેવો વિચાર કરનારા કર્મચારી કરતાં વધારે કાર્યક્ષમ

હોય છે. માળખાકીય સ્તરે સુધારા કરવા કરતા બ્લુપ્રિન્ટ સ્તર પર સુધારા કરવા બહુ સહેલા હોય છે. એ જ રીતે, અકસ્માતો માટેની જોગવાઈ પ્રક્રિયાના અમલીકરણ દરમિયાન કરવી તેના કરતાં, પ્રક્રિયાનું પહેલેથી કરેલું વિગતવાર આયોજન તમને તે અકસ્માતોને પહોંચી વળવા વધારે સારી રીતે સક્ષમ બનાવશે. બધા સફળતા ઇચ્છે છે પરંતુ બધા સફળ થતા નથી, અને અંતર સાવ સરળ અને દેખીતું છે - શું પોતાનો શ્રેષ્ઠ પ્રયત્ન કરતા પહેલાં તેની પાસે કાગળ પર 'કેવી રીતે' કરવું તેનું આયોજન છે? જે લોકો આયોજન નથી કરતા તેઓ નિષ્ફળતાનું આયોજન કરી રહ્યા છે."

"અંતે," અવ્યક્તે કહ્યું, "તેથી જ હું હંમેશાં કહું છું, 'મારા હૃદયે અંત અને મારા મને માર્ગ જોઈ લીધો છે'. હૃદયને લક્ષ્યની ઇચ્છા છે અને હવે મને 'કેવી રીતે'ની પ્રક્રિયા તૈયાર કરવી પડે. હૃદય હંમેશાં - 'ગમે તે રીતે'ની ચીસો પાડશે, અને મારી વાત પર વિશ્વાસ રાખો, દરેક હૃદય ચીસ પાડે છે. તેને એક એવા સાવધ મનની જરૂર હોય છે કે જે વિચારી શકે અને 'કેવી રીતે'નો જવાબ પણ શોધી શકે. મિત્રો, હું જાણું છું કે તમારું હૃદય તૈયાર છે. હવે તમારા મનને કામે લગાડો. અને યાદ રાખો, તમે જેટલા વધારે કુશળ છો, ઉચ્ચ સ્થાન પર તમે તેટલા વધારે અસરકારક બની શકો. ટોચનું લક્ષ્ય રાખો. તમને અધિકતમ અને અધિકતરની શુભેચ્છા…"

આપણે કરોડો રૂપિયાનો દુરુપયોગ નહીં કરીએ, શું આપણે એવું કરીશું? તેમ છતાં, આપણે કેટલીક સલાહોને, જે ખરેખર અમૂલ્ય છે, તેને જીવનમાં આત્મસાત્ ન કરીને વેડફીએ છીએ. આ બંને જણા તે સલાહનો ઉપયોગ કરશે કે દુરુપયોગ, તે તો સમય જ કહેશે.

ઇચ્છાશક્તિમાં તમને 'કેવી રીતે'ની ખબર નથી હોતી લક્ષ સાથે તમારી પાસે વ્યાખ્યાયિત 'કેવી રીતે' હોય છે. કોઈ પરિણામ મેળવવા માટે તેની પ્રક્રિયાનું વિગતવાર આયોજન કરવું એ રસ્તાનો સારો નકશો તૈયાર કરવા બરાબર છે. સાચો નકશો હોવો, તે આપણે હંમેશાં સાચા રસ્તે જ

હોઈશું તે નિશ્ચિત નથી કરતુ, પરંતુ જ્યારે આપણે રસ્તો ભૂલીએ ત્યારે તે માર્ગદર્શકની ગરજ સારશે. એ ત્યારે જ શક્ય બને જો તમે પ્રક્રિયાનું વિગતવાર આયોજન કરો. જે વિદ્યાર્થી પોતાના અભ્યાસનું આયોજન કરતો હોય તે કોઈ 'કોઈપણ રીતે' સારો દેખાવ કરવાની ઇચ્છા ધરાવતા વિદ્યાર્થી કરતા હંમેશાં વધારે સારો દેખાવ કરે છે.

જે કર્મચારી પાસે આખા દિવસનું આયોજન હોય તે ઓફિસે જઈને હવે શું કરવું તેવો વિચાર કરનારા કર્મચારી કરતાં વધારે કાર્યક્ષમ હોય છે.

બધા સફળતા ઈચ્છે છે પરંતુ બધા સફળ થતા નથી, અને ફરક સાવ સરળ અને સ્વાભાવિક છેઃ શું પોતાનો ઉત્તમ પ્રયત્ન કરતા પહેલાં તેની પાસે કાગળ પર 'કેવી રીતે'નું આયોજન હતું?

જે લોકો આયોજન કરવામાં નિષ્ફળ છે તેઓ નિષ્ફળતાનું આયોજન કરી રહ્યા છે.

સારા લોકો સમૃદ્ધ હોવા જોઈએ

સારા માણસના હાથમાં રહેલા ધનનો ઉપયોગ, સારા વિશ્વનું સર્જન કરવા માટે થશે, જ્યારે દુષ્ટ માણસની પાસે રહેલો એ જ પૈસો, વિશ્વનો વિનાશ કરવામાં વેડફાશે. ખરાબ લોકોના હાથ હેઠા પાડવાનો એકમાત્ર ઉપાય એ છે કે એવા ખરાબ લોકોને આર્થિકપણે સાવ કંગાળ બનાવી દેવા. આ સિદ્ધ કરવાનો એકમાત્ર ઉપાય છે સારા લોકો આર્થિકપણે સમૃદ્ધ બને તેની તકેદારી રાખવી. આમ, સમૃદ્ધ બનવું એ દરેક સારા માણસની નૈતિક જવાબદારી છે.

●●●

પરિસ્થિતિજન્ય નેતૃત્વ

નેતૃત્વ ક્રૂર રમત છે. તમારે કોયડો ઉકેલવાનો હોય છે, પણ બધા ટુકડા તમારી પાસે નથી હોતા. આથી, તમારી સફળતા સંપૂર્ણપણે તમારા પર આધારિત નથી, અને તેમ છતાં, બીજા કોઈની નિષ્ફળતા તે તમારી નિષ્ફળતા છે. સરળ શબ્દોમાં કહીએ તો, શિક્ષણ પરિસ્થિતિમાં, જવાબનો આધાર પ્રશ્નો ઉપર હોય છે; પરંતુ નેતૃત્વમાં ઉકેલો પર આધારિત હોય છે. જે નેતા એ ધ્યાનમાં રાખીને નેતૃત્વ કરતો હોય કે એવી કોઈ સમસ્યા નથી હોતી કે જેનો 'ઉકેલ નથી' હોતો, એ જ આવતીકાલનો નેતા છે.

તે દરેક શિક્ષકનું ગૌરવ હતો. તેની ગ્રહણશક્તિ, યાદ રાખવાની અને તેને ફરી રજૂ કરવાની આવડત અદ્વિતીય હતી. તેથી બોર્ડની પરીક્ષામાં રાજ્યકક્ષાએ તેણે નંબર મેળવ્યો, ઈન્ડિયન ઈન્સ્ટિટ્યૂટ ઓફ ટેકનોલોજીમાં તેનો પ્રથમ નંબર, અને ઈન્ડિયન ઈન્સ્ટિટ્યૂટ ઓફ મેનેજમેન્ટ, અમદાવાદમાં તેનું ટોપ ટેનમાં પાસ થવું, તે કંઈ નવાઈની વાત નહોતી. જ્યારે તેના પ્રથમ એમ્પ્લોયરની પસંદગી કરવાની વાત આવી ત્યારે તેની પાસે ઘણી પસંદગીઓ હતી, પણ એ દેશભક્ત નાગરિકે, જેણે તેને પોષ્યો હતો એવી પોતાની ધરતી પર રહેવાનું જ નક્કી કર્યું. વૈશ્વિક કંપની બની ગઈ હતી તેવી એક ભારતીય કંપનીમાં તે પ્રોડ્કટ મેનેજર તરીકે જોડાઈ રહ્યો હતો.

વેદ અને અવ્યક્ત બાલ્કનીમાં બેસીને ચા પી રહ્યા હતા. સર્વત્ર લીલોતરી હતી, પક્ષીઓનો કલરવ, આકાશમાં પસાર થતાં વાદળો, ઠંડા પવનની લહેરખી, વિસ્તરેલું આકાશ...આ બધાએ એક કાવ્યમય ભાવવિશ્વનું સર્જન કર્યું હોત, પરંતુ વાસ્તવિકતા રોડને જોતી ૬' X ૪'ની નાની

બાલ્કની હતી. તેના પર ટ્રાફિકનો અવિરત ઘોંઘાટ હતો, પરંતુ માણસ અમુક ચોક્કસ પ્રકારના ઘોંઘાટથી એવો તો ટેવાઈ જાય છે કે તે ઘોંઘાટ ખલેલ લાગતો નથી. અહીં કશું સ્વપ્નિલ નહોતું, પરંતુ ચોક્કસ રીતે આ કોઈ સ્વપ્નની શરૂઆત હતી.

તમારી પોતાની સફળતા કરતાં, તમે જેને તૈયાર કર્યા હોય તેની સફળતા તમને વધારે સંતોષ આપે છે. અવ્યક્ત માટે, એ ક્ષણ પૈતૃક ગૌરવની હતી. પિતા પુત્રમાં જે ઇચ્છે તે બધું વેદ હતો. પુત્રે નવાઈ પામીને પિતાને કહ્યું, "અપ્પા, મારા કરતાં તો તમે વધારે નર્વસ હો તેવું લાગે છે!"

અવ્યક્તે કહ્યું, "વેદ, આ નિષ્ફળતાનો ડર નથી, પણ આ તો શ્રેષ્ઠતાનો ઉદ્વેગ છે. તેં તારા પરિણામોથી અમારી અપેક્ષાઓને પંપાળી છે. તેં અપેક્ષાઓના માપદંડને બહુ ઊંચો કર્યો છે. તારી પાસેથી સર્વશ્રેષ્ઠ સિવાય અન્ય કશું સ્વીકાર્ય નથી. હું જાણું છું કે તું એમ જ કરશે, પરંતુ..."

વેદે વચ્ચે જ કહ્યું, "હું જાણું છું અપ્પા, દરેક સફળ વિદ્યાર્થી તેના જીવનમાં સફળ હોય તે જરૂરી નથી. એવું શું છે કે જે હું સ્કૂલમાં શીખી ન શક્યો હોત અને જે મારે જાણવું જોઈએ?"

અવ્યક્તે ત્યાંથી પસાર થતી સ્કૂલ બસમાં બેઠેલાં બાળકો સામે હાથ હલાવ્યો. સરળ, મફતની મજાઓ! બાળકો હંમેશાં પ્રતિસાદ આપે છે, અને અકથ્ય રીતે બાળક પાસેથી મળેલો પ્રતિસાદ હોઠો પર સ્મિત લાવે છે. વેદ ચાના ખાલી કપ રસોડાના સિન્કમાં મૂકી આવ્યો. પ્રશ્ન પૂછવો અને નિરાશ કે અધીર થયા વગર શાંતિથી જવાબની પ્રતીક્ષા કરવી - શું એ જ વ્યાવસાયિક સદ્‌ગુણ નથી? જ્યારે વેદ પાછો આવ્યો ત્યારે અવ્યક્તે કહ્યું, "જીવનનું પ્લેટફોર્મ આપણને બંધબેસતું નથી હોતું. સેટિંગ સંપૂર્ણ નથી હોતું. અભ્યાસમાં તમારે બીજા કરતાં સારો દેખાવ કરવાનો હોય છે, પરંતુ હવે તારે બીજા સાથે રહીને દેખાવ કરવાનો હોય છે. અભ્યાસમાં તારે સ્પર્ધા કરવાની હતી, પરંતુ હવે તારે કામ પૂરું કરવાનું છે. નેતૃત્વ

ક્રૂર ખેલ છે. તમારે કોયડો બરાબર ઉકેલવાનો હોય છે, પરંતુ તેમાં બધા ટુકડાઓ તમારી સાથે નથી હોતા. આથી, તમારી સફળતા ફક્ત તમારા પર જ આધારિત હોય તેવું નથી, તેમ છતાં, બીજાની નિષ્ફળતા તમારી નિષ્ફળતા પણ છે. સરળ શબ્દોમાં, અભ્યાસમાં, જવાબનો આધાર પ્રશ્નો પર હોય છે; પરંતુ નેતૃત્વમાં, ઉકેલ પરિસ્થિતિ ઉપર આધારિત હોય છે. નેતૃત્વ ખુરશી, હોદ્દો, રિપોર્ટ્સ, પ્રમાણ, પ્રશંસા, ભથ્થાં કે લાભોનો મામલો નથી...પરંતુ તે વિવેકબુદ્ધિની બાબત છે. તે રહેલી હોય છે અણધારી પરિસ્થિતિમાં જીત મેળવવાની ક્ષમતામાં, અણીના સમયે સ્માર્ટ રહેવામાં, બીજાને સશક્ત બનાવવામાં, કોઈ ઉપાય ન જણાય ત્યારે સર્જનાત્મક થવામાં...મૂલતઃ પરિસ્થિતિ પર નિયંત્રણ છે તેવું અનુભવવામાં."

"અમ્મા ક્યારેય કૉલેજમાં ગઈ નથી કે નથી તેણે કોઈ નેતૃત્વની તાલીમ લીધી," અવ્યક્તે ઉમેર્યું. "પરંતુ તે પરિસ્થિતિજન્ય નેતૃત્વમાં પાવરધી છે. કુટુંબમાં અમે સહુ એકબીજાથી ઘણાં અલગ છીએ, અને તેથી અમારા સ્વાદ પણ અલગ અલગ છે. રસોડાની સામગ્રીઓ દ્વારા કેવી રીતે સંભાળવું (ચાલાકી કરવી) અને એ જ ડીશ વિવિધ પ્રકારનાં સ્વાદ અને રંગ મુજબ કેવી રીતે પીરસવી, અને સહુને સંતુષ્ટ કરવા, તેની તેને ખબર છે. તેમ છતાં, રોજના વ્યાવસાયિક જીવનમાં, અપેક્ષાઓ જ્યારે નિર્ધારિત નિયમો કરતાં ફંટાય ત્યારે, હું કહેવાતા વ્યાવસાયિકોને ગભરાતા જોઉં છું. તેઓ એટલા રીઢા વિચારકો છે, કે તેમાંના મોટાભાગનાં માળખાની બહાર વિચારવા સંઘર્ષ કરે છે. હવે આપણે આર્થિક વિપુલતાની મજા લઈ રહ્યાં છીએ, છતાં એક સમયે જ્યારે હું અત્યારના માત્ર દસમા ભાગનું જ કમાતો ત્યારે, પણ અમ્માએ કુટુંબની જરૂરિયાતોને સંભાળી અને એ મર્યાદિત સાધનોમાંથી બધાંને પૂરું પાડ્યું. પ્રોજેક્ટ મેનેજમેન્ટમાં કાર્યક્ષમતા એટલે ઉપલબ્ધ સાધનો સાથે યોગ્ય પરિણામ મેળવવું, જે અમ્માએ હંમેશાં કર્યું છે. તેમ છતાં, હું કહેવાતા વ્યાવસાયિકોને હંમેશાં, હંમેશાં, હંમેશાં, સાધનોની તંગી વિષે રોદણાં રોતા જોઉં છું. અચાનક કોઈ રોગચાળો ફાટી નીકળે છે અને

અમારાંમાંથી કેટલાંક માંદા પડે છે. અમ્મા લગભગ સહજતાથી પોતાના રોજિંદા કામકાજ ફરીથી ગોઠવી અને અમારી સંભાળ લેવા સમય કાઢે છે. 'સમય નથી મળતો' એવી ફરિયાદ તેણે ક્યારેય નથી કરી. કેટલાક સંબંધીઓ અચાનક આવી ચડે અને એક કલાકમાં તેમને માટે પણ ડિનર તૈયાર હોય છે. તે ક્યારેય ન તો વધારે પડતા કામ વિષે અથવા ન તો વધારાની જવાબદારીઓ વિષે રોદણાં રોવે છે."

વેદની આંખો ભીની થઈ ગઈ. મોટેભાગે આપણે દેખીતાને ઓળખતાં નથી. ઘણીવાર આપણને લોકોનું મૂલ્ય તેમની ગેરહાજરીમાં જ સમજાય છે. વેદ પૂજા કરવાના રૂમમાં જઈને માને વળગી પડવા ઈચ્છતો હતો, પણ અપ્પાની વાતમાં ખલેલ પહોંચે તેવું તે ઈચ્છતો ન હતો. એટલે તેણે પોતાનાં આંસુ લૂછ્યાં અને સાંભળવાનું ચાલુ રાખ્યું.

અવ્યક્તે ચાલુ રાખ્યું, "તારા ભાઈના ઉછેરમાં તેના અભિગમ કરતાં તારા ઉછેરમાં તારા પ્રત્યેનો તેનો અભિગમ જુદો છે. સ્વભાવગત, તમે એકબીજાથી કેટલા જુદાં છો અને તેથી અભિગમ પણ જુદો જ રાખવો પડે. એટલે જ અમ્મા હંમેશાં કહે છે કે એક સારી મા તેનાં બધાં બાળકો માટે એકસરખી ન હોઈ શકે. તને એ ખબર હોવી જોઈએ કે ક્યારે ખડકની જેમ અડગ ઊભા રહેવું અને ક્યારે નદીની જેમ વહેવું. ક્યારેક તારે બીજાને તેમની નાની જીત આપવી પડે અને ક્યારેક તારે તે ક્ષણની જીત મેળવવી પડે. આ બધાંમાં, અમ્મા માટે ક્યારેય 'હવે કોઈ ઉપાય નથી' એવી ક્ષણો નથી. પરંતુ, મોટાભાગના વ્યાવસાયિકો માટે 'નો પ્રોબ્લેમ' જેવી કોઈ ક્ષણો નથી હોતી."

અવ્યક્તે સ્પષ્ટતા કરી, "તને 'પરિસ્થિતિજન્ય નેતૃત્વ'માં અમ્માથી ચડિયાતું કોઈ દૃષ્ટાંત નહીં મળે. તારી અમ્મા નાના સ્તરે જે કરે છે એ જ હવે, પ્રતિષ્ઠિત સંસ્થાઓમાં તેં જે કાંઈ અભ્યાસ કર્યો છે તેનો ઉપયોગ કરીને તું વિશાળ સ્તર પર કરે એવી હું તારી પાસે અપેક્ષા રાખું છું. પરિસ્થિતિજન્ય નેતૃત્વ એટલે, "સમસ્યાઓ ગમે ત્યાંથી, ગમે તે સમયે આવે. હું દરેક વખતે તેનાં ઉપાયો શોધી કાઢીશ." પરિસ્થિતિને

કેવી રીતે જીતવી તે જાણવું એ જ છે પરિસ્થિતિજન્ય નેતૃત્વ. સંજોગો તમને અનુકૂળ થાય તે અપેક્ષા રાખવાને બદલે, સંજોગો પ્રત્યે તમારો અભિગમ અનુકૂળ બનાવવો એ 'પરિસ્થિતિજન્ય નેતૃત્વ' છે. જરૂરના સમયે પ્રતિભા દર્શાવવી એ જ પરિસ્થિતિજન્ય નેતૃત્વ છે. જે કાંઈ હોય તેમાંથી શ્રેષ્ઠ મેળવવું એ પરિસ્થિતિજન્ય નેતૃત્વ છે. શૈક્ષણિક યોગ્યતાઓ તમારી કારકિર્દીની શરૂઆત કરી શકે, પરંતુ જે નેતા 'નો સોલ્યુશન' જેવી કોઈ પરિસ્થિતિઓ હોઈ જ ન શકે તે ફિલસૂફી દ્વારા નેતૃત્વ કરે તે, ભવિષ્યનો નેતા છે."

"તને ખબર છે વેદ," અવ્યક્તે પૂછ્યું, "કે જો તું એક બાજ પક્ષીને આઠ ફૂટ ઊંચા ચોરસ અને ઉપરથી સાવ ખુલ્લા પિંજરામાં રાખે તો, તે ઊડી શકતું હોવા છતાં પણ, પાંજરામાં કેદ જ રહેશે! તેનું કારણ એ છે કે બાજ તેની ઉડાન હંમેશાં જમીન પર દસ-બાર ફૂટ જેટલી દોડથી કરે છે. તેની એ ટેવ મુજબ, દોડવા માટેની જગ્યા વગર, તે ઊડવાનો પ્રયત્ન પણ નહીં કરે, અને ઉપરથી સાવ ખુલ્લા પાંજરામાં તે આજીવન કેદ રહેશે. તે જ રીતે, સામાન્ય ચામાચિડિયું કે જે રાત્રે ઊડતું હોય છે, હવામાં ઝડપથી ઊડતું પક્ષી ક્યારેય સમાંતર સપાટી પરથી ઊડી શકતું નથી. જો તેને સપાટ જમીન પર રાખવામાં આવે તો, લાચાર બની, પીડાકારક રીતે, ગડથોલિયાં ખાતું ખાતું ગબડતું રહેશે, જ્યાં સુધી તે પોતાને ઊડવા માટે હવામાં ફેંકી શકે તેવી થોડી ઊંચાઈ નહીં મેળવે ત્યાં સુધી. પછી, જેવી તે ઊંચાઈ મળશે કે તે એક સપાટામાં ઊડશે. અરે એક ભમરાને, પણ જો ખુલ્લા પ્યાલામાં મૂકી દેવાય તો, અને જો તેને ત્યાંથી બહાર કાઢવામાં ન આવે તો, તે મૃત્યુ સુધી ત્યાં જ રહેશે. તે પ્યાલાની ટોચ પર બહાર નીકળવાનો કોઈ રસ્તો ક્યારેય નથી જોતો, પણ તળિયા પાસે બાજુએથી કોઈ રસ્તો શોધવા મથ્યા કરે છે. જ્યાં કોઈ રસ્તો નથી ત્યાં જ તે રસ્તો શોધશે, જ્યાં સુધી તે પોતાનો સંપૂર્ણ નાશ ન કરે ત્યાં સુધી."

અવ્યક્તે ટૂંકમાં કહ્યું, "ઘણીબધી રીતે, ઘણાબધા લોકો પણ બાજ, ચામાચિડિયા કે ભમરા જેવા હોય છે. તેઓ તેમની બધી પરિસ્થિતિઓ અને હતાશાઓ સાથે સંઘર્ષ કરી રહ્યાં છે, કારણ કે તેઓ પરિસ્થિતિ

અનુસાર કેવી રીતે વિચારવું એ નથી જાણતાં. પરિસ્થિતિજન્ય નેતૃત્વ, મારા દીકરા...પરિસ્થિતિજન્ય નેતૃત્વ...બધું પરિવર્તન તે જ કરશે."

અવ્યક્ત ઊભો થયો, વેદને ભેટ્યો, અને તેના કપાળને વહાલથી ચૂમી પોતાના માસ્ટર બાથરૂમમાં ગયો. વેદ પોતાના બાથરૂમમાં ગયો. નહાવાની અધવચ્ચે, પાણી બંધ થઈ ગયું. આખા શરીર પર સાબુ, અકળાયેલો અને નિરાશ તે ગુસ્સામાં ચીસ પાડવા જતો હતો, "ઘરમાં તમે લોકો શું કરો છો? શું તમે ટાંકી ભરીને રાખી નથી શકતા? નોકરીનો પહેલો દિવસ અને..." તેના મનમાં 'પરિસ્થિતિજન્ય નેતૃત્વ'નો મંત્ર ગુંજ્યો. તેણે પોતાના વિચારોને નવી દિશામાં વાળ્યા. "અમ્મા આ પરિસ્થિતિમાં શું કરત?" તેણે વિચાર્યું. અચાનક તેના મનમાં અગણિત શક્યતાઓ ઊભરાવા લાગી. ત્યારબાદનો તેનો વિચાર હતો, "મારી કારકિર્દીની શરૂઆત કરવા મને આથી વધારે સારી મેનેજમેન્ટ આગાહી ક્યાંથી મળવાની હતી? થેન્ક યુ, અપ્પા."

પરિસ્થિતિજન્ય નેતૃત્વનો અર્થ છે, "સમસ્યાઓ ભલે ગમે ત્યાંથી ગમે તે સમયે આવે, હું દરેક વખતે તેના ઉપાયો શોધી કાઢીશ." સંજોગો તમારા પ્રમાણે અનુકૂળ થાય એવી અપેક્ષા રાખવાને બદલે, સંજોગો પ્રત્યેનો આપણો અભિગમ અનુકૂળ કરવો તે પરિસ્થિતિજન્ય નેતૃત્વ છે. જરૂરના સમયે પ્રતિભા દર્શાવવી એ જ પરિસ્થિતિજન્ય નેતૃત્વ છે.

એ બધું એક ક્ષણમાં જ બને છે

જીવનની પ્રત્યેક પળમાં અનંતની શક્તિ અને સાર રહેલાં હોય છે. દરેક બીજમાં એક વનનું વચન છે. જીવનની પ્રત્યેક પળમાં એક એવું અપ્રકટ વચન હોય છે કે જે માણસને ઉન્નત કરી શકે અને તે માણસમાંથી એક સમાજનો જન્મ થઈ શકે. વિશ્વનો ઇતિહાસ બીજું કશું નહીં પણ મહત્ત્વની ક્ષણોનો ઇતિહાસ છે. દરેક સવાર એકસરખી જણાય છે પણ તે એકસરખી હોતી નથી. અસંખ્ય જાણીતા, અજાણ્યાં અને જાણી ન શકાય તેવાં પરિબળો જીવનની આ એક ક્ષણ પર કામ કરી રહ્યાં છે. કયા દિવસે તે તમે ક્યારેય જાણતા નથી. તમે ક્યારેય જાણતા નથી કઈ ક્ષણે, પરંતુ તે બનશે, એક ક્ષણમાં, જ્યારે તે બનશે, તે હંમેશાં એક ક્ષણમાં જ બને છે...

સમગ્ર જીવન

સફળતા મોટી બાબતોમાં છે.
ખુશી નાની બાબતોમાં છે.
ધ્યાન શૂન્યમાં છે.
અને, ઈશ્વર સર્વસ્વમાં છે.

દીપકે બહુ મોટો નિર્ણય લેવાનો હતો. આ આધ્યાત્મિક શિબિરમાં ભાગ લેવો તેના માટે તેના ધર્મ કરતાં પણ વધારે અગત્યનું હતું. આ આધ્યાત્મિક શિબિરના પ્રથમ અનુભવ બાદ, તેના જીવનનું બધું બદલાઈ ગયું હતું. અહીં તેણે પોતાના બાળપણના ઘણાબધા ડરમાંથી મુક્તિ મેળવી હતી. અહીં જ, તે પહેલી વાર, આભારવશતામાં રડ્યો. આ જ સ્થળે તેણે આધુનિક યુગના સંગીત પ્રત્યેનો રસ વિકસાવ્યો. અહીં આવીને જ તેને ખબર પડી હતી કે તંદ્રા અવસ્થામાં નૃત્ય કરવું કોને કહેવાય. અધ્યાત્મની પ્રથમ દીક્ષા પણ તેણે અહીં જ લીધી હતી. અહીં જ તેણે પોતાની ભીતરના મૌનની ઝલકને પહેલીવાર અનુભવી. અહીં જ તેણે ગુરુ-સાધકના સંબંધની પવિત્રતા અનુભવી. તેને માટે આ સ્થળ સર્વસ્વ હતું.

તેણે બહુ મોટો નિર્ણય લેવાનો હતો. તેના બાળકનો ગમે તે ઘડીએ જન્મ થઈ શકે તેમ હતો અને આધ્યાત્મિક શિબિર આવતીકાલથી જ શરૂ થવાની હતી. તેનું હૃદય બંને સરખી મહત્ત્વની અને નિર્ણાયક ક્ષણો વચ્ચે ઝોલાં ખાતું હતું. હકીકતમાં, દીપક આ દ્વિધાનું નિરાકરણ કેવી રીતે લાવે છે તે જાણવા માટે ઘણી વ્યક્તિઓ ઉત્સુક હતી.

જો કે તેની પત્ની તેની લાગણીઓ સમજી શકતી, પરંતુ તે પણ એ પ્રશ્ન પૂછ્યા વગર ન રહી શકી, "જો તમારો નાનો મહેમાન આજે ન આવ્યો તો તમે શું કરશો?" દીપકે જવાબ આપ્યો, "ડાર્લિંગ, એવું બની શકે કે મારી શ્રદ્ધાની કસોટી થાય, છતાં તેને ક્યારેય ત્યજી નહીં દેવાય. મેં તને આ પહેલાં પણ ઘણીવાર કહ્યું છે કે જ્યાં શ્રદ્ધા હોય ત્યાં જે ખોટું જણાતું હોય તે પણ ધીમે ધીમે સાચું સાબિત થાય છે. શ્રદ્ધામાં બધું જ શક્ય છે. આ આધ્યાત્મિક શિબિરમાં મારી શ્રદ્ધા સંપૂર્ણ છે. મારા માટે તે જ આનો ઉકેલ લાવશે. હું મારા બાળકના આગમનને જોઈશ અને હું શિબિરમાં પણ જઈશ કે જેથી હું મારા આધ્યાત્મિક માર્ગમાં આગળ વધી શકું. ભગવાનના ઘરે દેર છે પણ અંધેર નથી."

બંને મોકળા મને ખડખડાટ હસી પડ્યાં, અને બસ. ખડખડાટ હાસ્યે દીપકની પત્નીને પેટના કંપનની અનુભૂતિ આપી. તેણે પ્રસવપીડાનો પ્રથમ ચમકારો અનુભવ્યો. ત્યાર બાદ પ્રવૃત્તિઓનો સિલસિલો ચાલ્યો, અને સાંજ સુધીમાં તો બાળકના રડવાનું મધુર સંગીત સંભળાયું. દીપકની શ્રદ્ધાએ ચમત્કાર સર્જ્યો.

બીજે દિવસે સવારે, જ્યાં શિબિર થવાની હતી તે ગાઢ વન તરફ બસ ચાલી નીકળી, દીપકે અવ્યક્તની બાજુની સીટ લીધી. કેટલીક વાર બીજી યુક્તિ, બીજો વિચાર, બીજો દિવસ, બીજો અનુભવ તમારા જીવન વિશેની બધી બાબતોને કેટલી બદલી નાખે છે? કેટલી વાર તમને મળતી અન્ય કોઈ વ્યક્તિ તમારા જીવનનો સહુથી અગત્યનો સંબંધ બની જાય છે? દીપકની અવ્યક્ત સાથેની મુલાકાત એવા જ એક નિર્ણયાત્મક સંબંધમાં વિકસિત થઈ. દીપક વિશેની દરેક બાબત હંમેશાં માટે બદલાઈ ગઈ.

દીપકને ખબર હતી કે એકવાર અવ્યક્તની શિબિર ચાલુ થઈ જશે પછી તેને મૌન ધારણ કરવું પડશે, એટલે તેણે બસની મુસાફરી દરમિયાન અવ્યક્ત સમક્ષ પોતાની લાગણીઓને શેર કરવાનું પસંદ કર્યું. અવ્યક્તને ખ્યાલ આવી ગયો કે દીપક તેની સમક્ષ ખુલ્લા મનથી વાત કરવા ઇચ્છે છે. તેથી તેનો સંકોચ દૂર કરવા માટે તેણે સામેથી જ દીપકને કહ્યું, "તો,

શહેરના લેટેસ્ટ પિતા, કહો જોઈએ કેવું લાગે છે?"

થોડું સ્મિત, આંખોમાં થોડીક ભીનાશ, અડધું આલિંગન અને પછી શબ્દો, "અફ કોર્સ, હું આ દુનિયાનો બાદશાહ હોઉં એવું લાગે છે. મેં સફળતાની અને સિદ્ધિની કેટલીયે ક્ષણો માણી છે. રમતગમતમાં, માર્શલ આર્ટ્સમાં અને મારી કારકિર્દીમાં, હું સારો હતો... ખરેખર, સફળતા મારા માટે ટેવ છે. પરંતુ મારા હૃદયને કોઈ વાત આટલી સ્પર્શી નથી. મારા બાળકને મારા હાથમાં લેતી વખતે, મેં વિલિયમ બ્લેકે જે કહ્યું હતું તેવું જ અનુભવ્યું,

રેતના કણમાં સંસાર જોવા,
ને વન-પુષ્પમાં સ્વર્ગ,
ઝાલ તારી હથેળીમાં આ અનંત,
ને ક્ષણોમાં શાશ્વત.

હવે હું પહેલાં ક્યારેય અનુભવ્યું હોય તેના કરતા વધારે સંપૂર્ણ અનુભવું છું. મારું બાળક મારા જીવનમાં અત્યારથી જ આશીર્વાદ છે. તેણે મારી શ્રદ્ધાને દૃઢ કરી છે. તેણે જેનો કોઈ ઉકેલ ન આવે તેવી સમસ્યા ઊભી કરી તેના પિતાને કોઈ તકલીફ નથી આપી. તેણે પોતાના આગમનનો સમય સાચવી લીધો. જે હોય તે, પણ તે મને એવો અનુભવ કરાવી રહ્યો છે કે મારા જીવનમાં હવે ફરી એકવાર, બધું જ બદલાવાનું છે."

એક લાંબુ મૌન છવાયેલું રહ્યું. જ્યારે તમે આધ્યાત્મિકપણે ઉન્નત આત્મા સાથે બેઠા હોવ, ત્યારે મૌન પણ સંવાદ કરે છે. થોડીવાર પછી અવ્યક્તે દીપકને કહ્યું, "જીવનની સફળતા મોટી બાબતોમાં છે, ખુશી નાની બાબતોમાં છે. જીવનની મોટી બાબતોની આકાંક્ષા રાખી અને તમારી ક્ષમતાઓને તેને પૂર્ણ કરવા તરફ વાળવાથી, તમે સફળતા અનુભવો છો. જો કે, આપણામાંથી ઘણા લોકો જીવનની મોટી બાબતોથી એટલા બધા ઘેરાઈ જાય છે કે આપણે સહેલાઈથી જીવનની નાની બાબતો તથા નાના આનંદની ઉપેક્ષા કરીએ છીએ. તે કહાની છે દયનીય જીવન

જીવતી કહેવાતી સફળ વ્યક્તિની. બીજી બાજુ, એવા પણ માણસો હોય છે કે જેઓ નાની બાબતોમાં અને નાના આનંદમાં એટલા તો ખોવાઈ જાય છે કે તેઓ પોતાની ક્ષમતાઓને જીવનની મોટી બાબતોમાં વાળી શકતા નથી. આ કહાની છે નકામું - ઓછો ઉપયોગ કર્યો હોય એવું જીવન જીવતા કહેવાતા સુખી લોકોની. જીવનમાં નાની બાબતો પર સમાધાન કર્યા વિના મોટી બાબતો માટે પ્રયત્ન કરવાથી, માણસ જે અન્યથા આભાસી છે તેવું સફળતા અને સુખનું સંકલન શોધી શકે છે."

પછીના આઠ દિવસનો અનુભવ જાણે કોઈ બીજા જ વિશ્વમાં જીવતા હોય તેવો હતો. તેમનાં સમજાવવાના પ્રયત્નમાં, શબ્દો અનુભવને વામણો કરે છે. તેમાં સ્વચ્છ થવાની, શુદ્ધીકરણની, ઉત્કૃષ્ટતાની, પરમાનંદની, પ્રેમની અને બોધની પ્રક્રિયાઓ હતી. એવું લાગતું હતું જાણે દેવદૂતો ઈશ્વર સાથે વસી રહ્યા હતા. આનંદમાં સમય સંકોચાય છે. મૌનમાં, સમય થંભી જાય છે. એક કલાકમાં અનંત હોય તેવું લાગ્યું. આઠ દિવસો જાણે આઠ કલાક હોય તે રીતે પસાર થઈ ગયા. શિબિરનો અંત પણ જાણે બધા માટે એક નવા જીવનની શરૂઆત હતી.

ફરી બસ તરફ અને સિમેન્ટના જંગલ તરફની પરત મુસાફરી. દીપકે આ વખતે પણ અવ્યક્તની બાજુની સીટ લીધી. ફરી, લાંબા સમય સુધી મૌન છવાયું. ફરીથી, થોડીવાર પછી દીપક બોલ્યો, "તમે શિબિર પહેલાં મને કહ્યું, 'સફળતા મોટી બાબતોમાં છે. ખુશી નાની બાબતોમાં છે.' શિબિરમાં અને શિબિર દરમિયાન મારું માર્ગદર્શન કરનાર અવાજની હાજરીમાં, મને સમજાયું કે, 'ધ્યાન શૂન્યમાં છે. અને ઈશ્વર સર્વસ્વમાં છે.' આ શિબિર મને તમારા તરફથી મળેલી ભેટ હતી અને હવે જે રીતે હું મારું જીવન જીવીશ એ તમને મારી ભેટ હશે. તમે જે શબ્દોથી શિબિરનું સમાપન કર્યું હતું તે અત્યારે પણ મારી અંદર ઘોળાઈ રહ્યા છે... 'હું તમને પ્રેમ કરું છું એટલું જ નહીં પણ મને તે શ્રદ્ધા પણ છે કે મારો પ્રેમ તમારું નિર્માણ કરશે.' હું તમારા પ્રેમને નીચો નહીં પાડું અને હું જાણું છું કે મારી શ્રદ્ધા મને ક્યારેય નીચો નહીં પાડે. હું વચન

આપું છું, કે હું પોતે ઉન્નત થઈશ અને મારા સંપર્કમાં આવતા પ્રત્યેક જીવનને હું ઉન્નત કરીશ."

તેઓ શહેરમાં આવી પહોંચ્યા. એવું લાગ્યું કે જાણે તેઓ ભવિષ્ય તરફ પાછા ફર્યા. લાંબા આલિંગન સાથે દીપક અને અવ્યક્ત છૂટા પડ્યા - આ વખતે કશું અધૂરું નહીં. અવ્યક્ત જઈ રહ્યો હતો ત્યાં જ દીપકે કહ્યું, "તમારા ગયા પછી પણ, તમે મારી સાથે જ છો." અવ્યક્તે નોંધ કરી, "હું કોઈ વ્યક્તિ નથી, પણ માત્ર ઉપસ્થિતિ છું. હંમેશાં તારી સાથે રહીશ. તને અધિકતમ અને અધિકતરની શુભકામના..." ફરીવાર, બંનેએ સ્મિતની આપ-લે કરી. દીપક, તેની પ્રિય પત્ની અને નવી વહાલી વ્યક્તિ વચ્ચેનું તે મિલન હતું. એક સોનેરી ક્ષણથી બીજી સોનેરી ક્ષણ તરફ દીપકનું જીવન એક પૂર્ણ પ્રવાહમાં હતું. જીવન હંમેશાં ખાસ લોકો માટે આટલું ખાસ કેવી રીતે હોતું હશે?

થોડા દિવસો પછી, બેઠકખંડની પૂર્વ તરફની દીવાલ પર એક નાનકડા શિશુની લેમિનેટેડ તસવીર લટકતી જોવા મળી, જેના પર નીચેના શબ્દો અંકિત હતા.

"તારા આગમનથી મેં મારો મંત્ર મેળવ્યો...
સફળતા મોટી બાબતોમાં છે.
ખુશી નાની બાબતોમાં છે.
ધ્યાન શૂન્યમાં છે.
અને ઈશ્વર સર્વસ્વમાં છે."

કેટલી વાર બીજી યુક્તિ, બીજો વિચાર,
બીજો દિવસ, બીજો અનુભવ
તમારા જીવન વિશેની બધી બાબતોને બદલી નાખે છે?
કેટલી વાર તમે જે અન્ય વ્યક્તિને મળ્યા હોવ તે
તમારા જીવનના અગત્યના સંબંધોમાંનો એક બની જાય છે?

ખ્યાતિ! કઈ કિંમતે?

તમને દરેકને સામાજિક કાર્યોની એક યાદી આપવામાં આવી છે અને તમારે સહુએ ચુસ્તપણે એ યાદીને વળગી રહેવાનું છે. આ યાદીની પાર જઈને જીવવાના તમારા પ્રયત્ન માટે તમને સ્વાર્થી ગણવામાં આવશે. પરંતુ, જ્યારે તમે કાંઈ વ્યાખ્યાયિત કરો છો, તો તમે મર્યાદિત કરો છો. તેથી, આ યાદીને ફાડી નાખો. સામાજિક વ્યાખ્યાની મર્યાદાઓની ઉપર ઊઠો. તમારા જીવનની વ્યાખ્યાને વ્યાપક બનાવો. ટોળાની ઉપર રહો. સામાન્ય માણસથી ઉપર જીવો. તમે જે રીતે તમારું જીવન જીવો તેનાથી ભાવિ પેઢીને પ્રેરિત કરો. તમારા જીવનને નવી પેઢીનો એક સંદેશ બનવા દો. જાગો!

"નામ કમાઈને ખરાબ જીવન જીવવા કરતાં બદનામ થઈ સારું જીવન જીવવું એ વધારે સારી વાત છે," અવ્યક્તે કહ્યું.

મોટાભાગની બાળાઓએ એકબીજા સામે વિસ્મયથી જોયું. લાંબી શાંતિ છવાયેલી રહી. શ્રેષ્ઠ વક્તાની શ્રેષ્ઠતા પોતાના વક્તવ્યને માત્ર શબ્દોથી વ્યક્ત કરવામાં જ નહીં, પરંતુ યોગ્ય વિરામ સાથે તેની અભિવ્યક્તિને વિરામ આપવામાં પણ છે. વિચારને ગ્રહણ અને આત્મસાત્ કરવા સાંભળનારના મનને એવા ક્ષણિક વિરામોની જરુર હોય છે. વક્તવ્ય વખતનાં વિરામો 'વિચારનો સમય' છે જે તમે તેમાં ગૂંથો છો. પરંતુ વ્યંગાત્મક રીતે, જો તે આધ્યાત્મિકતા તરફ ઝૂકેલા શ્રોતાઓ સમક્ષ થતો આધ્યાત્મિક વાર્તાલાપ ન હોય તો, ઘણાબધા વિરામો તેમની એકાગ્રતાને ભંગ થવાનો અવકાશ ઊભો કરશે. શ્રોતાઓનું ધ્યાન અન્યત્ર દોરવાઈ જશે. છતાં, સાવ થોડા વિરામો પણ શ્રોતાઓના મનમાં સંદેશને

ઊતરવા માટેનો સંદર્ભ ઊભો નહીં કરે. શબ્દો અને વિરામો વચ્ચે સંપૂર્ણ એકસૂત્રતા હોવી જોઈએ. એટલે તો સંવાદ વિજ્ઞાન અને કળા બંને છે.

અવ્યક્તે પોતાનું વક્તવ્ય ચાલુ રાખ્યું, "ગમે તેમ, પણ શરૂઆતથી જ, તમારામાંથી મોટાભાગના લોકોના મનમાં, ચારિત્ર્ય કરતાં પ્રતિષ્ઠાને વધારે ઉપર મૂકવામાં આવી છે. ચારિત્ર્ય એટલે 'તમે કોણ છો' અને પ્રતિષ્ઠા એટલે 'જગત તમારા વિષે શું વિચારે છે'. તમને, વારંવાર એ નિશ્ચિત કરવાનું કહેવામાં આવ્યું છે કે તમે સ્કૂલમાં નામ કમાઓ, શિક્ષકો સાથે નામ કમાઓ, આડોશપાડોશમાં અને સગાં-વહાલાંઓમાં સારી છાપ ધરાવો - અહીં નામના મેળવો અને ત્યાં નામના મેળવો, બધે જ અને કાયમ સારું નામ. આમ નામના મેળવવા પાછળ એટલું બધું ધ્યાન કેન્દ્રિત કરવામાં આવે છે કે તમારા લોકોનો સૌથી પહેલો વિચાર જ એ હોય છે કે, 'જો હું આમ કરીશ કે તેમ નહીં કરું તો દુનિયા મારા વિષે શું વિચારશે?', અને નહીં કે 'આમ કરવાથી કે તેમ નહીં કરવાથી હું શું બનીશ અથવા શું નહીં બનું.' તમારાંમાંના મોટાભાગના લોકો 'લોકો શું કહેશે'થી સભાન હોય છે. વિરામ તમારું જીવન તમે તમારી દૃષ્ટિથી નથી જીવતા, પરંતુ બીજાઓની દૃષ્ટિએ જીવો છો. 'દુનિયાએ મને કેવી રીતે જોવો જોઈએ?' આ પ્રશ્નનો જવાબ તમારા જીવનનો સંદર્ભ નિશ્ચિત કરે છે. ક્યારેક, નામના મેળવવી તમારા પોતાના માટે જ હોય તે જરૂરી નથી હોતું, પરંતુ ક્યારેક તે તમારા પરિવાર માટે, તમારા માતા-પિતા માટે પણ હોય છે. આ સમગ્ર પૂછવું, તમારામાંના મોટાભાગના લોકો બીજાના હાથની કઠપૂતળી બની જતા હોય છે. વિરામ તમે કાર્યો કરો છો તે એટલા માટે નહીં કે, તમારે એ કાર્યો કરવાં છે, એટલા માટે નહીં કે તે કરવાં જોઈએ તેના વિષે તમે નિશ્ચિત છો, એટલા માટે પણ નહીં કે તમને તે બરાબર લાગે છે, પરંતુ એટલા માટે કે તેઓ તમારી નામના વધારવાનો અવકાશ આપે છે. પ્રખ્યાતિની સંભવિત શક્યતા ઘણી ઊંચી છે. નામના મેળવવાની ઈચ્છા કરતાં પણ, બેઆબરૂ થવાનો ભય જ તમારું મોટાભાગનું જીવન ચલાવે છે."

અવ્યક્તનું વક્તવ્ય હવે અત્યંત ઉગ્ર હતું. સામાજિક રોષ તેના અવાજ દ્વારા અભિવ્યક્તિ પામી રહ્યો હતો. તેના વક્તવ્ય દરમિયાન, સશક્ત બનાવવાનો જુસ્સો તેની આંખોમાંથી એટલી તીવ્રતાથી ફેંકાઈ રહ્યો હતો કે તેણે આંખનો એક પલકારો સુધ્ધાં પણ ન માર્યો. તે અવાજમાં આ શક્તિ માત્ર એ જ હૃદયમાંથી આવી શકી હોત જે હૃદય આ સામાજિક ગુલામી પ્રત્યે રડતું હોય. 'લોકો શું કહેશે'થી સભાન બનાવી, માણસને પોતાને જ પોતાનો દુશ્મન બનાવી દેવાયો છે. હવે તેનું સંપૂર્ણ ધ્યાન 'પોતે શું છે' અથવા 'પોતે શું બનવા ઈચ્છે છે' તેના પર નથી રહેતું, પરંતુ તે રહે છે દુનિયાની નજરમાં સારાં દેખાઈ 'ગુડવિલ પોઈન્ટ્સ' કમાવવા પર. સારા બનવા કરતાં, સારા દેખાવું હવે ફરજિયાત બની ગયું છે. અવ્યક્ત આગ ઝારી રહ્યો હતો. "મારી અંદર કોઈ આક્રંદ કરે છે..." તેણે ભારપૂર્વક કહ્યું.

અવ્યક્ત એક મહિલા કૉલેજના વિદાય લઈ રહેલા ૬૦૦ વિદ્યાર્થિઓના સમૂહને સંબોધન કરી રહ્યો હતો. તે માનતો હતો કે જ્યાં સુધી આપણે સાધારણ મધ્યમવર્ગના લોકોની માનસિકતામાં પરિવર્તન નહીં લાવીએ ત્યાં સુધી, આપણે માનવતાને જાગૃત નહીં કરી શકીએ. જ્યારે તમે વ્યાખ્યાયિત કરો છો ત્યારે તમે સીમિત કરો છો. એક સામાન્ય માણસને કેવી રીતે જીવવું તેની વ્યાખ્યા આપી દેવામાં આવી છે. અને નિશ્ચિત રૂપે, તેણે સ્વયંને એ સામાજિક વ્યાખ્યામાં બાંધી દીધો છે. 'પુરુષ' માટે એક વ્યાખ્યા, 'સ્ત્રી' માટે એક વ્યાખ્યા, 'પુત્ર' માટે વ્યાખ્યા, 'પુત્રી' માટે અને 'પુત્રવધૂ' માટે વળી બીજી વ્યાખ્યા, એક 'ઉત્તર ભારતીયો' માટે અને અન્ય 'દક્ષિણ ભારતીયો' માટે, એક 'બ્રાહ્મણો' માટે અને એક 'મારવાડીઓ' માટે... વ્યાખ્યાઓ, અને વધુ વ્યાખ્યાઓ.

અવ્યક્તે ભારપૂર્વક કહ્યું, "તમને દરેકને એક સામાજિક યાદી આપવામાં આવી છે અને એ યાદીને ચુસ્ત રીતે વળગી રહેવું તમારી પાસેથી અપેક્ષિત છે. તમારા વડવાઓએ તેમ કર્યું, તમારાં માતા-પિતાઓએ તેમ કર્યું, તો તમે શા માટે તેની સામે બળવો કરશો - આ સામાજિક અપેક્ષા છે. આ સામાજિક અપેક્ષા સમક્ષ શરણાગતિ

સ્વીકારવા જ તમારા પ્રત્યેનો ઉછેર કરવામાં આવ્યો છે. આ સામાજિક યાદીથી થોડું પણ વિચલન સમાજમાં મોટો હોબાળો સર્જશે. આ સામાજિક યાદીથી પર જઈને જીવવાના તમારા પ્રયત્ન માટે તમને સ્વાર્થી કરાર આપવામાં આવશે. તમારી સામાજિક વ્યાખ્યાની કેદની બહાર જીવવા માટે તમે સામાજિક રીતે બહિષ્કૃત બનશો. સાંભળો છોકરીઓ, તમે એવી સંસ્કૃતિમાં જન્મ્યા છો કે જ્યાં એવું માની લેવામાં આવે છે કે સ્ત્રીઓનો જન્મ ફક્ત એક જ હેતુ માટે થાય છે અને તે છે લગ્ન કરવાં અને કુટુંબનો આધાર બનવું. તે હેતુ તમે આંસુઓથી પર જીવન જીવો તેના વિષે નથી, પણ તે છે અન્યોના સ્મિત માટે જીવવું. બીજાના ચહેરા પર સ્મિત લાવે એવું જીવન તમે જીવો એવી અપેક્ષા રાખવામાં કાંઈ ખોટું નથી, પરંતુ શા માટે તમારાં આંસુઓની કોઈ વધારે કદર નથી? છોકરીઓ, તમારે જ તમને ઉઠાવવા પડશે. સ્વતંત્રતા આપવામાં નથી આવતી, તેને લેવી પડે છે. તમે તમે તરીકે એક જ વાર જીવો છો, અને જો તમે આ તક ગુમાવી દેશો તો, તમને તમારા જેવા રહેવાની તક ફરી ક્યારેય નહીં મળે. તમે તકને જવા ન દેશો. એ સામાજિક યાદીને ફાડી નાંખો. સામાજિક વ્યાખ્યાની બેડીઓથી ઉપર ઊઠો. નવો રસ્તો શોધનારાઓ જ જૂના રસ્તાને તોડનારાઓ છે. તમારા જીવનની વ્યાખ્યાને વિસ્તૃત કરો. ટોળાથી ઉપર ઊભા રહો. સાધારણ માણસથી પર જીવો. તમારી જીવન જીવવાની રીતથી ભાવિ પેઢીઓને પ્રેરણા આપો. તમારા જીવનને આગામી પેઢીનો એક સંદેશ બનવા દો. જાગો!"

અવ્યક્ત કારણ વગર બળવાખોર બનવાની વાત નહોતો કરી રહ્યો. 'મને કોઈની પરવા નથી' એવા અભિગમ સાથે બેજવાબદાર બનવું તેવું તે નહોતો કહી રહ્યો. તે પોતાના પરિવારની લાગણીઓ અને ભાવનાઓ પ્રત્યે ઉદાસીન બનવાનું નહોતો કહી રહ્યો. તે સામાજિક યાદીને ફાડી નાખીને ચારિત્ર્યહીન જીવન જીવવા વિષે નહોતો કહી રહ્યો. તે 'મને, મારું અને મારી જાત' - એવા તદ્દન સ્વાર્થી જીવન જીવવા વિષે વાત નહોતો કરી રહ્યો.

અવ્યક્તે સમજાવ્યું, "કરુણાના મૂર્તિસ્વરૂપ સ્વામી મહાવીરે પણ અગમવાણી ઉચ્ચારી હતી, 'જીવો અને જીવવા દો,' નહીં કે, 'જીવવા દો અને જીવો'. છેવટે, જો તમે પોતે કેવી રીતે જીવવું એ ન જાણતા હો તો, બીજાને કેવી રીતે જીવવા દઈ શકો? પ્રેમના મસીહા ઈસુ ખ્રિસ્તે ઉપદેશ્યું, 'પોતાની જાતને જેટલો પ્રેમ કરતા હોવ તેટલો પ્રેમ પાડોશીઓને કરો'. તેમણે પણ તમને તમારાં પાડોશીઓની પહેલાં મૂક્યા છે. શા માટે? છેવટે, જો તમને સ્વયંને પ્રેમ કેવી રીતે કરવો એ ખબર ન હોય તો પછી તમે તમારા પાડોશીને પ્રેમ કેવી રીતે કરશો? એક ભિખારી બીજાને ધનવાન બનવા મદદ કેવી રીતે કરી શકે? કયો ગુલામ બીજાને મુક્તિ અપાવી શકે? જે વસ્તુ તમે સ્વયં જ પોતાને ભેટ નથી આપી તે તમે દુનિયાને કેવી રીતે આપી શકો? જ્યાં સુધી તમે વ્યાપક કલ્યાણ માટે મથ્યા કરો, ત્યાં સુધી તમારા વ્યક્તિગત કલ્યાણ માટેની મથામણ તમને સ્વાર્થી નથી બનાવતી. આ ગ્રહ પર તમને તમારા સંઘર્ષનો પૂરો અધિકાર છે. આ ગ્રહ તમારો પણ છે. આ જીવન તમારું પણ છે. તેનો ઉપયોગ કરો. તેનો દુરુપયોગ ન કરો."

ત્યારબાદ, ખૂબ જ કરુણાસભર અવાજમાં, અવ્યક્તે સૂચન કર્યું, "જો તમે જીવનમાં ૧૦૦ કામ કરો, તો તેમાંથી ૮૦ કાર્યો દુનિયા માટે, તમારા પરિવારના સુખ માટે, તમારાં માતા-પિતાના સંતોષ માટે, સામાજિક સંતોષ માટે અને તમારા પર્યાવરણ માટે કરો. જીવનમાં ઓછામાં ઓછા ૨૦ કાર્યો તમારા પોતાના માટે કરો. આ ૨૦માં - તમારા જીવનની જે મહત્ત્વની હોય તે બધી બાબતોને મૂકો, કે જેની તમારા જીવન પર અસર થશે - જેમ કે તમે કરવા માંગતા હોવ તે અભ્યાસ, તમને જે કારકિર્દી માટે જુસ્સો હોય, તમે જે લગ્નમાં સ્થાયી થવા ઇચ્છો તે, તમે જે શહેરમાં રહેવા ઇચ્છો વગેરે. જીવનની આ બધી મહત્ત્વની બાબતોમાં, સામાજિક વ્યાખ્યાઓની મર્યાદાઓને વશ ન થાઓ. તમારા જીવનની વ્યાખ્યા તમે પોતે જ લખો. તમારી પોતાની યાદી બનાવો. સામાજિક સ્ક્રીપ્ટ પ્રમાણે ન જીવો. તમારી પોતાની સ્ક્રીપ્ટ લખો. જીવનની બિન-મહત્ત્વની ૮૦ બાબતોમાં, દુનિયા સાથે, દુનિયા પ્રમાણે ચાલો. જો તમે

૮૦ કાર્યો દુનિયા માટે કરો અને પછી માત્ર ૨૦ કાર્યો પોતાને માટે કરો ત્યારે પણ, જો દુનિયા તમને સ્વાર્થી કહે - તો ભલે. એવું લાગે કે તમે ગેરવાજબી દુનિયામાં જીવો છો. જો તમે તેમનાં માટે ૮૦ કાર્યો કરો છતાં પણ, જો તેઓ હજી સંતુષ્ટ નથી, તો પછી કશું પણ તેમને કોઈ પણ રીતે સંતુષ્ટ નહીં કરી શકે. છેવટે, આ ૨૦ કાર્યો તમારી શરતોએ કરી સ્વયંને સંતુષ્ટ કરો."

અવ્યક્તે સમાપન કર્યું, "મેં જ્યાંથી શરૂઆત કરી હતી ત્યાં જ મને પૂરું કરવા દો - નામ કમાઈને ખરાબ જીવન જીવવા કરતાં, બદનામ થઈ સારું જીવન જીવવું એ વધારે સારું છે. રસપ્રદ રીતે, જ્યારે તમે આ માર્ગ લેશો, ત્યારે તમે સારું જીવન જીવશો અને સારું નામ પણ કમાશો. તમને દરેકને અધિકતમ અને અધિકતરની શુભકામનાઓ..."

અવ્યક્તે પોતાનું ભાષણ પૂરું કર્યું. સભાખંડમાં નીરવ શાંતિ છવાઈ ગઈ. બધી વિદ્યાર્થિનીઓ ઝેન બોધ મુજબ વિચારમગ્ન થઈ ગઈ હોય એવું લાગ્યું - તમે મૌન કરતાં સારું કહી શકો એમ હોવ ત્યારે જ બોલો. આ સમય શાબ્દિક ઋણ-સ્વીકારનો નહોતો. હવે પછી તેઓ જે જીવન જીવવાના છે તે અવ્યક્ત પ્રત્યેનો ઋણ-સ્વીકાર હશે. નવી નસ્લને અનુભવવા તૈયાર થઈ જાઓ, પથદર્શકોની આગામી પેઢી. તેમની નવી ફિલસૂફી, "જીવો - ૨૦ અને જીવવા દો - ૮૦."

પ્રસન્નતા સાથે સફળ હોવું

તમે ગમે ત્યારે વાંચો 'અધિક' હંમેશાં 'અધિક' જ વંચાશે, અને તેથી જ તમે તેના સુધી ક્યારેય પહોંચી નહીં શકો. આમ, 'સફળતા' એક આજીવન શોધ છે. તમે ગમે ત્યારે વાંચો 'પૂરતું' હંમેશાં 'પૂરતું' જ વંચાશે, અને તેથી તેને અનુભવવા તમારે એક અન્ય ક્ષણની રાહ પણ નહીં જોવી પડે. આમ, 'પ્રસન્નતા' કેવળ અનુભૂતિની વાત છે. એ લોકો સમજુ છે જેઓ 'પૂરતા કરતાં અધિક',ની ઇચ્છા રાખે છે, એ સમજીને કે તેમની પાસે 'પૂરતું' છે અને તેમ છતાં 'અધિક' પાછળ જાય છે. આ જ માર્ગ છે પ્રસન્નતાપૂર્વક સફળ અને સફળતાપૂર્વક પ્રસન્ન રહેવાનો.

ટ્રાફિક જામથી પરે

ભલેને ટ્રાફિક જામ ગમે એટલો ખરાબ હોય, છેવટે આપણે સહુ ઘરે પહોંચીશું જ. ટ્રાફિક ભલે ગોકળગાયની ગતિથી આગળ વધતો હોય; થોડીવાર માટે તે સાવ અટકી પણ જાય; ફરી તે થોડો થોડો આગળ ખસે, પરંતુ છેવટે તો આપણે ઘરે પહોંચીશું જ. તે જાણતાં કે આપણે અંતે ઘરે પહોંચવાના જ છીએ, આપણે એ ટ્રાફિક જામથી કદાચ તાણ ન અનુભવીએ. જો તમે તમારી જવાબદારીઓને કારણે તાણ અનુભવો તો, તમે તેમને તમારી ક્ષમતા મુજબ નિભાવી ન શકો. તમારી જાતમાં શ્રદ્ધા રાખો; જો તમે તેમ ન કરી શકો તો તમે એવા લોકોમાં વિશ્વાસ રાખો કે જેને તમારામાં શ્રદ્ધા હોય. અંધારાની ક્ષણોમાં જ આપણે તારાઓ શોધીએ છીએ. સિતારો બનો.

વાતાવરણ અપ્રસન્નતાથી દૂષિત હતું. હવા ગૂંગળાવનાર હતી. તે તાણ અને ચિંતાથી ગ્રસ્ત હતી. તમે ત્યાં ઉપસ્થિત દરેક માણસના ચહેરામાં અસ્વસ્થતા જોઈ શકતા હતા. જાણે બધા પીડા સાથે આંખ ચાર કરી રહ્યા હોય તેમ લાગતું હતું.

બે સુથારો ઝઘડી રહ્યા હતા, બંને એવું સાબિત કરવાની કોશિશ કરી રહ્યા કે બીજો ખોટો હતો. સુપરવાઇઝર પણ ફર્શ પૉલિશ કરનારા પર ગુસ્સો ઠાલવતો હતો. વીજળીનું કામ કરવાવાળો તેના સહાયકે ફીટિંગ બરાબર ન કર્યું હોવાથી તેના પર ક્રોધ કરતો હતો. ત્યાંનાં મશીનો કરતાં માનવીય અંધેર અને ગભરાટનો ઘોંઘાટ વધારે હતો. આ એક એવું લાક્ષણિક સ્થળ હતું જ્યાં દરેક જણ જ્યાં આવતીકાલે પહોંચી શકાય ત્યાં ગઈકાલે પહોંચવા માંગતા હતા.

ફક્ત સાત દિવસ બાકી રહ્યા. આમંત્રણ પત્રિકાઓ પહેલેથી જ છપાઈ ગઈ હતી અને પ્રોજેક્ટ એક જ અઠવાડિયામાં શરૂ કરવાનો હતો. તેનું ઉદ્‌ઘાટન મોટો જાહેર પ્રસંગ બનવાનો હતો, અને મોટાભાગના પ્રોજેક્ટસમાં બનતું હોય છે તેમ, ૭૦% સમયમાં ફક્ત ૩૦% જ તૈયારી થઈ હતી, અને હવે બાકી રહેલું ૭૦% કામ ૩૦% સમયમાં પૂરું કરવાનું હતું. તેથી બધા પોતે દોડી શકે તેના કરતાં વધારે દોડી રહ્યા હતા; પ્રત્યેક જે કરી શકે તેના કરતાં વધારે કરવાનો પ્રયત્ન કરી રહ્યું હતું. જો તમે અંતિમ કૂદકો બરાબર નથી મારતા તો શરૂઆતમાં તમે કેટલા કૂદકા મારો છો તેની નોંધ ભાગ્યે જ લેવાય છે. આ છેલ્લી છલાંગ હતી અને તેનાથી બધો ફરક પડવાનો હતો.

ઓપરેશન્સ ઇન-ચાર્જ પ્રણવ, કેલેન્ડરને તાકી રહ્યો હતો, એવું ઇચ્છતા કે કાશ તે કેલેન્ડરને એક અઠવાડિયું પાછળ લઈ જઈ શકે. અવ્યક્ત રસ્તામાં હતો અને તે કોઈ પણ ક્ષણે આવી પહોંચે એમ હતો. નખ અને તેની આસપાસની ચામડી સુધ્ધાં પણ ચાવતા; અને મનમાં સંપૂર્ણ રીતે મૂંઝાયેલો પ્રણવ, અવ્યક્તની રાહ જોઈ રહ્યો હતો.

અચાનક સર્વત્ર શાંતિ છવાઈ ગઈ. આમ ઘોંઘાટ બંધ થતાં, શાંતિ પણ સંગીત જેવી લાગી. ત્યાં નિરાંત હતી. ત્યાં અચાનક સ્વસ્થતા હતી. આસપાસની દીવાલો જાણે અચાનક શાંતિથી રંગાઈ ગઈ હોય તેમ લાગ્યું અને હવા તાજગી-સભર અનુભવાઈ. કામકાજ હજી પણ ચાલી રહ્યું હતું, પરંતુ વિસંવાદિતાનું સ્થાન સંવાદિતાએ લીધું. ક્યાંકથી ઘણા બધા ચહેરા પર સ્મિત ખીલ્યું હતું. તેમની મુશ્કેલીઓનો ઉકેલ આપનારો આવી પહોંચ્યો હતો. અવ્યક્ત કારમાંથી બહાર આવી રહ્યો હતો. અવ્યક્તની હાજરીમાં કોઈક કારણસર; કોઈ સમસ્યાને બહાર નથી ફેંકતું; પ્રત્યેક સમાધાનો શ્વસે છે.

વિખરાયેલા વાળ, ટી-શર્ટ, જીન્સ અને સેન્ડલ પહેરીને તે અંદર આવ્યો આટલા બધા લોકો દ્વારા જેની માર્ગદર્શક તરીકે ગણના કરવામાં આવતી હોય, તે વ્યક્તિને ભાગ્યે જ છાજે તેવા વેશમાં, પણ તે અવ્યક્ત

હતો. જુઓ, જયારે તમારું આગવું વ્યક્તિત્વ હોય ત્યારે તમારે કોઈ વ્યક્તિત્વ પહેરવાની જરૂર નથી પડતી. કોઈ કાંઈ કહે તે પહેલાં જ, અવ્યક્તે ચોકીદારથી લઈને કડિયા અને સફાઈ કામદાર સહિત, પ્રત્યેકનું અભિવાદન કર્યું. થોડીવારમાં જ, સ્થાન એવા કશાકમાં પરિવર્તિત થઈ ગયું જ્યાં, કોણ શું હતું અને તેઓ શું કરી રહ્યા હતા તેનાથી તદ્દન અનપેક્ષ, માત્ર ગરિમા જ સર્વોપરી બની રહી.

એક વિદ્વાને એકવાર કહ્યું, "તમે ગમે ત્યાં જાઓ તો પણ દુઃખી જ રહેશો, કારણ કે તમે હજુ ત્યાં જ છો." અવ્યક્ત માટે આથી ઊલટું સાચું હતું. તે ગમે ત્યાં જાય, ત્યાં પ્રસન્નતા છવાઈ જતી કારણ કે તે ત્યાં હતો.

અવ્યક્ત જેવો એ તાણગ્રસ્ત સુપરવાઇઝર પાસેથી પસાર થયો, કે તેણે તેના ફરતે હાથ ફેલાવ્યા, અને કહ્યું, "હેપ્પી મોર્નિંગ! મારી એવી ઈચ્છા છે કે આ પ્રોજેક્ટ સાથે જોડાયેલી પ્રત્યેક વ્યક્તિ પોતાને 'દુનિયાથી ઉપર' અનુભવે, અને નહીં કે, જાણે 'દુનિયા તેની ઉપર' ધસી આવી છે. જે વસ્તુ પ્રસન્ન રહીને સિદ્ધ ન કરી શકાય તે અપ્રસન્ન રહીને તો ક્યારેય સિદ્ધ ન થઈ શકે. જો તમે તમારી જવાબદારીઓને કારણે તાણ અનુભવતા હો તો, તમે ક્ષમતા સાથે ક્યારેય પ્રતિક્રિયા નહીં આપી શકો. તમારી જાતમાં શ્રદ્ધા રાખો; જો તમે તમારી જાત પર ભરોસો ન રાખી શકો તો, એવા લોકો પર વિશ્વાસ રાખો કે, જેને તમારામાં શ્રદ્ધા હોય. મને તમારામાં શ્રદ્ધા છે. તમારો ચહેરો ઠંડા પાણીથી ધોઈ લો. થોડા ઊંડા શ્વાસ લો. રીલેક્સ. સ્માઈલ. ઉકેલોને શ્વાસમાં લો. પ્રોજેક્ટ નિર્ધારિત સમયે શરૂ થશે. મને બધે જ લીલી ઝંડી દેખાય છે."

કેટલી વાર લોકો આવતા વર્ષની, આવતા મહિનાની અને આવતા અઠવાડિયાની સમસ્યાઓનું શું કરવું તે વિષે વિચાર કર્યા કરતા હોય છે, અને તે દિવસે જે કરી શકાયું હોત તે કાંઈપણ કરવામાં નિષ્ફળ રહેતા હોય છે? અવ્યક્તના શબ્દભંડોળમાં 'સમસ્યા' પ્રતિબંધિત શબ્દ હતો. તે હંમેશાં કહેતો, "ટ્રાફિકમાં સ્ટીયરિંગ વ્હીલ વગર કાર ચલાવવી, એ ખરેખર, સમસ્યા છે; પરંતુ સ્ટીયરિંગ વ્હીલ સાથે, તે કેવળ એક પડકાર

છે. આપણને પ્રત્યેકને બક્ષિસમાં મળેલી અનંત માનવ સંભાવનાઓની સરખામણીએ, જીવનમાં એવી કોઈ પરિસ્થિતિ હોઈ શકે ખરી કે જેને આપણે સમસ્યા કહી શકીએ? જાત પર આવતીકાલના પડકારોનો ભાર આજે લાદવાનો શો અર્થ છે? છેવટે, જે આવતીકાલે કરવાનું હોય તે માત્ર આવતીકાલે જ થઈ શકે! તમારી 'આજ' યોગ્ય કરવા પર ધ્યાન કેન્દ્રિત કરવું તે હળવા થવાનું રહસ્ય છે. તમારી આજને તમારી આવતીકાલની દુશ્મન ન બનાવો. અપ્રસન્નતાથી કરેલું કોઈપણ કામ માત્ર અનેકગણી અપ્રસન્તા જ લાવશે.

સુપરવાઈઝર સાથે વાત કરી લીધા પછી, અવ્યક્ત પ્રણવ પાસે આવ્યો. તે અવ્યક્ત સામે જોઈને હસવાનો પ્રયત્ન કરી રહ્યો હતો, પણ શરીર ક્યારેય જુઠ્ઠું નથી બોલતું. તે જે તણાવ હેઠળ હતો તે એકદમ દેખીતો હતો; તેનું સ્મિત મૃતદેહ પર ચઢાવેલાં ફૂલો જેવું હતું. પ્રણવના બંને કાન વચ્ચે એક અવરોધ હતો, અને જ્યારે તે સક્રિય હોય, ત્યારે તમે જે સાંભળો તે અંદર ન જાય, પણ તેને બદલે બધે ફેલાઈ જાય. આપણા મોટાભાગના પડકારોમાં, ખરો પડકાર બહાર વિશ્વમાં નહીં પણ આપણા બે કાનો વચ્ચે હોય છે. કેટલાક લોકો મુશ્કેલીને શોધતા હોય છે, ચોક્કસ રીતે, તેઓ તે શોધી કાઢે છે. કેટલાક મુશ્કેલીને ત્યાં સુધી મુશ્કેલી જ નથી આપતા કે જ્યાં સુધી તે મુશ્કેલી તેમને ખરેખર મુશ્કેલી આપે. જે હથોડો કાચના ભૂકા કરી નાંખે છે એ જ હથોડો લોઢાને ઘડે છે. આમ, મુશ્કેલીઓ અને પડકારો તમને શું કરે છે તેનો આધાર તમે શું છો અને તમે તેમને કેવી રીતે જુઓ છો તેના પર છે. બે માણસોએ જેલના સળિયામાંથી બહાર જોયું. એકે કાદવ અને બીજાએ તારાઓ જોયા. જીવનની કસોટીઓ આપણને ઘડવા માટે હોય છે, તોડવા માટે નહીં. બધી મુશ્કેલીઓનો છેવટે અંત આવે છે. તો મુશ્કેલીઓથી શા માટે ત્રસ્ત થવું?

ચર્ચા કરવા માટે, એક ખૂણામાં એક ટેબલ અને ચાર ખુરશીઓ ભાડે રાખીને કામચલાઉ વ્યવસ્થા કરવામાં આવી હતી. માત્ર દસ ફૂટ દૂર, સુથાર તેનાં ઓજારોથી બહેરા કરી નાખે તેવા અવાજે, કામ કરી રહ્યો હતો. પ્રણવ પોતાની ખુરશી પાસે આવી ચૂક્યો હતો. અવ્યક્ત જેવો તે

સુથાર પાસેથી પસાર થયો કે, તેણે સરસ રીતે હસીને સુથાર સામે માથું હલાવ્યું. સુથારે તરત જ તેનું કામ બંધ કરી દીધું, વળતું સ્મિત કર્યું અને એમ કહીને જતો રહ્યો કે તે ૧૫ મિનિટમાં પાછો આવશે. એ કેટલી સાચી વાત છે કે બોલેલા શબ્દો કરતાં પ્રેમ અને પ્રસન્નતાથી છલકાતા હૃદયની એક સામાન્ય ચેષ્ટા વધારે અસરકારકતાથી સંદેશો પહોંચાડી શકે છે! કયા ફૂલ પર બેસવું તે નક્કી ન કરી શકતા પતંગિયાની જેમ તેના ધ્યાનને એક પાન પરથી બીજા પર લઈ જતાં, પ્રણવ વ્યગ્રતાથી તેની યાદી ફેરવી રહ્યો હતો.

મૈત્રીભાવે અવ્યક્તે હાથેથી પ્રણવનું માથું થપથપાવ્યું અને તે ખુરશી પર બેઠો. પ્રણવે અધીરાઈથી શરૂ કર્યું, "રિસેપ્શન એરિયા વિષે..." અવ્યક્તે તેને વચ્ચે અટકાવી મક્કમતાથી કહ્યું, "પ્રણવ, પહેલાં હું તારી સાથે વાત કરવા માગું છું. તારી વાત હું પછી સાંભળીશ. હું કહું?" પ્રણવે કાગળો પાછા લઈ લીધા, પીઠ ટટ્ટાર કરી અને હકારમાં માથું હલાવ્યું.

અવ્યક્તે ચાલુ રાખ્યું, "હું મારી સંસ્થામાં કોઈપણ એવી સફળતા નથી ઈચ્છતો જે કોઈની પ્રસન્નતાના ભોગે આવે છે. શું તને એ વાતનો ખ્યાલ છે કે તારી અપ્રસન્નતાથી તું જે ઊર્જા ફેલાવે છે, તેની અસર એટલી નુકસાનકારક છે કે તું તને અને તારી આસપાસના લોકોને દૂષિત કરી રહ્યો છે? આપણે માત્ર એક પ્રોજેક્ટની તૈયારી કરી રહ્યા છીએ, કોઈ યુદ્ધ નથી લડી રહ્યા. દરેકના ચહેરા પર ચિંતા અને તાણ હું જોઈ શકું છે. શા માટે તેઓ એ નથી સમજી શકતા કે તેઓ જે નકારાત્મક તરંગો સર્જે છે તે જ તેમના પ્રોજેક્ટની સફળતા આડે આવતો મોટો અવરોધ બનશે? આપણે અહીં અવ્યવસ્થા દૂર કરવા માટે છીએ, અવ્યવસ્થા ઊભી કરવા નહીં. જો તું કેન્દ્રિત અને પ્રસન્ન હોઈશ તો કપરા સમયમાંથી પસાર થવું કપરું નથી. હું ફરીવાર કહું છું, જે વસ્તુ પ્રસન્ન રહીને સિદ્ધ ન કરી શકાય તેને અપ્રસન્ન રહીને તો ક્યારેય સિદ્ધ ન જ કરી શકાય. બધી વસ્તુઓની આવન-જાવન થવા દે... પણ પ્રસન્નતાનાં પ્રવાહની નહીં. પ્રસન્નતા હૃદય એવા સકારાત્મક તરંગો ફેલાવે છે કે જેમાં તમારા

આંગણે દિવ્યતા લાવવાની શક્તિ છે. હું એવી સંસ્થા ઇચ્છું છું કે જે પ્રસન્તાપૂર્વક સફળ હોય."

પ્રણવના ચહેરા પર આતુરતા હતી. પોતાના રસ્તાઓને વળગી રહી નિષ્ફળ થવાને બદલે, પોતાની રીત અને પ્રગતિમાં ફેરફાર કરવા તે તૈયાર હતો. જો તે અવ્યક્ત જેવો ન થઈ શકે તો પણ, અવ્યક્તના માર્ગ પર જીવવા તે અવશ્ય ઇચ્છતો. તેની આંખોએ કહ્યું, "હું તે હૃદય બનવા ઇચ્છું છું જે હંમેશાં પ્રસન્નતા અને પ્રેમ પર કેન્દ્રિત હોય, પણ તે કેવી રીતે?"

અવ્યક્તે આગળ કહ્યું, "જ્યાં સુધી તું તારી અંદર બધું વ્યવસ્થિત નહીં કરે ત્યાં સુધી, બહારનું કાંઈપણ વ્યવસ્થિત નહીં થાય. તેથી તારી જાતને સતત પૂછતો રહે, 'શું આ ક્ષણે હું નિશ્ચિત છું?' તારા હૃદયના ધબકારાની જેમ, તારા શ્વાસોચ્છ્વાસની જેમ, આ પ્રશ્નને સતત તારી જાત સાથે રહેવા દે, 'શું આ ક્ષણ સાથે હું સહજ છું?' જો તું સહજ ન હોય તો, તારે તું 'જે કરી રહ્યો' છે તેમાં કોઈ ફેરફાર કરવાની જરૂર નથી; તું 'જે રીતે કરી રહ્યો' છે તેમાં ફેરફાર કરવો પૂરતું છે. જ્યારે તમને કોઈપણ ક્ષણ અસ્વસ્થ બનાવે ત્યારે, સૌ પહેલાં જે છે તેનો સ્વીકાર કરો અને ત્યારબાદ તેનું સમજદાર પસંદગીથી અનુસરણ કરોઃ જો તેને બદલી શકાય તેમ હોય તો બદલો, નહીં તો જાતને તેનાથી દૂર કરી દો.

"સમજાયું પ્રણવ?" અવ્યક્તે પૂછ્યું. તે બોલી રહ્યો હતો ત્યારે, પ્રણવે બધા કાગળો વાળી ફાઈલ બંધ કરી. અવ્યક્તે પછી કહ્યું, "ચાલ, હવે આપણે તારે જેની ચર્ચા કરવી છે તેની ચર્ચા કરીએ. હું સાંભળવા તૈયાર છું. બોલ."

જવાબમાં પ્રણવ હસ્યો, તેણે પોતાની કાંડા ઘડિયાળ પર નજર નાખી અને કહ્યું, 'હેપ્પી આફટરનૂન, ચીફ! ચર્ચા કરવાનું કંઈ નથી. હું સંભાળી શકીશ. હકીકતમાં, હું સંભાળવા ઇચ્છું છું. આ પ્રોજેક્ટ સમયસર શરૂ થશે. માની લો કે તે પૂરો થઈ ગયો. ચીફ, તમે બીજી બધી વ્યવસ્થા

પર ધ્યાન આપી શકો છો. આ પ્રોજેક્ટમાંથી, તમે સ્વયંને દૂર કરી દો; મારો કહેવાનો આશય કામના દૃષ્ટિબિંદુથી. હું બધું પ્રસન્નતાપૂર્વક કરાવી લઈશ. હવે જ્યારે હું એ સમજી ગયો છું કે પ્રસન્ન હૃદય એવા સકારાત્મક તરંગો ફેલાવે છે કે જેમાં એવી શક્તિ હોય છે કે જે તમારે આંગણે દિવ્યતા લાવે છે, ત્યારે તમે મારા આંગણે વારંવાર આવતા રહો એવી અપેક્ષા હું રાખતો રહીશ."

અવ્યક્ત ઊભો થયો, પ્રણવને ભેટ્યો અને કહ્યું, "અંધકારમાં જ આપણે તારાઓ શોધીએ છીએ. અહીં તારી પાસે સારી તક છે. મેં જે કાંઈ કહ્યું તે ઉપરાંત, આટલું યાદ રાખજે," એમ કહીને અવ્યક્તે ઉમેર્યું, "ભલેને આપણે ગમે તેટલા ખરાબ ટ્રાફિક જામમાં હોઈએ, છેવટે તો આપણે સૌ ઘરે પહોંચીશું જ. ટ્રાફિક ભલે ગોકળગાયની ગતિથી આગળ વધતો હોય; ભલે પછી થોડીવાર માટે તે સાવ અટકી પણ જાય; ફરી તે થોડો થોડો આગળ ખસે, પરંતુ છેવટે તો આપણે સૌ ઘરે પહોંચીશું જ. આપણે જાણતા હોઈએ કે વહેલા કે મોડા આપણે ઘરે પહોંચવાના જ છીએ, આપણે કદાચ એ ટ્રાફિક જામથી તાણ ન પણ અનુભવીએ. તને ટ્રાફિક જામની બહાર, એટલે કે, ઉદ્‌ઘાટન વખતે મળીશ." અવ્યક્તે વિદાય લીધી તે પહેલાં પ્રણવ તેને ફરીથી ભેટ્યો.

એક અઠવાડિયા પછી, હજારો લોકોએ ઉદ્‌ઘાટન પ્રસંગમાં હાજરી આપી. તાળીઓના ગડગડાટ વચ્ચે જેવી રિબન કાપવામાં આવી કે અવ્યક્ત અને પ્રણવે એકબીજા સામે તોફાની સ્મિત સાથે ઈશારો કર્યો. અવ્યક્ત જેવું વ્યક્તિત્વ ધરાવતી વ્યક્તિ સાથે તમે આ પ્રકારની હરકત જોડી ન શકો, પણ પછી, આ તો અવ્યક્ત છે, બધું કંઈક તોફાન સાથે. પ્રણવે સુંદર રીતે પેક કરેલી ભેટ અવ્યક્તને આપી, અને આશ્ચર્ય સાથે, અવ્યક્તે પણ પેક કરેલી ભેટ પ્રણવને આપી. જાણે નાનકડા શિશુની સંભાળ લેતો હોય તેમ, અવ્યક્તે સંભાળીને હળવેથી ભેટ ખોલી, જે ખાસ બનાવેલો ટેબલ પર રાખવાનો શો-પીસ હતો જેના પર શબ્દો હતા, "ભલેને ટ્રાફિક જામ ગમે એટલો ખરાબ હોય, છેવટે આપણે સૌ ઘરે પહોંચીશું જ." જેવી પ્રણવે પોતાની ભેટ ખોલી તો, તે પણ ખાસ બનાવેલો ટેબલ પર

રાખવાનો શો-પીસ હતો તે જોઈ તેને આનંદી આશ્ચર્ય થયું. શો-પીસ પરના શબ્દો હતા, "અંધકારની ક્ષણોમાં જ આપણે તારાઓ શોધીએ છીએ. તને અધિકતમ અને અધિકતરની શુભકામના..."

પ્રણવે ટિપ્પણી કરી, 'ચીફ, શું એ સાચું છે કે મૂર્ખાઓ એકસરખું વિચારે છે?" અવ્યક્તે નકારમાં માથું હલાવતાં કહ્યું, "સમજદાર માણસો ભાગ્યે જ જુદું વિચારે છે." કેટલાક માણસો ક્યારેય બદલાતા નથી... હું અવ્યક્તની વાત કરું છું.

જ્યાં સુધી તું તારી અંદર બધું વ્યવસ્થિત નહીં કરે ત્યાં સુધી,
બહારનું કાંઈપણ વ્યવસ્થિત નહીં થાય.
તેથી તારી જાતને પૂછ, 'શું હું આ ક્ષણ સાથે સહજ છું?'
જો તું સહજ ન હોય, તો તારે તું 'જે કરી રહ્યો' છે તેમાં કોઈ ફેરફાર કરવાની જરૂર નથી; માત્ર તું તે 'જે રીતે કરી રહ્યો' છે તેમાં ફેરફાર કરે એટલું પૂરતું છે.

તેનો ઉપયોગ કરો અથવા તેને ગુમાવો

ન વપરાયેલા ધનનું અવમૂલ્યન થાય છે. ઉપયોગમાં ન આવેલી પ્રતિભા અદશ્ય થઈ જાય છે. વણ-વપરાયેલી સંભાવનાનો ક્ષય થાય છે. ઉપયોગમાં નહીં લેવાયેલાં યંત્રો નકામાં થઈ જાય છે. વણ-વપરાયેલો સમય મૃત્યુ પામે છે. બિન-ઉપયોગી જ્ઞાન બોજો બની જાય છે. જેનો ઉપયોગ નથી થતો તેનો દુરુપયોગ થાય છે. અંતિમ મૃત્યુ જીવનની કરુણતા નથી, પણ તમે જીવતા હોવા છતાં તમારી અંદર રહેલાં સંસાધનો મૃત્યુ પામે તે કરુણતા છે. તેનો ઉપયોગ કરો, નહીં તો તમે તેને ગુમાવશો.

અપેક્ષાનું મેનેજમેન્ટ

આંબા નીચે ઊભા રહી તમે નારંગીની અપેક્ષા ન રાખી શકો. તમારી અપેક્ષાઓ નહીં સંતોષી શકવા બદલ આંબાને દોષ દીધા કરવો એ તો તેથીયે વધારે મૂર્ખતાભર્યું છે. તેથી, કાં તો વૃક્ષ મુજબ તમારી અપેક્ષાઓ બદલો અથવા એવું વૃક્ષ શોધી કાઢો કે જે તમારી અપેક્ષાઓ મુજબનું હોય. દુનિયા પાસેથી તમે જે અપેક્ષાઓ રાખો તેને તમારી તરફ વાળી દો. જીવનમાં શાંતિપૂર્ણ પ્રગતિનો એ જ માર્ગ છે.

"મને નથી લાગતું કે આ સંસ્થામાં મારું કોઈ ભવિષ્ય છે. હું રોજ સવારે કામ કરવા જવા જાતને ઘસડું છું. કામને લાંબો સમય આપવાની પ્રેરણા મેં ગુમાવી દીધી છે. જો હું આ સંસ્થામાં કામ કરવાનું ચાલુ રાખીશ તો, હું ઓછા કાર્યક્ષમ કે બિન-કાર્યક્ષમ વર્ગમાં આવી જવાનો. આ નિરાશાજનક છે. હું આ સંસ્થામાં મોટી અપેક્ષાઓ સાથે જોડાયો, અને આજે છ મહિના પછી હું જાતને અહીં જોઉં છું! મને સમજાતું નથી કે, શા માટે, મારી પહેલી નોકરી જે તમારી સાથે હતી, તેના સિવાય કામ કરવા માટેનું યોગ્ય વાતાવરણ મેળવવા હું ક્યારેય ભાગ્યશાળી નથી રહ્યો," સંજયે અવ્યક્ત પાસે ઊભરો ઠાલવ્યો.

સંતુષ્ટ જરૂરિયાતો માણસને પ્રેરણા નથી આપતી. પશ્ચિમ પૂર્વનાં આધ્યાત્મિક મૂળિયાંની ઈર્ષ્યા કરે છે અને પૂર્વ પશ્ચિમનો ભૌતિકવાદ ઈચ્છે છે. આપણે હંમેશાં જગ્યાઓ બદલવી હોય છે. "કાશ કે મારી પાસે તમારા જેટલો અનુભવ હોત તો," યુવાને બબડાટ કર્યો. "જો મારી પાસે તારી ઉંમર હોત તો," અનુભવીએ સામે જવાબ આપ્યો. દરેક વ્યક્તિની કારકિર્દીમાં, એવો સમય આવે છે જ્યારે આવક અભ્યાસ

કરતાં વધારે મહત્ત્વ લઈ લે છે, અને અમુક સમયે અભ્યાસ આવક કરતાં વધારે મહત્ત્વ લઈ લે છે. તેમ છતાં, હૃદયના આવેગો પાછળ કોઈ તર્ક નથી. હૃદયને શું સંતુષ્ટ કરે છે, શું તેને અસંતુષ્ટ રાખે છે, શા માટે તે એક જગ્યાએ સ્થિર થઈ જાય છે, શા માટે તે આગળ વધી જાય છે, શા માટે તે જે છોડી દે છે તે છોડી દે છે... તેની પાછળ કોઈ કારણ નથી. છેવટે તો માણસ તર્કનું નહીં, પણ લાગણીઓનું પ્રાણી છે. તેમાં જ તેની વિશેષતા અને જીવનનું સૌન્દર્ય પણ રહેલું છે. માણસને પોતાને પણ ખબર નથી હોતી કે તેનામાંથી શું આવી રહ્યું છે.

અવ્યક્ત દ્વારા માર્ગદર્શિત થવું તે મેનેજમેન્ટના કોઈપણ સ્નાતક માટે સપનું સાકાર થવું હતું. એમ.બી.એ. કર્યા પછી સંજય અવ્યક્તની કન્સલ્ટિંગ ફર્મમાં મેનેજમેન્ટના તાલીમાર્થી તરીકે જોડાયો હતો. અવ્યક્તે બે વર્ષ સુધી તેનું વ્યાવસાયિકપણે માર્ગદર્શન કર્યું. એક આંતરરાષ્ટ્રીય કંપની તરફથી મોટા હોદ્દાનો લોભામણો પ્રસ્તાવ મળતાં સંજય ત્યાં જતો રહ્યો. પછીનાં ચાર વર્ષ દરમિયાન, તેણે પાંચ નોકરીઓ બદલી. વિદ્યાર્થી ભલે શિક્ષક પર ભરોસો ન રાખે, પરંતુ શિક્ષકે પોતાના વિદ્યાર્થી ઉપરથી ક્યારેય ભરોસો ગુમાવવો જોઈએ નહીં, અને જો તે એવું કરે તો ભલે શિક્ષણ તેનો વ્યવસાય હોય, પરંતુ તેની પાસે શિક્ષકનું હૃદય નથી. સંજયની અસ્થિર કારકિર્દીથી વ્યાકુળ થઈને, અવ્યક્તે તેને વાતચીત કરવા માટે બોલાવ્યો. જે વ્યક્તિએ શરૂઆતમાં ખૂબ સારો દેખાવ કર્યો હોય તે વ્યક્તિને પણ સામાન્ય બનતો જોવો તેનાથી વધારે નિરાશાજનક કશું નથી. અવ્યક્ત ચિંતિત હતો.

બેશક, સંજય પાસે અસાધારણ પ્રતિભા હતી; તેની પાસે એ મગજ હતું જે હંમેશાં વણ-વિચારાયેલું વિચારી શકે. તેમ છતાં, સંજયની એ મર્યાદા હતી - કશું પણ કે કોઈપણ તેને સંતોષતું નહોતું. તે નિરંતર બેચેન રહેતો માણસ હતો. લાંબા સમય સુધી કશું પણ તેને આકર્ષતું નહીં. થોડા સમય પછી બધી વસ્તુઓ અને બધી વ્યક્તિઓ તેના માટે કંટાળાજનક બની જતી. તેણે અવ્યક્તની મદદ પણ માંગી હતી પણ અવ્યક્તને પણ તે બે વર્ષથી વધારે સહન ન કરી શક્યો. જો કે આ અન્ય બધી જ રીતે ખરાબ

વાર્તામાં, એક સારી વાત એ છે કે સંજય હજુ સુધી પરિણીત નહોતો. સંજય માટે જે સ્ત્રી સર્જાઈ હશે તેનું ઈશ્વર કલ્યાણ કરે!

અવ્યક્તે સંજયને તેની નિરાશાને બહાર ઠાલવી તેના મનને ખાલી કરવા દીધું. જ્યારે તમારે વધારે કાંઈપણ કહેવાનું ન હોય ત્યારે તમે ઉત્તમ રીતે સાંભળો છો. ભાર વગરનું મન ગ્રહણશીલ હોય છે. સંજયની આંખોએ સમર્થન આપ્યું કે તે આત્મસાત્ કરવા તૈયાર છે, અને તેને ખબર હતી કે તેની અંદર કશાકને સુધારાની જરૂર છે. તેને એ સમજાયું કે જે સંસ્થા તેની અંગત માંગણીઓ અને જરૂરિયાતો સાથે સુસંગત ન હોય તો તે બાબત એ સંસ્થાને ખોટી નથી બનાવતી. આ કેમિસ્ટ્રીનો મેળ નહીં પાડવાની વાત છે, અને નહીં કે સાચા ખોટાની વાત. તે બદલવા તૈયાર હતો. સંજયને સંજય સામે પ્રતિબિંબિત કરી સુધારાઓ સૂચિત કરવાનું કામ અવ્યક્ત સિવાય બીજું કોણ કરી શકે?

અવ્યક્તે કહ્યું, "તું આંબા નીચે ઊભો રહી નારંગીની અપેક્ષા ન કરી શકે. તારી અપેક્ષા સંતોષી નહીં શકવા માટે આંબા પર દોષારોપણ કરવું એ તો તેથીયે વધારે મૂર્ખતાભર્યું છે. તેથી, કાં તો વૃક્ષ મુજબ તારી અપેક્ષાઓ બદલ અથવા એવું વૃક્ષ શોધી કાઢ કે જે તારી અપેક્ષાઓ સાથે સુસંગત હોય. તને નારંગીઓ નથી મળી રહી અને તે માટે આંબાને દોષ આપી તેની નીચે ઊભા રહેવાનું ચાલુ ન રાખ. મૂર્ખ ન બન."

અવ્યક્તે ચાલુ રાખ્યું, "આ કાંઈ તારી એકલાની જ વાત નથી; સમગ્ર માનવજાતની આ જ પરિસ્થિતિ છે હોય તેવું લાગે છે. માલિક-કર્મચારી સંબંધોમાં, ખરીદનાર-વેચનારના સંબંધોમાં, બાળક અને માતા-પિતાના સંબંધોમાં, પુરુષ-સ્ત્રીના સંબંધોમાં, માણસનો ગૂંચવાડો 'અવ્યવસ્થિત અપેક્ષાઓ' હોય તેમ લાગે છે. તારી બધી અપેક્ષાઓ છોડી દે એમ કહી હું બુદ્ધ જેવો લાગવા નથી માંગતો, પરંતુ તને તારી અપેક્ષાઓનું વધારે સારી રીતે સંચાલન કરવાનું કહી, હું વ્યવહારિક અભિગમ લેવા ઈચ્છું છું."

"સહુથી પહેલી અને મહત્ત્વની વાત, અવ્યક્તે કહ્યું, "સમજ કે આંબો એ આંબો છે. તે આમ્રવૃક્ષ થવા જ નિર્માયું હતું; તે આંબો જ રહેશે, અને તેની પાસેથી તું કેરીઓ જ મેળવી શકે. તારી અપેક્ષાઓની પરવાહ કર્યા વિના, તે માત્ર કેરીઓ જ પેદા કરશે. લોકો જેવા છે તેવા છે. સંસ્થા જેવી છે તેવી છે. જીવન જેવું છે તેવું છે. લોકો જેવા હોય તેના કરતાં જુદા હોય એવી અપેક્ષા તને છે અને તું તેમની સાથે નિરાશ થાય છે. સંસ્થા જેવી છે તેના કરતાં તે જુદી હોય તેવી અપેક્ષા તને છે અને તેની સાથે તું નિરાશ થાય છે. આંબા પાસેથી તારી નારંગી મેળવવાની અપેક્ષાનું સંતુષ્ટ ન થવું તે આંબાનો દોષ નથી. એને જ હું અવ્યવસ્થિત અપેક્ષાઓ કહું છું. જો તું માનતો હોય કે કોઈ સંસ્થા તને કામ કરવા માટે યોગ્ય વાતાવરણ નથી આપી રહી, તો પછી તું શા માટે તારી પોતાની સંસ્થા સ્થાપીને તેને તારી મરજી મુજબ ચલાવતો નથી? શા માટે તું જે વાતાવરણ ઇચ્છે છે તેનું સર્જન ન કરવું? જ્યારે હું એમ કહું છું કે તારી અપેક્ષાઓ મુજબનું વૃક્ષ શોધી કાઢ, ત્યારે મારું તાત્પર્ય આ છે; તારું પોતાનું વૃક્ષ ઉગાડ."

"સંજય, જો તું તારા જીવનમાં શાંતિપૂર્ણ વિકાસ ઇચ્છતો હોય, તો આ નિર્દેશોનું અનુસરણ કર," અવ્યક્તે કહ્યું, "સૌ પ્રથમ, તારી અપેક્ષાઓને વ્યાખ્યાયિત કર. મોટાભાગે, આપણે શું અપેક્ષા રાખીએ છીએ તે વિષે આપણે સ્પષ્ટ હોતા નથી. આપણે મેન્યૂ-કાર્ડમાંથી જોઈને કોઈ વાનગી મંગાવીએ છીએ અને બાજુના ટેબલ પર બીજી વ્યક્તિ જે ખાઈ રહી છે તે જોઈ એવું વિચારીએ છીએ કે 'કદાચ મારે એ વાનગી મંગાવવી જોઈતી હતી.' તો આમ વ્યગ્ર રહેવાનું બંધ કર, નહીં તો તું તારી આસપાસની દુનિયાને વ્યગ્ર બનાવીશ. બીજું, તારી અપેક્ષાઓને ચોક્કસપણે સ્પષ્ટ કર. ઘણી વાર, અન્યોને તો એ ખબર પણ નથી હોતી કે તું એમની પાસેથી શું અપેક્ષા રાખી રહ્યો છો; તો પછી તેઓ તે અપેક્ષાઓ તારા માટે કેવી રીતે સંતોષી શકે? જીવન પહેલેથી જ જટિલ છે. ચાલો, તેને વધારે જટિલ ન બનાવીએ. મહેરબાની કરી તારી અપેક્ષાઓને સ્પષ્ટતાપૂર્વક અને ખુલ્લી રીતે સમજાવી બીજા માટે જીવન સરળ બનાવ. ત્રીજું, જો તારી અપેક્ષાઓ ન સંતોષાય તો, તપાસી જો

કે તું આંબા પાસેથી નારંગીની અપેક્ષા તો નથી રાખી રહ્યો ને? જો તને એમ લાગે કે તું આંબા પાસેથી કેરીની જ અપેક્ષા રાખી રહ્યો છે, તો લાંબા સમય સુધી સંવાદ કરતો રહે; તારી અપેક્ષાઓને ધીરજપૂર્વક સ્પષ્ટ કરતો રહે. ધીરજ અને ખંત અવશ્ય ફળદાયી નીવડશે. જો આમ ન થાય તો, દાખલા તરીકે, મહત્ત્વના સંબંધોમાં જ્યાં તું વૃક્ષ બદલી ન શકે, ત્યાં આંબાને આંબા તરીકે સ્વીકારવાનું શીખ અને તારી અપેક્ષાઓને તે મુજબ બદલ. તે તને શાંતિ આપશે. તારા પોતાના માટે, કેરીઓનો સ્વાદ કેળવ. સંસ્થાઓના કિસ્સાઓમાં, જ્યાં પરિવર્તન શક્ય હોય ત્યાં, તારી અપેક્ષાઓ મુજબનું વૃક્ષ શોધ. દુનિયાને બદલવાનો પ્રયત્ન કરવા કરતાં, તારી જાત, જે તારા નિયંત્રણમાં છે તે બદલ. આ જ તને પ્રગતિ આપશે.''

છેલ્લે, ખૂબ જ દૃઢતાપૂર્વક, અવ્યક્તે ઉમેર્યું, ''અને સૌથી ઉપર સંજય, અપેક્ષાના મેનેજમેન્ટમાં સહુથી મોટો બોધ છેઃ 'દુનિયા પાસેથી તારી તમામ અપેક્ષાઓને તારા પોતાના તરફ જ વાળી લે.' જ્યારે અપેક્ષાઓને દુનિયા સમક્ષ રાખવામાં આવે ત્યારે, તારી શાંતિ અને વિકાસ દુનિયાની દયા પર હોય છે. તેમને પોતાની તરફ વાળી લે, અને તું તારા જીવનના નિયંત્રણમાં હોઈશ. તેથી જ હું તને કહી રહ્યો છું, જરૂર પડે, તારું પોતાનું વૃક્ષ ઉગાડ. જરૂર પડે, આ ભૌતિક વિશ્વમાં, તારું પોતાનું અંગત વિશ્વ ઊભું કર, અને તે તારી શરતો પરનું તારું વિશ્વ હશે.''

અવ્યક્ત સંજયને ભેટી પડ્યો અને તેણે ધીમેથી તેના કાનમાં કહ્યું, ''કાશ કે અમને સૌને જીવનમાં ઘણું વહેલાં કોઈએ આવું શીખવ્યું હોતઃ 'તમારી બધી જ અપેક્ષાઓ પૂરી થશે તેવું નહીં બને તે જ રીતે તમારી બધી જ અપેક્ષાઓ અધૂરી રહેશે તેવું પણ નહીં બને'. ઘણીવાર, તમારા માટેની પોતાની યોજના પૂરી કરવા ઈશ્વર તમારી યોજનાને ખોરવી દેશે. તમે નારંગીઓ પાછળ જાઓ અને હું કેરીઓ પાછળ જઈશ, યાદ રાખીએ, તે મારી મરજી નથી, પણ તે ઈશ્વરની મરજી છે જે પૂરી થશે. તને અધિકતમ અને અધિકતરની શુભકામના... અને આને તારા જીવનમાં શાંતિપૂર્ણ વિકાસની શરૂઆત બનવા દે.''

તેની સાથે કામ કરતી વખતે સંજયે અવ્યક્તને ઘણીવાર એવું કહેતાં સાંભળ્યો હતો કે, "કેટલાંક ભાષણો ચોક્કસ જીવનોમાંથી જન્મે છે. અને, કેટલાંક જીવનો ચોક્કસ ભાષણોમાંથી જન્મે છે." સંજય મનોમન જાણતો કે જ્યારે પણ તેને અવ્યક્તને સાંભળવાનો આશીર્વાદ મળતો, ત્યારે તેના જીવનમાં કાંઈક કાયમ માટે બદલાઈ જતું... તે પુનઃજીવિત થતો.

સો પ્રથમ, તારી અપેક્ષાઓને વ્યાખ્યાયિત કર.

મોટાભાગે એવું બને છે કે,

આપણે શું અપેક્ષા રાખીએ છીએ છે તે વિષે આપણે સ્પષ્ટ હોતા નથી.

તો, તારી અપેક્ષાઓને ખુલ્લી રીતે સ્પષ્ટ કર. ઘણીવાર, બીજા લોકોને એ પણ ખબર નથી હોતી કે તું તેમની પાસેથી શું અપેક્ષા રાખે છે; તો તેઓ તારી અપેક્ષાઓને કેવી રીતે પૂરી કરે? ત્રીજું, જો તારી અપેક્ષાઓ ન સંતોષાય તો, દુનિયાને બદલવા કરતાં,

તારી જાત, જે તારા નિયંત્રણમાં છે, તેને બદલ. તે તને વિકાસ આપશે.

કાશ કે અમને સૌને જીવનમાં ઘણું વહેલું કોઈએ આવી શીખવ્યું હોતઃ 'તમારી બધી જ અપેક્ષાઓ પૂરી થશે તેવું નહીં બને તે જ રીતે તમારી બધી જ અપેક્ષાઓ અધૂરી રહેશે તેવું પણ નહીં બને'.

મહાનતાની નિશાની

નિરંતરતા જ મહાનતાની નિશાની છે. ક્યારેક કોઈક મહાનતાનું કાર્ય તો કોઈપણ માણસ કરી શકે. ખરા મહાન લોકો તે છે જે સતત મહાન કાર્યો કરી શકે. તમે ક્યારેક કોઈ મહાન કામ કર્યું અથવા કરો, એટલે નહીં, પરંતુ તમે જે સતત કરો છો અને કર્યું, તેને માટે તમને યાદ રાખવામાં આવશે.

નેતાનું નેતૃત્વ કરવું

વકીલ અને ન્યાયાધીશ એક જ ન હોઈ શકે. તમે શું કરો છો અને શું નથી કરતા એ તટસ્થપણે જાણવા માટે તમારે તમારા સિવાયની બહારની વ્યક્તિની જરૂર પડે છે. કોચ ત્રીજી આંખ જેવો હોય છે. એક સારા ખેલાડી અને એક મહાન ખેલાડી વચ્ચે થોડો તફાવત નિર્ણાયક માપદંડ બની શકે, અને અહીં જ કોચનો પ્રવેશ થાય છે.

મનમાં જાગેલી અને પૂરી ન થયેલી ઇચ્છા એક અધૂરું ચક્ર બને છે. આવું દરેક અધૂરું ચક્ર, કોઈક રીતે અંદરથી ખટક્યા કરે છે. સતત આ અપૂર્ણતાનો અહેસાસ હોય છે. ખરી રીતે, આ એક પ્રકારનો માનસિક સંતાપ છે. કાં તો ઇચ્છા જવા દો અથવા, તો તેને પૂર્ણ કરો. તેને લટકતી ન રાખો. દરેક અધૂરું ચક્ર તમને નિચોવી અને થકવીને તમારી શક્તિનો નાશ કરે છે. એટલે જ જે દિવસે તમે ખૂબ કામ કર્યું હોય તે દિવસ તમને થકવતો નથી, પણ જે દિવસે ઘણી વસ્તુઓ અધૂરી રહે તે દિવસ તમને થકવે છે.

સ્વિમિંગ અવ્યક્તનું એક અધૂરું ચક્ર હતું. તેને હંમેશાં તરતાં શીખવું હતું, પણ તે એક એવી વસ્તુ હતી જે અવ્યક્ત માટે ક્યારેય ન બની. જ્યારે તેની પાસે સમય હતો ત્યારે તેની પાસે પૈસા નહોતા, અને જ્યારે તેની પાસે પૈસા હતા ત્યારે તેની પાસે સમય નહોતો. જ્યારે તેણે આ બંનેને માણવાનો માર્ગ શોધી લીધો ત્યારે - તેનું જીવન એટલું બધું હેતુલક્ષી બની ગયું કે તેમાં વ્યક્તિગત ઇચ્છાઓ પૂરી કરવી શક્ય ન બની. તેમ છતાં, અધૂરું ચક્ર તો અધૂરું જ છે. મન કારણો જાણે છે; હૃદયને તેની પરવા નથી. "કેટલાંક લોકો કામ કરે છે, અમુક લોકો કામને પૂરું થતું જોયા કરે

છે, અને કેટલાક જે થયું તેને વિચારે છે. સફળ થવા માટે, તમારે એવી વ્યક્તિ બનવું પડે જે કામો કરે છે," જેમ્સ એ. લોવેલે કહ્યું છે, અને એટલે જ અવ્યક્ત કંઈ એમનેમ સફળ નહોતો.

અવ્યક્તે હેન્રી ડેવિડ થોરોના શબ્દોને મૂર્તિમંત કર્યાઃ "જો વ્યક્તિ તેના સપનાઓની દિશામાં આત્મવિશ્વાસથી આગળ વધે, અને તેણે જે કલ્પના કરી છે તે જીવન જીવવાનો પ્રયત્ન કરે તો, અનપેક્ષિત સમયમાં તેને સફળતા મળે છે." જ્યારે ખરેખર કશુંક થઈ શકે તેમ હોય ત્યારે, તે આ અધૂરા ચક્રનો બોજો ઉઠાવવા નહોતો ઈચ્છતો. તેથી તેણે તરવાના વર્ગમાં પોતાનું નામ નોંધાવ્યું, અને વેલ તેનો વ્યક્તિગત કોચ બન્યો. અવ્યક્તે બીજા લોકોને ઘણીવાર કહ્યું હતું, "તમારી અંદરના વિદ્યાર્થીને હંમેશાં જીવતો રાખો," અને હવે તેને આચરણમાં મૂકવાનો તારો વારો હતો. જ્યારે તમે શીખતા હોવ ત્યારે, તમે શું જાણો છો એ બતાવવાનો સમય હોતો નથી. હવે અવ્યક્ત ફરી એકવાર વિદ્યાર્થી હતો, થોડા દસકાઓ પછી, ફ્લટર કિક શીખતો, અને તે બરાબર નહીં કરી શકતો. કિક માર્યાનાં દરેક પ્રયત્ન બાદ, આ બીજી બધી રીતે સફળ પુરુષ તેની આંખોમાં એક હસરત સાથે તેના કોચ સામે જોતો, માત્ર તે ટિપ્પણીઓ સાંભળવા, "પગ નીચે જાય છે અથવા પગ ઘૂંટણથી વળેલા છે, ડાબો પગ બરાબર નથી ચાલતો, વગેરે..."

હજુ ફ્લટર કિક શીખતાં, હતો ત્યાં જ તે સ્વિમિંગ પુલના એક છેડાથી બીજા છેડા સુધી પહોંચી શક્યો તેનો આનંદ અવ્યક્તના ચહેરા પર સ્પષ્ટ દેખાતો હતો. સફળતા ભૂમિકા આધારિત છે. સફળતા કાર્ય આધારિત છે. જ્યારે ફોર્ચ્યુન- ૫૦૦ સીઈઓ પહેલીવાર કોફી બનાવે ત્યારે, તેને માટે તે સફળતાની ક્ષણ છે - અને જો એ સ્વાદમાં સારી લાગે તો વધારે સફળ. જ્યારે વક્તા જાહેરમાં પહેલીવાર ગાય અથવા જ્યારે કોઈ ગાયક જાહેરમાં પહેલીવાર ભાષણ આપે તો, એ સફળતાની ક્ષણ છે. અવ્યક્તે બધું જોઈ લીધું હોય - જીવનની સ્ક્રિપ્ટનાં ઉતાર-ચઢાવ, તેથી શું... આ સ્વિમિંગ પુલમાં, તે હજુ શિખાઉ જ હતો. તે પછી કોચ વેલે અવ્યક્તને

હાથની મુદ્રાઓ શીખવી અને ત્યારબાદ તેમણે તેમાં શ્વાસોચ્છ્વાસની પદ્ધતિ ઉમેરી. દરેક છલાંગ બાદ, તે સરસ પ્રયન્ત હતો તેની ખાતરી સાથે, અવ્યક્ત તેના કોચની દિશામાં જોતો. પણ વેલ તેમની વિશિષ્ટતા પ્રમાણે, કહેતા, "તારી કોણી ઊઠી નથી રહી, શ્વાસ લેતી વખતે તારા પગ નીચે જાય છે, અથવા તારા શરીરને આટલું બધું અક્કડ ન રાખ, જસ્ટ રિલેક્સ, વગેરે..." અવ્યક્તના ઘરમાં ઘણાબધા પુરસ્કાર અને સન્માનોથી છાજલીઓ ભરાઈ હોય તેથી શું? અહીં, તે હતો, કોચના મોઢેથી "ગુડ જોબ" સાંભળવાની તલપ સાથે, શબ્દો જે તેને હજી હાથતાળી આપી રહ્યા હતા.

એક દિવસ તેના તરવાનો સમય પૂરો થયા પછી, અવ્યક્ત જ્યારે પાર્કિંગ લોટ તરફ જઈ રહ્યો હતો ત્યારે, તેના મનમાં એકસાથે ઘણા વિચારો આવ્યા. "મારા કોચ મારી પાસેથી ૧૦૦ની અપેક્ષા રાખે છે. હું હજી ૧૦૦એ નથી પહોંચ્યો એવા તેમના દૃષ્ટિકોણમાંથી તેમના ફીડબેક આવે છે. હું મારા પહેલાંના દેખાવ સાથે અત્યારના દેખાવની સરખામણી કરી રહ્યો છું. હું ખુશ છું કારણકે હું ૬૧થી ૬૪ પર પહોંચ્યો છું, અને આજે મને લાગે છે કે હું ૬૫એ પહોંચી ગયો છું. હું મારી પ્રગતિને ઊજવું છું. મારા કોચ મારી પૂર્ણતા માટે પ્રયત્ન કરી રહ્યા છે. જો તે પણ સંતુષ્ટ થઈ જાય અને મારી પ્રગતિની ઉજવણી કરે, જો તે પણ મારા ૬૫થી ઉન્માદમાં આવી જાય, તો તેમાં નુકસાન મારું હશે. જો કે ખેલાડી પોતાની પ્રગતિના આધારે પોતાને પ્રેરિત કરી શકે, પરંતુ તેને એક એવા કોચની ચોક્કસ જરૂર હોય છે જે ૧૦૦થી ઓછા કશા પણ સાથે અસંતુષ્ટ હોય. ૧૦૦થી ઓછા કશા પણ સાથે સંમત ન થાય એવો કોચ ખેલાડી માટે ખરેખર વરદાન છે."

વેલ પ્રત્યે અવ્યક્તનું માન વધ્યું. અવ્યક્ત કોચનો સંદર્ભ સમજી ગયો. વેલનો અસંતોષ અવ્યક્ત માટે પ્રેરણા બન્યો. જ્યારે તે પુલ તરફ પાછો ફરતો ત્યારે, અવ્યક્તે દરેક વખતે પોતાનું સર્વશ્રેષ્ઠ અને થોડું વધારે આપવાનું શરૂ કર્યું. દરેક સફળતાનો સ્વાદ તમને વધારે સફળતા માટે

પ્રેરે છે, કારણ કે સફળતા સફળતાને જન્મ આપે છે. અવ્યક્ત પ્રગતિ કરતો ગયો - ૬૮, ૭૨, ૭૭... પણ વેલ એવો નહોતો કે તે જરા પણ ઓછાથી ચલાવી લે.

કોચની ભૂમિકા પર અવ્યક્તના વિચારો ગહન થતા ગયા. વકીલ અને ન્યાયાધીશ એક જ ન હોઈ શકે. તમે શું કરો છો અને શું નથી કરતા તેના તટસ્થ દૃષ્ટિકોણ માટે તમારે તમારા સિવાયની કોઈ અન્ય વ્યક્તિની જરૂર પડે છે. તેને ખાતરી થઇ ગઈ હતી કે કોચ ત્રીજી આંખ જેવો હોય છે. તમામ ટેક્નોલોજી હોવા છતાં, ખેલાડી પોતાની જ રમતનું અવલોકન તટસ્થતાથી કરી શકતો નથી. ક્યારેક, થોડો તાલમેલ - ઘૂંટણનું વાળવું, રેકેટ એન્ગલ, ખભાની સ્થિતિ, મસ્તકનો એક બાજુનો વળાંક - નાનો ફરક એક સારા ખેલાડી અને એક મહાન ખેલાડી વચ્ચે નિર્ણાયક માપદંડ બની શકે, અને અહીં જ કોચ ચિત્રમાં આવે છે.

અવ્યક્તનું ચિંતન વધારે ગહન થયું. ઓડિટર શા માટે? ઓડિટરની પેઢી માટે ઓડિટર શા માટે? પરીક્ષકોની શી જરૂર છે? શા માટે તે પરીક્ષકોનું જ ઈન્સ્પેક્શન? શા માટે બોર્ડ ઓફ ડિરેક્ટર્સ? શા માટે ધુરંધર ખેલાડીઓને પણ કોચ હોય છે? વિશ્વ ચેમ્પિયનના મૂલ્યમાં કોચ કેવી રીતે વધારો કરી શકે? આ બધા પ્રશ્નોનો જવાબ અવ્યક્તને માત્ર એક જ જવાબ તરફ લઈ ગયો - તમારા સિવાયની બહારની કોઈ વ્યક્તિએ તમારું નિરીક્ષણ કરવું જોઈએ અને તમને તમારી જાત વિષે કહેવું જોઈએ. શા માટે?

જ્યારે તમે ઘણા સમય સુધી વ્યસ્ત રોડની નજીક રહ્યા હોવ ત્યારે, તમને હવે વધારે ટ્રાફિકનો ઘોંઘાટ નહીં સંભળાય. એટલે સુધી કે મોટાભાગના તટસ્થ લોકો પણ જ્યારે ચોક્કસ હેતુઓ સાથે બહુ લાંબા સમય સુધી રહે છે ત્યારે, તેમના એ જ વસ્તુલક્ષી હેતુઓ પણ વ્યક્તિલક્ષી થઈ જાય છે. જેની સાથે આપણે ઘનિષ્ઠતાથી જોડાયા હોઈએ તેના પ્રતિ આપણે પૂર્વગ્રહ ધરાવતા થઈ જઈએ છીએ. ત્યારે તટસ્થતાનો કોઈ સવાલ જ નથી રહેતો. અહીં જ ત્રીજી આંખની ભૂમિકા શરૂ થાય છે. અહીં જ એક નિરીક્ષકનો દૃષ્ટિકોણ અતિ મહત્ત્વનો બની જાય છે. અહીં જ, તમને જે

૧૦૦ પર મૂલવી શકે, અને તમે ક્યાં પાછા પડો છો એ બતાવી શકે, તે મોટો તફાવત લાવી શકે.

સારા કોચ માટે તમારા કરતાં વધારે કુશળ હોવું જરૂરી નથી, પરંતુ તેને તમારા સારા નિરીક્ષક અને તમારા પારખુ હોવું પડે. તમે જે સિદ્ધ કરી શકો એ કદાચ તે ન પણ કરી શકે, પરંતુ તેની સિદ્ધિ તમને સફળ બનાવવામાં રહેલી છે. છેવટે તો, બળદને કેળવવા મારે બળદ બનવું જરૂરી નથી; મારે માત્ર તેને કેવી રીતે કેળવવો એ જ જાણવું પડે.

અવ્યક્તે બધા મંત્રીઓ સાથેના એક રાજાના દરબારની કલ્પના કરી; બોર્ડરૂમનું પરંપરાગત સ્વરૂપ. રાજા, તેના મંત્રીઓની મદદથી, રાજ્યનો વહીવટ સંભાળતો હોય. દરબારમાં એક રાજ-ગુરુ હોય - શાહી શિક્ષક. જ્યારે રાજા આખા રાજ્યનું ધ્યાન રાખે છે, ત્યારે રાજ-ગુરુ રાજાનું ધ્યાન રાખે છે. રાજ્યને રાજાનો આશરો હોય અને રાજાને રાજ-ગુરુનો આશરો હોય છે.

અવ્યક્તને તેના જીવનમાં લાઇફ-કોચ, એક રાજ-ગરુની જરૂર વર્તાઈ. તેને લાગ્યું કે તેનાથી જ મોટો ફેર પડશે. “મારી ત્રીજી આંખ કોણ બનશે?” તેણે વિચાર્યું.

થોડા સમય માટે, તે ફરીવાર સ્વિમિંગ પુલમાં હતો, બેક સ્ટ્રોકના પ્રથમ લેસન્સ શીખી રહ્યો હતો. હંમેશાં યુવાન રહેવાનાં રહસ્યોમાંનું એક રહસ્ય એ છે કે તમારી અંદરના વિદ્યાર્થીને હંમેશાં જીવતો રાખો... અને એવું નથી કે કોઈ કારણ વિના જ અવ્યક્ત એ અવ્યક્ત છે.

સારા કોચને તમારા કરતાં વધારે કુશળ હોવું જરૂરી નથી, પરંતુ તે તમારો સારો નિરીક્ષક હોવો જોઈએ. બળદને કેળવવા માટે મારે બળદ બનવું જરૂરી નથી. મારે માત્ર તેને કેવી રીતે કેળવવો તે જાણવું પડે.

વારસો મૂકી જવો

કેવળ માણસ જ એવું સર્જન છે જે વારસો મૂકવા અને પોતાના જીવન પછી પણ જીવી શકવા સમર્થ છે. આ માત્ર શક્યતા નથી, પરંતુ વધારે નેતાઓનું સર્જન કરી વારસો છોડી જવાની નેતાઓની આ જવાબદારી પણ છે.

"હું અંદર હોઉં ત્યારે પણ, મને એવું લાગવું જોઈએ કે હું બહાર છું." પોતાની ઑફિસ ડિઝાઇન કરવાના પ્રોજેક્ટને, પોતાના આર્કિટેક્ટસને સોંપતા અવ્યક્તની આ સૂચના હતી. આર્કિટેક્ટસે પ્રકૃતિના પાંચેય તત્ત્વો અગ્નિ, જળ, ધરતી, વાયુ અને આકાશનો સમાવેશ કરી, 'અજોડ' ઑફિસ ડિઝાઇન પણ કરી અને બનાવી પણ ખરી. આખી દુનિયામાં, લોકો સહુથી વધારે મુલાકાત લેતા હોય એવાં સ્થળોએ હોય છે જે આ પાંચ તત્ત્વો સાથે સાયુજ્ય ધરાવતાં હોય. કામ કરવાનું ટેબલ અને બેઠક પણ પ્રાકૃતિક પથ્થરોમાંથી બનાવવામાં આવ્યાં હતા. તે ઑફિસમાં ભાગ્યે જ કોઈ કૃત્રિમ સ્પર્શ હતો. એટલે સુધી કે દરવાજા અને બારીના બારસાખ પણ કુદરતી લાકડામાંથી જ બનાવવામાં આવ્યાં હતાં. પ્રત્યેક ઇંચમાં આર્કિટેક્ટસની હાજરી અનુભવાતી હતી તે હકીકતમાં તેમનો શ્રેય રહેલો હતો, અને છતાં કશું પણ એટલું બધું દેખીતું નહોતું. તે અદ્‌ભુત હતું. હું અંદર હોઉં ત્યારે પણ, મને એવું લાગવું જોઈએ કે હું બહાર છું - આ કલ્પના હવે વાસ્તવિકતા હતી.

અવ્યક્તની ઑફિસની એકદમ બહાર, પ્રવેશદ્વારને અવરોધતો ગ્રેનાઇટનો એક મોટો પથ્થર ઊભો કરવામાં આવ્યો. તે ડિઝાઇન પ્રમાણે

હતો. અવ્યક્તને મળવા આવનાર દરેક વ્યક્તિ તે પથ્થર પર કોતરેલા શબ્દો વાંચે એટલા માટે તેને ઈરાદાપૂર્વક ત્યાં મૂકવામાં આવ્યો હતો. તેના પર કોતરેલા હતા સુપ્રસિદ્ધ જ્યોર્જ બર્નાર્ડ શોના શબ્દો. આ શબ્દો અવ્યક્તના હૃદયની ઘણા નજીક હતા. હકીકતમાં, અવ્યક્તની સંસ્થાનો લોગો પણ આ શબ્દોમાંથી જ ડિઝાઈન કરવામાં આવ્યો હતો.

ધી સ્પ્લેન્ડિડ ટોર્ચ (ભવ્ય મશાલ) - જ્યોર્જ બર્નાર્ડ શો

"જીવનનો સાચો આનંદ આ છે, તમારો ઉપયોગ એક એવા મહાન હેતુ માટે થાય જેને તમારા દ્વારા ઓળખવામાં આવ્યો હોય. મારો એવો અભિપ્રાય છે કે મારું જીવન પૂરા સમાજનું છે, અને જ્યાં સુધી હું જીવું ત્યાં સુધી સમાજ માટે હું જે કાંઈ કરી શકું તે મારો વિશેષાધિકાર છે. હું મૃત્યુ પામું ત્યારે મારો પૂરેપૂરો ઉપયોગ થઈ ગયો હોય તેવી મારી ઈચ્છા છે, કારણ કે હું જેટલું વધારે સખત કામ કરીશ તેટલું વધારે જીવીશ. હું સ્વયં જીવન માટે જ તેનો આનંદ માણું છું. મારા માટે જીવન 'નાની મીણબત્તી' નથી. તે એક ભવ્ય મશાલ છે જેને આ ક્ષણે મેં મારા હાથમાં પકડી છે, અને ભાવિ પેઢીના હાથમાં તેને સોંપું એ પહેલાં તેને શક્ય એટલી વધારે પ્રકાશિત કરવાની મારી ઈચ્છા છે."

ગ્રેનાઈટ પથ્થર પર કોતરેલા આ શબ્દો પાસે ઊભા રહી, તેને સોગંદ લઈ રહ્યો હોય તેમ વાંચવા, અને ત્યારબાદ જ પોતાનું કામ શરૂ કરવું, તે અવ્યક્તની દૈનિક વિધિ હતી. આજની પહેલી મીટિંગ આર્કિટેક્ટ્સ સાથે ગોઠવાઈ હતી. અવ્યક્ત આર્કિટેક્ટ્સનો આભાર માની શકે અને બધા આર્કિટેક્ટ્સ અવ્યક્ત સાથે કામ કરવાથી જે અનુભવ મળ્યો તે બદલ અવ્યક્ત પ્રત્યે પોતાની કૃતજ્ઞતા વ્યક્ત કરી શકે તે આ મીટિંગનો હેતુ હતો. બધા આર્કિટેક્ટ્સ સમયસર આવી ગયા હતા; તેની આસપાસ અવ્યક્તે આવી સંસ્કૃતિ વિકસાવી હતી - નિયમિતતા, આભાર, પ્રશંસા અને નિરીક્ષણની પરસ્પર અભિવ્યક્તિને એકબીજા સાથે વહેંચવામાં આવી.

એક આર્કિટેક્ટે કહ્યું, "હું જાણું છું કે આ શબ્દો વારસાનું સર્જન કરી અને તેને છોડી જવા વિષે છે. હું એ પણ સમજું છું કે વારસો આપીને જવું એ આપણી આધ્યાત્મિક જરૂરિયાત છે. છતાં, આ શબ્દો પ્રત્યે જે ભક્તિ હું તમારામાં જોઉં છું તે ખરેખર અદ્‌ભુત છે."

અવ્યક્તે સ્મિત કર્યું અને સમજાવ્યું, "જીવનમાં આપણે જે મેળવીએ છીએ તેનો આનંદ આપણે માણીએ છીએ, પરંતુ આપણે જે સર્જીએ છીએ અને જે આપણી પાછળ છોડી જઈએ છીએ તેનો આનંદ સમગ્ર વિશ્વ માણે છે. તમામ સર્જનોમાં, કેવળ માણસ જ મૃત્યુ વિષે સભાન છે. માત્ર માણસ જ એ વાત જાણે છે કે તેના જીવનનો ગાળો મર્યાદિત છે. મૃત્યુનો સંદર્ભ જીવન પર અધિક મૂલ્ય ચઢાવે છે. મૃત્યુની પશ્ચાદ્‌ભૂમિ વ્યક્તિના પોતાના જીવનમાંથી હેતુ અને અર્થની માંગણી કરે છે. હું જીવ્યો તે રેકોર્ડ કરવામાં આવે તે મારી ઇચ્છા છે. હું માત્ર એક આંકડાકીય વસ્તુ બનવા નથી ઇચ્છતો, જેનું આગમન, જીવવું અને વિદાય, દુનિયાની જાણ બહાર રહે. હું જે કરું તે ફક્ત મારા અંગત લાભ માટે જ નથી; તે મારા માટે એ સ્વીકાર કરવાની રીત છે કે જ્યારે ઈશ્વરે મારાં નસકોરાંમાં શ્વાસ આપી મને જીવન આપ્યું, ત્યારે તેણે ઇચ્છ્યું કે હું તેનો સદ્‌ઉપયોગ કરું."

ઘણીવાર સુધી ત્યાં શાંતિ છવાયેલી રહી. જે આર્કિટેક્ટે આ નિરીક્ષણ કર્યું હતું તેણે થોડું પાણી પીધું. અવ્યક્તે ઉમેર્યું, "જ્યારે હું મૃત્યુ પામીશ ત્યારે દુનિયા મારા સ્મારક પર મારા જન્મનું વર્ષ અને મૃત્યુનું વર્ષ લઘુરેખાના વિરામ ચિહ્નથી (૧૯૬૫-૨૦??) અલગ દર્શાવી કોતરાવશે. એ લઘુરેખા મારું જીવન છે. મેં શું કર્યું, હું કેવી રીતે જીવ્યો, જે જીવનોને મેં સ્પર્શ કર્યો, મેં જે વારસો છોડ્યો... આ તમામ તે લઘુરેખાનું પ્રતિનિધિત્વ કરે છે. આ લઘુરેખાને શક્ય એટલી અર્થસભર અને યાદગાર બનાવવી તે મારા જીવનનો હેતુ છે. સર્વશ્રેષ્ઠ વારસાઓ સારી રીતે જીવવામાં આવેલા જીવનની આડપેદાશો છે. હું મૃત્યુ પામીશ, પણ જે વારસાનું હું સર્જન કરીશ અને તેને છોડીને જઈશ તે ક્યારેય મરશે નહીં."

અવ્યક્ત આર્કિટેક્ટ જે તરફ બેઠો હતો તે તરફ આવ્યો અને તેના ગળા ફરતે હાથ વીંટાળી પોતાની વાત ચાલુ રાખી, "જ્યારે હું માત્ર મારી આજ માટે જ જીવતો હોઉં છું, ત્યારે મને સારું લાગે છે - દૈનિક રોજીનું જીવન. જ્યારે હું મારી આવતીકાલ માટે જીવતો હોઉં ત્યારે મને સારું લાગે છે - માસિક વેતનની શ્રેણી. પણ મને અનહદ આનંદ ત્યારે અનુભવાય છે જ્યારે હું ભાવી પેઢીઓ માટે કાંઈક સર્જન કરી શકું. જ્યારે ધ્યાન મશાલને પ્રજ્વલિત રાખવા પર અને તેને ભાવિ પેઢીઓ સુધી પહોંચાડવા પર કેન્દ્રિત હોય ત્યારે, પ્રેરણાનાં સ્તરો ખરેખર અલૌકિક હોય છે."

ત્યારે જ તેમને ફ્રૂટ-સેલડના વાટકાઓ આપવામાં આવ્યા. સફરજનનો એક ટુકડો કાંટાથી ઉપાડી, જાણે કે તે એક વિઝ્યુઅલ મદદ હોય તેમ, ઊંચો કરી, અવ્યક્તે કહ્યું, "આપણે બીજા કોઈએ સર્જેલા વારસાનો આનંદ માણી રહ્યા છીએ. આપણે તે સફરજનનું બીજ વાવ્યું નથી, કે નથી આપણે સફરજનના વૃક્ષનું જતન કર્યું; પરંતુ આપણે અન્યના પરિશ્રમનાં ફળોનો આનંદ લઈ રહ્યા છીએ. અનંત ડહાપણથી માંડી આધુનિક ટેક્નોલોજી સુધી, આપણે જે કોઈ વસ્તુનો આનંદ અને લાભ લઈએ છીએ તે બીજા કોઈનો વારસો છે. જો આ વારસાનો આનંદ લેવાનો આપણને હક હોય તો પછી, એવા વારસાનું સર્જન અને તેને પાછળ છોડવાની જવાબદારી પણ આપણી છે. જવાબદારીઓ વગર કોઈ 'અધિકારો' હોતા નથી. આપણા માટે મૂકવામાં આવેલા વારસાને અનુરૂપ જીવવું, અને આપણા પછી જે આવશે તેમના માટે વારસો મૂકી જવો એ આપણા પર જ આધાર રાખે છે."

ત્યાં વિચારમગ્ન મૌન છવાઈ ગયું, પરંતુ વાટકામાંથી ફળોને ખાલી કરવાની પ્રક્રિયા ચાલતી રહી. અવ્યક્તે કહ્યું, "ઓછામાં ઓછું હું જે કરી જ શકું એ તે છે કે થોડાં વૃક્ષોના રોપા વાવીને તેને ઉછેરું, કે જેથી ભવિષ્યની પેઢીઓ તેનાં ફળો માણી શકે અને એ વૃક્ષના છાંયડામાં આરામ કરી શકે. દરેક માણસની આ પ્રશ્ન પૂછવાની જવાબદારી છેઃ 'આ જગતમાં

હું એવું શું ઉમેરી શકું કે જે હું જન્મ્યો ત્યારે અસ્તિત્વમાં નહોતું?' તેમાં પુસ્તક લખવું, કોઈ નવી પદ્ધતિઓનું સર્જન કરવું, વ્યવસાય માટેની કોઈ નવી રીત શોધવી, સમાજમાં નવી સંસ્કૃતિ સ્થાપવી - નવી માનસિકતા, ગામડાના જીવનનું રૂપાંતર કરવું, મોટા સમુદાયને શિક્ષિત કરવો... તે ગમે તે હોઈ શકે. એક આર્કિટેક્ટ તરીકે તમારે એક માળખાનું સર્જન કરવું જોઈએ કે જે તમારાં જીવનપર્યંત ચાલે અને ત્યારબાદ પણ હયાત રહે, આવનારી પેઢીઓ પણ તેને સંભાળીને જાળવી રાખે. શું તમે જાણો છો કે મોટાભાગનાં શહેરો કે દેશોનાં ચિહ્નો આર્કિટેક્ટનું સર્જન છે? આમ, આવું કોઈ અદ્‌ભુત સર્જન વારસો બની રહેશે જે તમે સર્જી શકો."

"લોકોના મન સાથે કામ કરનાર વ્યક્તિ તરીકે, " અવ્યક્તે કહ્યું, "હું બીજું પણ કાંઈક પ્રાપ્ત કરવા માગું છું. દંતકથા સમાન સફળતાનું રહસ્ય ઉત્તરોત્તર મહાનતામાં રહેલું છે. રાજકીય, આધ્યાત્મિક, ઔદ્યોગિક અથવા કળાના કોઈપણ ક્ષેત્રમાં, અનુક્રમિક મહાનતા અને નેતૃત્વનું સાતત્ય જ અદ્‌ભુત પરિણામોનું એકમાત્ર રહસ્ય છે. ઈતિહાસમાં કોઈપણ અસીમ સફળતાનો અભ્યાસ કરો અને તમને ઉત્તરોત્તર મહાનતા મળી આવશે. આમ, તમામ વારસાઓનું સર્જન કરવામાં જે વારસાનું સર્જન કરવા માટે પ્રત્યેક નેતા જવાબદાર છે તે છે, વધારે નેતાઓ ઊભા કરવા, અને નહીં કે માત્ર અનુયાયીઓ. લોકોના મન સાથે કામ કરતાં, આપણે જ્યાંથી છોડ્યું હોય ત્યાંથી શરૂ કરવા તેમને સમર્થ બનાવી શકીએ. આપણો અંત તેમની શરૂઆત બની શકે. માત્ર આ નિરંતરતાથી જ માનવજાત એક વિકસતી ચેતના રહી શકશે. સર્જન કરવા જ ઈશ્વરે મને સર્જ્યો. ઈશ્વરે મને અધિકતમ અને અધિકતર આપ્યું છે, અને હવે અધિકતમ અને અધિકતર વિશ્વને પાછું આપવું મારી જવાબદારી છે... હું વારસાનું સર્જન કરીશ. જ્યારે હું વિદાય લઈશ ત્યારે, હું એક વારસો મૂકી જઈશ."

થોડી અસ્વસ્થતા અનુભવતા, છેવટે બધા આર્કિટેક્ટ જવા માટે ઊભા થયા. અને શા માટે તેઓ અસ્વસ્થ ન હોય, કારણ કે આ વિચાર તેમનો સતત પીછો કરશેઃ "હું એવું શું સર્જી શકું કે જે મારા જીવન પછી પણ

ટકી રહે?" મીટિંગ પછી, અવ્યક્તને તેની ઑફિસના ઈશાન દિશાના ખૂણામાં વડના રોપાનું રોપણ કરતો જોવામાં આવ્યો.

પોતે જે સર્જે છે અને જે પાછળ મૂકતો જાય છે, તેનાથી માત્ર માણસ જ પોતાને અમર બનાવી શકે છે. શારીરિક રીતે તમારા અને મારા ગયા પછી, આપણે જે વારસો સર્જીએ અને પાછળ મૂકી જઈએ તેના દ્વારા, તમે અને હું આધ્યાત્મિક રીતે જીવિત રહી શકીએ. એ અર્થમાં, તમે અને હું ક્યારેય મૃત્યુ નહીં પામીએ.

જ્યારે હું ત્યાં પહોંચ્યો, ત્યારે 'ત્યાં' હતું જ નહીં

આપણો જન્મ કેવળ મૃત્યુ પામવા માટે નથી થયો, પરંતુ આપણો જન્મ સેવા કરવા માટે પણ થયો છે. નથી આ માટે કે નથી પેલા માટે... ન તો સ્વર્ગમાં તમારું સ્થાન નોંધાવવા માટે, કે ન તો તમારા પર જેની વર્ષા કરી શકાય તેવો અતિપ્રિય પુરસ્કાર જીતવા માટે - પરંતુ માત્ર ઉપયોગી હોવાના નિર્ભેળ આનંદ માટે - કારણ કે, જે અન્ય વિકલ્પ છે તે છે નિરુપયોગી હોવાનો - ઓછા ઉપયોગી હોવાનો.

તેને એકલું લાગતું હતું કે તે એકલો રહેવા માંગતો હતો? એકલતા પરિણામ છે. લોકો હોય એવું તમે ઇચ્છો છો, પરંતુ આસપાસ કોઈ નથી. એકાંત પસંદગી છે. લોકો તમારી સાથે રહેવા ઇચ્છે છે, પરંતુ તમે આસપાસ કોઈને નથી ઇચ્છતા. તે પસંદગી કરે એવો માણસ હતો. તેને એકલા જ રહેવું હશે. તે એકલો અને કોઈ ઉદ્દેશ વગર ગાડી ચલાવી રહ્યો હતો. તે ક્યાંય નહોતો જઈ રહ્યો. રસ્તાની બાજુમાં વહેતી નદીની જેમ, માત્ર વહી રહ્યો.

રસ્તો અને નદી અમુક અંતર સુધી સમાંતર જઈ રહ્યાં હતાં. તેણે પોતાની ગાડી ઊભી રાખી. એ જગ્યા કાંઈ ખાસ નહોતી. નદી તેના મૂળથી સમુદ્ર સાથે મળી જવાના બિંદુ સુધી, સેંકડો કિલોમીટર વહેતી હોય છે. આ જગ્યા જ શા માટે? કાશ જીવન વિષેની પ્રત્યેક બાબતોને સમજાવી શકાતી હોત! એટલે જ રહસ્યવાદીઓ જીવનને હેતુરહિત અર્થ કહે છે - અર્થપૂર્ણ, પરંતુ દરેક વસ્તુ પાછળ હેતુ હોય તે જરૂરી નથી.

જ્યારે તમે જીવન સાથે સંકળાયેલી દરેક બાબતનું રહસ્ય જાણવાની કોશિશ ન કરો, ત્યારે જીવન શ્રેષ્ઠ રીતે જિવાય છે.

એ જગ્યાએથી કોઈ સાદ અવશ્ય આવ્યો હોવો જોઈએ. હૃદય મોટેભાગે આવા અવાજ સાંભળે છે જે મન ક્યારેય સમજી શકતું નથી. અવ્યક્ત ટહેલતાં ટહેલતાં નદીના પથરાળ કિનારાની પેલે પાર જતો રહ્યો. તે એક પથ્થર પર બેઠો અને વહેતી નદીને તાકી રહ્યો. ઘણીવાર માણસ કોઈ વસ્તુ સાથે એટલો જોડાયેલો અનુભવે છે કે તે પોતે ખરેખર તે વસ્તુ જ બની જાય છે. અવ્યક્ત નદીમાં ખોવાઈ ગયો.

તેને થયું, "નદી બે સામસામે આવેલા કાંઠાની વચ્ચે વહેતી હોય તેમ લાગે છે. છતાં, નદીની નીચે એ બંને કાંઠા ખરેખર તો એકબીજા સાથે જોડાયેલા છે. ખૂબ ઊંડાણમાં, તો બે કાંઠા જેવું કાંઈ નથી - માત્ર એક અસ્ખલિત પ્રવાહ જે સપાટી પર વહેતી નદી દ્વારા અલગ કરાયેલો હોય તેવું જણાય છે. છતાં, કાંઠાઓ તેમની ઓળખ નદીમાંથી જ મેળવે છે. ગંગાને કાંઠે અને સિંધુને કાંઠે એમ કહેવાય છે... તેમ છતાં, બધો કાદવ અને બધી રેતી એક નિરંતર પ્રવાહ છે."

પોતાના જ વિચારોનું સમર્થન કરતો હોય તેમ, પોતાનું માથું હલાવતાં, અવ્યક્તે વિચાર્યું, "આધ્યાત્મિક દૃષ્ટિએ, જીવનનો જે તણખો મને જીવિત રાખે છે તે તણખો જે બધા જીવોને જીવિત રાખે છે, તે એક જ છે. આધ્યાત્મિકપણે, આપણે સહુ નદીના કિનારાની જેમ એકબીજા સાથે સંકળાયેલા છીએ. છેક ઊંડે, કોઈ અલગાવ નથી. છતાં, ભૌતિકપણે હું અનન્ય છું અને મારા જેવો હું એક જ છું. હું દરેક અર્થમાં, આ વિશ્વમાં બીજા કોઈપણ કરતાં સંપૂર્ણપણે જુદો જ છું. જે રીતે ગંગા અને સિંધુ પોતપોતાના માર્ગોને અનુસરે છે અને પોતાની અલગ ઓળખ ધરાવે છે તે જ રીતે."

"આહા!" અવ્યક્તે વિચાર્યું, "હવે મને સમજાય છે કે શા માટે હું ક્યારેક સમગ્ર વિશ્વ મારી સાથે હોય એવું અને શા માટે ક્યારેક હું કોઈ ન હોય

એવું ઇચ્છું છું. જ્યારે મારી અંદરની આધ્યાત્મિક જરૂરિયાત પોતાને વ્યક્ત કરતી હોય ત્યારે, કારણ કે બધા જીવો અને હું એક જ છીએ તેથી, મને બધા સાથે રહેવાની ઇચ્છા થાય છે. જોડાણની જરૂરિયાત પોતે જ પોતાને પ્રગટ કરે છે અને મને ભીડનો, બિરાદરીનો, અને એક સંબંધનો હિસ્સો બનવાની ઇચ્છા થાય છે. હું 'અમે' બનવા માગું છું! જો કે, જ્યારે મારા અસ્તિત્વની ભૌતિકતા, મારા વ્યક્તિત્વની શારીરિક જરૂરિયાતો હાવી થઈ જાય અને જ્યારે મારી ઓળખની મને તલપ હોય ત્યારે - હું બીજા કરતાં જુદો બનવા ઇચ્છું છું. હું બીજાથી ઉપર રહેવા ઇચ્છું છું. હું બીજાથી આગળ રહેવા ઇચ્છું છું. હું 'હું' બનવા ઇચ્છું છું."

અવ્યક્તે તે વિચારપ્રવાહનો સાર તારવ્યોઃ "આમ હું આ બે વિરોધાભાસી જરૂરિયાતો વચ્ચે જકડાયેલો રહીશ - સંધાનની આધ્યાત્મિક જરૂરિયાત અને તેથી બધા સાથે સંબંધિત રહેવાની ઇચ્છા, અને વ્યક્તિત્વ માટેની ભૌતિક જરૂરિયાત અને આમ અંગત ઓળખની જરૂરિયાત. તેથી, ક્યારેક હું અન્યોનો પૂરક બની તેમને સંપૂર્ણ બનાવીશ. ક્યારેક હું તેમની સાથે સ્પર્ધા કરીશ અને તેમને તેમને અપૂર્ણ મહેસૂસ કરાવીશ. જ્યારે મારી પાસે આ છે તો હું તે ઇચ્છીશ અને જો મારી પાસે તે છે તો હું આ ઇચ્છીશ. આમ, મને જે હમણાં સમજાયું તે ડહાપણથી જીવનની ભાત રચાઈ છે જેથી હું દેખીતી રીતે જુદી લાગતી આ બે જરૂરિયાતો વચ્ચે વહી શકું, જો કે છેક ઊંડે તેઓ એક જ સિક્કાની બે બાજુઓ જ છે."

સાંજ ઢળી રહી હતી. અવ્યક્ત તેની ગાડી પાસે પાછો ફર્યો. તેણે હજુ ગાડી ચાલુ નહોતી કરી. તેનું મન વિચારમગ્ન હતું. તેનું મન પોતાના વિચારોની સાથે સ્પર્ધા કરી રહ્યું હતું. ફરી તેને કંઈક લાધ્યું! તેણે વિચાર્યું, "તે જ રીતે, જીવનની ભૂમિતિ આપણને નિશ્ચિતતા અને અનિશ્ચિતતા, વ્યવસ્થા અને અવ્યવસ્થા વચ્ચેના મહત્તમ તનાવના બિંદુએ રાખવા દોરવામાં આવી છે. અસ્તિત્વમાં દરેક વસ્તુમાં વ્યવસ્થા છે. અને જ્યારે આ વ્યવસ્થિતતા પોતાને માણસ દ્વારા વ્યક્ત કરે, ત્યારે માણસ નિશ્ચિતતા ઇચ્છે છે. તે નિશ્ચિત, આત્મવિશ્વાસુ, સ્પષ્ટ, ખાતરીપૂર્ણ, વિશ્વાસપાત્ર અને સુરક્ષિત બનવા ઇચ્છે છે. જો કે, આ વ્યવસ્થાની

પાછળ એક મનસ્વી અવ્યવસ્થા પણ હોય છે, તેથી જ અસ્તિત્વમાં ક્યારેય કશું પોતાનું પુનરાવર્તન કરતું નથી. અને જ્યારે આ અસ્ત-વ્યસ્તતા પોતાને માણસ દ્વારા વ્યક્ત કરે ત્યારે, માણસ અનિશ્ચિતતા ઇચ્છે છે. તે સાહસ, જોખમ, વિસ્મય, રહસ્ય, શોધખોળ, તાજગી અને નવીનતા ઇચ્છે છે. ફરી એકવાર, માણસ વિરોધાભાસી જરૂરિયાતોની અન્ય એક જોડમાં ફસાઈ જાય છે - નિશ્ચિતતાની જરૂરિયાત અને અનિશ્ચિતતાની જરૂરિયાત. ફરીથી, અસ્તિત્વપરક ડહાપણ દ્વારા જીવનને આ રીતે દોરવામાં આવ્યું છે જેથી માણસ નિશ્ચિતતા દ્વારા વ્યવસ્થા અને અનિશ્ચિતતા દ્વારા વિકાસ શોધી શકે, બંને જે માણસને જોઈએ છે - વ્યવસ્થા અને વિકાસ."

"હવે મને જીવનનું ચક્ર સમજાય છે," અવ્યક્તે મનમાં વિચાર્યું, "બધું પ્રવાહમાં છે. બધું એક અવિરત પ્રવાહમાં છે. જીવન અહીંથી ત્યાં અને પછી ત્યાંથી અહીં છે. પાણીનું બાષ્પીભવન થાય છે અને તે માત્ર નીચે આવવા માટે જ ઉપર જાય છે. આપણે વાંચતાં શીખીએ છીએ અને પછી આપણે શીખવા માટે વાંચીએ છીએ. દરેક બાળક માણસનો પિતા બને છે. બીજમાંથી વૃક્ષ, વૃક્ષમાંથી ફળ અને ફળમાંથી ફરી બીજ. હવે મને ખબર પડી કે પૃથ્વી શા માટે ગોળ છે! હવે મને સમજાય છે કે શા માટે ગ્રહો પોતાની ભ્રમણકક્ષામાં ફરે છે. હવે હું રીસાઇક્લિંગ સમજું છું. હવે હું અસ્તિત્વને સમજુ છું. હવે હું ઉત્ક્રાંતિ અને ઉત્ક્રાંતિ પાછળની ક્રાંતિઓ સમજી શકું છું."

અવ્યક્તે ફરી સ્મિત કર્યું અને હળવેથી કહ્યું, "અહીં છે વિરોધાભાસી જરૂરિયાતોની બીજી જોડ - 'માલિકીની' જરૂરિયાત અને 'આપવાની' જરૂરિયાત.' જ્યારે 'માલિકીની' જરૂરિયાત પોતાને વ્યક્ત કરે છે, ત્યારે માણસને વહેંચવાની ઇચ્છા થાય છે - તેની અંદરની નિઃસ્વાર્થતા અભિવ્યક્તિ પામે છે. છેવટે, મારી પાસે જે હોય તે જ હું આપી શકું. તેથી જ 'માલિકીની' ઇચ્છા હંમેશાં 'આપવાની' ઇચ્છા પહેલાં થતી હોય છે. કબજામાં રાખવાની જરૂરિયાત વહેંચવાની જરૂરિયાત પહેલાં આવે છે. દરેક સ્વાર્થી માણસ કોઈ પ્રસંગે કોઈક પ્રત્યે ક્યારેક નિઃસ્વાર્થી હશે."

ઘણીવાર અવ્યક્તને વિચાર આવતો કે, "આપણે ગમે તેટલું સિદ્ધ કેમ ન કરી લઈએ, તો પણ એક તબક્કે આપણે સૌ નિષ્ફળ હોવાનું અનુભવીએ છીએ. તમે જીવનની સ્પર્ધા હરણફાળ સાથે દોડો છો એ શોધવા કે દરેક અંતિમ રેખા આરંભ રેખા પણ છે. તમે દોડ દોડ કરો છો માત્ર ત્યાં જ પાછા આવવા જ્યાંથી તમે શરૂ કર્યું. જેમ જેમ સફળતાનો ગ્રાફ ઊંચો ચડ્યા કરે છે, ત્યારે જ તમને ખ્યાલ આવે છે, કે વર્ષ દર વર્ષ તમારું ક્લોઝિંગ બેલેન્સ ફરી પાછું ઓપનિંગ બેલેન્સ બની જાય છે, અને તમે ફરી નવેસરથી શરૂઆત કરો છો. ભલેને તમે કેટલો પણ વિકાસ કેમ ન કર્યો હોય અથવા ગમે તેટલું સિદ્ધ કેમ ન કર્યું હોય, ધરી હંમેશાં ફરીથી ગોઠવાય છે અને તમે સ્વયંને જીવનના ગ્રાફ પર '0, 0' પર જુઓ છો. સમય જતાં આ બધું તમને એક પ્રશ્ન સાથે છોડે છે - 'શું આ બધું સાર્થક છે?' તો પછી જીવનનો ઉદ્દેશ શો છે?"

અવ્યક્ત હવે આવા પ્રશ્ન નહીં પૂછે. આજે તેને તેના જવાબો મળી ગયા હતા. ડ્રાઈવરની બેઠક પરથી તેણે વધુ એકવાર નદી તરફ નજર કરી અને મનમાં કહ્યું, "વહો, નદીની જેમ વહો. પસંદગી વગર જન્મેલા, પ્રસન્નતાપૂર્વક વહો અને સમુદ્રમાં ભળી જાઓ. તે દરમિયાન, તમારા પ્રવાહની સ્વાભાવિક દિશામાં, પ્રત્યેક માટે જેટલા વધારે ઉપયોગી બની શકો તેટલા ઉપયોગી બનો. માણસની રચના જેનાથી થઈ છે તે છ વિરોધાભાસી સ્વાભાવિક જરૂરિયાતોની વચ્ચે ફસાયેલા - જોડાણ અને વૈયક્તિકતા, નિશ્ચિતતા અને અનિશ્ચિતતા, 'માલિકી' અને 'આપવું' - વિકસ્યા કરો, આપ્યા કરો અને જીવ્યા કરો, બે કિનારા વચ્ચે નૃત્ય કરતી નદીની જેમ. જરૂરી નથી કે કોઈ હેતુને પૂર્ણ કરતા, પરંતુ માર્ગમાં તમે જેને મળો તે દરેક વ્યક્તિ અથવા વસ્તુમાં તમે કાંઈક મહત્ત્વનું ઉમેરો એ વાતની તકેદારી રાખતા. આપણે કેવળ મૃત્યુ પામવા નથી જન્મ્યા, પરંતુ આપણે સેવા કરવા માટે પણ જન્મ્યા છીએ. આ માટે અથવા તે માટે નહીં... સ્વર્ગમાં તમારું સ્થાન નોંધાવવા માટે નહીં, નહીં કે તમારાં પર જેની વર્ષા કરી શકાય તેવો અતિપ્રિય પુરસ્કાર જીતવા માટે - પરંતુ, માત્ર ઉપયોગી થવાના નિર્ભેળ આનંદ માટે - છેવટે, અન્ય એક માત્ર

પસંદગી છે નિરુપયોગી બનવાની - ઓછા ઉપયોગમાં લઈ શકાય તેવા."

તમે ઉપયોગી હો કે નિરુપયોગી, નીચે છ ફૂટ આપણા સૌ માટે આરક્ષિત છે. ઈટલીની કહેવત અનુસાર "રમત પૂરી થયા પછી, રાજા અને પ્યાદું, એક જ પેટીમાં જાય છે." વાત સાચી છે, પરંતુ, જો તમે રાજા બની શકતા હોવ, તો પ્યાદું શા માટે બનવું? રાજા તરીકે, તમે ઘણા લોકોની સેવા કરી શકો અને ઘણા બધાને ઉપયોગી બની શકો. યાદ રાખો, "માનવજાતની સેવા એ ભાડું છે જે આપણે આ ગ્રહ પર રહેવા માટે ચૂકવીએ છીએ." આપણે આપણા માટે જે કાંઈ કરીએ છીએ તે આપણી સાથે નાશ પામશે; આપણે જે બીજા માટે અને વિશ્વ માટે કરીએ છીએ તે પાછળ રહી જશે અને અવિનાશી રહેશે.

અવ્યક્તે મનમાં સાર તારવ્યો, "ત્યાં પહોંચવા જેવું ત્યાં કશું નથી. કોઈ અંત નથી. કોઈ આરંભ નથી. કેવળ એક પ્રવાહ... એક ઉપયોગી શાશ્વત પ્રવાહ."

આપણે ગમે તેટલું સિદ્ધ કેમ ન કરી લઈએ, પણ એક તબક્કે આપણે સૌ ફરી એકવાર નિષ્ફળ મહેસૂસ કરીએ છીએ. તમે જીવનની સ્પર્ધા હરણફાળ સાથે દોડો છો એ શોધવા કે દરેક અંતિમ રેખા આરંભ રેખા પણ છે. ત્યારે જ તમને ખ્યાલ આવે છે, કે વર્ષ દર વર્ષ તમારું ક્લોઝિંગ બેલેન્સ ફરી પાછું ઓપનિંગ બેલેન્સ બની જાય છે, અને તમે ફરી નવેસરથી શરૂઆત કરો છો.

જીવન એક રમત છે

વિકાસની આ દુનિયામાં, મિડાસ ટચ (જેને સ્પર્શ કરીએ તે સોનાનું થઈ જાય એવો ચમત્કાર) જેવું કંઈ હોતું નથી. જેનું બધું જ 'કાયમ બરાબર જ થતું હોય' એવી અહીં કોઈ વ્યક્તિ નથી. કોઈપણ વ્યક્તિ કાયમ નિષ્ફળ રહેવા પણ નિર્મિત નથી. ન તો નિષ્ફળતા અંતિમ છે ને ન તો સફળતા કાયમી છે. જીવનની લાંબી યાત્રામાં આજની સફળતા અને આજની નિષ્ફળતા માત્ર એક પગલું છે. જીવન એક રમત છે. જો તમે આ રમત ખાસ્સી લાંબી રમો, તો તમે જીતશો. અધવચ્ચે છોડી ન દો. રમો. અંત સુધી રમો. તેને સારી એવી લાંબી રમો. ધીમે ધીમે, તમે અંતિમ રેખા પાર કરી જશો.

મારું જીવન જ મારી પ્રાર્થના છે

એક બાજુ મારા જીવનમાં જે કાંઈ સંસાધનો છે તે ઈશ્વરની મને મળેલી ભેટ છે, તો બીજી બાજુ આ સંસાધનોમાંથી હું જે સર્જું તે ખરેખર મારું સર્જન છે. સાચે, આ ફૂલો, આ ફળો, અને આ હવા જે મારે શબ્દોમાં પ્રાર્થના વ્યક્ત કરવા ઉપયોગમાં લેવી પડે છે તે સઘળું ઈશ્વરનું છે. અરે હું પોતે પણ તેનો જ છું. પરંતુ તેણે આપેલી સામગ્રીઓમાંથી હું જે સર્જું છું તે મારું સર્જન છે. જો હું જે કંઈ કરું તે મારાં ઈશ્વરને મારું અર્ઘ્ય બને, તો મારું સમગ્ર જીવન જ પ્રભુને મારી પ્રાર્થના બને છે.

એના જીવનમાં બધું બરાબર ચાલતું હતું. બધું જ! તેમાં તંદુરસ્તી, સંપત્તિ, પ્રેમ અને આનંદ... તે જીવનને પૂરેપૂરું માણી રહ્યો હતો. હકીકતમાં, “કેમ છો?” પ્રત્યેનો તેનો પ્રતિસાદ હતો “જીવન સાથે વહી રહ્યો છું.”

અવ્યક્તનું જીવન સંપૂર્ણપણે આધ્યાત્મિક રીતે ગોઠવાયેલું હતું. તેની ઈશ્વરને પ્રાર્થનાઓ ક્યારેય અરજી નહોતી. તેણે ક્યારેય ન તો વધારે માંગ્યું કે ન તો તેના ઈશ્વરને પોતાના જીવન વિષે કશું બદલવા કહ્યું. તે મોટેભાગે એમ જ કહેતો, “હું મારા ઈશ્વરને તેણે શું કરવું જોઈએ કે શું ન કરવું જોઈએ એ નથી કહેતો. ઈશ્વર વગર, હું કરી ન શકું. મારા વગર, ઈશ્વર નહીં કરે. શ્રેષ્ઠ કરવું એ મારું કામ છે અને બાકી બધું કરવું તેનું કામ છે. અલબત્ત, જો હું મારું શ્રેષ્ઠ ન કરું તો, તે પછી તે માત્ર બાકી બધું જ કરશે.”

તેમ છતાં, એ સાંજે તેણે મંદિરમાં જવાનું નક્કી કર્યું. અશ્રુપૂર્ણ આંખે પોતાના ઈશ્વરની મૂર્તિ સામે ઊભા રહીને, અવ્યક્તનો વિચારપ્રવાહ હતોઃ "તમે મને બધું જ આપ્યું છે અને તેના બદલામાં હું તમને કાંઈક આપવા માગું છું. મેં તમને ફૂલો આપવાનું વિચાર્યું, પરંતુ એ ફૂલો તો પહેલેથી જ તમારાં છે. કોનાં ફૂલો હું કોને ધરું? મેં વિચાર્યું કે હું તમને ફળો ધરીશ, પણ આ ફળો પણ તમારાં જ છે. હે ભગવાન, તમે મને બધું જ આપ્યું છે અને તેના બદલામાં હું તમને કાંઈક આપવા માગું છું, પરંતુ બધું પહેલેથી જ તમારું છે. તમે મને આટલો બધો લાચાર કેમ કરી મૂક્યો કે તમને અર્પણ કરવા માટે મારી પાસે કાંઈપણ નથી? મેં વિચાર્યું કે ઓછામાં ઓછું હું શબ્દોથી તમારી પ્રાર્થના કરીશ, પરંતુ જે હવા હું શ્વસું છું તે પણ તમારી છે. હે મારા ભગવાન તમે મને બધું જ આપ્યું છે, પણ બદલામાં તમને આપવા માટે મારી પાસે કાંઈપણ નથી. આ સંપૂર્ણ કૃતજ્ઞતા અને અસહાયતાની અવસ્થામાં, જ્યારે તમને આપવા માટે મારી પાસે કાંઈપણ નથી ત્યારે, હું મારું આ શરીર તમારાં ચરણે ધરું છું." આમ કહીને અવ્યક્તે તેના દેવતાની મૂર્તિને સાષ્ટાંગ પ્રણામ કર્યાં.

ચહેરા પર હજુ પણ કૃતજ્ઞતાસભર વહી રહેલાં આંસુઓ સાથે, તે મંદિરના એક એકાંત ખૂણામાં શાંતિથી બેઠો. બધી ઈન્દ્રિયોએ પોતાને સંકોરી લીધી અને અવ્યક્ત જાણે ધ્યાનમાં બેઠો હોય તેમ લાગ્યું, પણ તે ધ્યાનમાં નહોતો. તેનું હૃદય સંગાથમાં હતું અને મન પોતાની સાથે જ વાર્તાલાપ કરી રહ્યું હતું. તે પોતાની મૌન જગ્યાઓમાં વિચાર કરી રહ્યો હતો. વિચારોની એક પરેડ હતી, અને તેમ છતાં આ વિચારોના પ્રવાહમાં ગહન સ્પષ્ટતા હતી. અવ્યક્તના વિચારો હજુ પણ તેના નિયંત્રણમાં હતા. તેને ખબર હતી કે તે શું વિચારી રહ્યો છે.

અવ્યક્ત વિચારી રહ્યો હતોઃ "એક ચોક્કસ કાર્ય કરવા સાધનોનાં નિશ્ચિત ક્રમમાં સંકલનને કામ કહેવામાં આવે છે. પેન પકડવા ચોક્કસ ક્રમમાં આંગળીઓને સાથે લાવવી અને પછી એક ચોક્કસ ક્રમમાં હાથના હલાવવાને લખવું કહે છે. અમુક ચોક્કસ દિશામાં મનને વાળવાને

વિચારવું કહે છે. ચોક્કસ રીતે જીભના હલાવવાને બોલવું કહે છે. શરીર, મન અને ભાવનાઓને અમુક ચોક્કસ ક્રમમાં સંકલિત કરવાને ક્રિયા કહે છે. નક્કી કરેલા હેતુ માટે ક્રિયાનાં સંકલનને કર્મ કહે છે. આમ, ચોક્કસ, કાર્યકારી હેતુ પ્રાપ્ત કરવા માટે સાધનોની અસરકારક વ્યવસ્થા એ કાર્ય છે."

અવ્યક્તે પોતાને કહ્યું, "એક બાજુ મારા જીવનમાં જે કાંઈ સંસાધનો છે તે ઈશ્વરની મને મળેલી ભેટ છે, તો બીજી બાજુ આ સંસાધનોમાંથી હું જે સર્જું તે ખરેખર મારું સર્જન છે. સાચે, આ ફૂલો, આ ફળો, અને આ હવા જે મારે શબ્દોમાં પ્રાર્થના વ્યક્ત કરવા ઉપયોગમાં લેવી પડે છે તે સઘળું ઈશ્વરનું છે. અરે હું પોતે પણ તેનો જ છું. પરંતુ તેણે આપેલી સામગ્રીઓમાંથી હું જે સર્જું છું તે મારું સર્જન છે."

ત્યાં સુધીમાં તેના આંસુઓ ગાલ પર સુકાઈ ગયાં હતાં. તેણે ધીમેથી પોતાની આંખો ખોલી અને ભગવાનની મૂર્તિ પાસે પાછો આવ્યો. તેણે પ્રાર્થના કરી, "હે ઈશ્વર, મારાં સઘળા કામ મારું સર્જન છે. એ બધું તમે આપેલી સાધનસામગ્રીથી જ છે, તેમ છતાં પણ, તે મારું સર્જન છે. હવે પછીથી, હું તમને શબ્દોમાં પ્રાર્થના નહીં કરું, અને કોઈ વિધિ નહીં કરું. હું તમને ફૂલો અને ફળો નહીં ધરું. આમ છતાં, હવે પછીથી હું જે કાંઈ કરીશ એ જ તમને મારું અર્પણ હશે. ભગવાન, હું તમને સર્વશ્રેષ્ઠ સિવાય કાંઈ જ આપવા નથી ઈચ્છતો તેથી, હવે પછી મારું બધું કાર્ય સર્વશ્રેષ્ઠ સિવાય કશું જ નહીં હોય. મારા જીવનમાં મારી પાસે જે કાંઈ છે તે તમારી મને મળેલી ભેટ છે. મારા પ્રભુ, મારા જીવનમાં હું જે કાંઈ કરીશ તે મારી તમને ભેટ, અર્પણ અને તમારા પ્રતિ મારી કૃતજ્ઞતાની અભિવ્યક્તિ હશે."

ઈતિહાસમાં વારંવાર પુનરાવર્તન પામતા શબ્દો છેઃ "અને એક દિવસ, બધું જ બદલાઈ ગયું." એ અર્થમાં, અવ્યક્ત માટે તે ઐતિહાસિક દિવસ હતો. તે દિવસે, એ થોડી ક્ષણોમાં, તેના જીવન વિશે બધું જ બદલાઈ ગયું.

શિષ્યે ગુરુને પૂછ્યું, "હવે જ્યારે તમે પ્રબુદ્ધ છો, ત્યારે તમે જીવનમાં શું કરો છો?" ગુરુએ જવાબ આપ્યો, "હું કૂવામાંથી પાણી ખેંચું છું અને અને લાકડાં કાપુ છું." શિષ્યે ફરી પૂછ્યું, "પ્રબુદ્ધ થયા પહેલાં, તમે શું કરતા હતા?" ગુરુએ ફરી જવાબ આપ્યો, "હું કૂવામાંથી પાણી ખેંચતો હતો અને લાકડાં કાપતો હતો." ગૂંચવાયેલા શિષ્યે કહ્યું, "એમ લાગે છે કે પ્રબુદ્ધ થયા પહેલાં અને પછી તમારા જીવનમાં કોઈ ફેર નથી જણાતો." ગુરુએ સ્મિત કર્યું અને ઉમેર્યું, "મારાં કાર્યોમાં કોઈ ફેરફાર નથી થયો, પરંતુ જે ગુણવત્તાથી હું મારાં કાર્યો કરતો હતો તે સંપૂર્ણપણે બદલાઈ ગયાં છે."

બરાબર! એક રીતે, અવ્યક્તના જીવનનું કશું બદલાયું નહોતું. પરંતુ બીજી રીતે, તેના જીવનનું બધું જ બદલાઈ ગયું હતું. જે ગુણવત્તાથી તે પોતાનું કાર્ય કરતો હતો, તેને પરિણામે, જે ગુણવત્તાથી તે પોતાનું જીવન જીવતો હતો, તે બધું જ બદલાઈ ગયું હતું.

જીવનમાં કેટલાક લોકો ધ્યાન ધરે છે. કેટલાક માટે, જીવન સ્વયં જ ધ્યાન હોય છે. કેટલાક લોકો જીવનમાં પ્રાર્થના કરે છે. અવ્યક્ત માટે, તેનું જીવન જ એક પ્રાર્થના બની ગયું છે. હે મારા પ્રભુ,

તમે મને બધું જ આપ્યું છે
અને તેના બદલામાં હું પણ તમને કાંઈક આપવા ઈચ્છું છું.
મેં વિચાર્યું કે હું તમને ફૂલો ધરીશ,
પરંતુ એ ફૂલો તો પહેલેથી જ તમારાં છે.
કોનાં ફૂલો હું કોને આપું?
મેં વિચાર્યું કે ઓછામાં ઓછું હું શબ્દોમાં તમારી પ્રાર્થના
કરીશ, પરંતુ,
જે હવા હું શ્વસું છું તે પણ તમારી છે.

હે મારા ભગવાન ! તમે મને બધું જ આપ્યું છે,
પણ બદલામાં તમને આપવા માટે મારી પાસે કાંઈપણ નથી.
આ સંપૂર્ણ કૃતજ્ઞતા અને અસહાયતાની અવસ્થામાં,
હું મારું આ શરીર તમારાં ચરણોમાં ધરું છું.

પ્રસન્નતા જ માર્ગ છે

જ્યારે કામ પસંદગી તરીકે કરીએ, ત્યારે તમે જે કરો તેને માણો છો, અને જ્યારે તે અંતે પૂરું થાય છે ત્યારે, તમે સંતોષની લાગણી અનુભવો છો. જ્યારે કામ દબાણ તરીકે લેવામાં આવે, ત્યારે તમે જે કરો તેમાં તમારે સંઘર્ષ કરવો પડે છે, અને અંતે જ્યારે તે પૂરું થાય ત્યારે તમે રાહતની લાગણી અનુભવો છો. ચાલો, આપણે ‘મારે તે કરવું જ પડે’ના અભિગમને ‘મારે તે કરવું છે’માં બદલીએ. જો આપણે કાંઈ કરવું જ પડે તેમ હોય તો, ચાલો તેને કરવાનો આનંદ માણીએ. છેવટે, પ્રસન્નતાનો કોઈ માર્ગ નથી. પ્રસન્નતા જ માર્ગ છે.

તાજમહેલ ક્ષણો

જીવનમાં તમે ભવ્ય ક્ષણોનું સર્જન કરો એટલું જ પૂરતું નથી, પણ એ પણ સુનિશ્ચિત કરો કે તમે તેવી ભવ્ય ક્ષણોની ઉજવણી કરો. હંમેશાં તમારી વિજયછલાંગોની ઉજવણી કરો. તમારા હૃદયમાંથી ઊઠતા 'આહા'ને સાંભળો. જીત નહીં, પણ જીતની ખુશી વધારે મહત્ત્વની છે. જીવનને થોડીવાર રાહ જોવા દો... અન્ય અનુભવને પ્રતીક્ષા કરવા દો.. .ઉત્સવની ક્ષણોને લંબાવો. તમારા જીવનને ક્યારેય સમાપ્ત ન થાય તેવો ઉત્સવ બનાવો.

તેમાંથી મોટાભાગના લોકો તેમનાં આંસુઓ રોકી ન શક્યા. જો સ્વયંસ્ફુરિત આંસુઓને તમામ માનવીય અભિવ્યક્તિઓમાંથી સહુથી વધારે પ્રામાણિક અભિવ્યક્તિ માનવામાં આવતી હોય તો, અત્યારે સમગ્ર વાતાવરણ એવી વણકહી પ્રામાણિકતાથી ભરેલું હતું. જી હા, તેમને અનાસક્ત આસક્તિ શીખવવામાં આવી હતી અને એમ લાગતું હતું કે તેઓ તેને યોગ્ય રીતે સમજ્યા હતા. એવું તેમણે વિચાર્યું. તમારી આંખોને ફરી ક્યારેય તે આકાર જોવા નહીં મળે, તમારા કાનને ફરી ક્યારેય એ અવાજ સાંભળવા નહીં મળે અને સહુથી વધારે મહત્ત્વનું, તમને ફરી એ આલિંગન ક્યારેય અનુભવવા નહીં મળે, આ જ્ઞાન એવું નહોતું જેની સાથે સમાધાન કરવા લોકો તૈયાર હતાં. શું જીવન તમારી ભાવનાઓની પરવા કરે છે? માત્ર તમે લાગણીશીલ છો માટે જીવનની સ્ક્રિપ્ટમાં કશું પણ બદલાશે? જે થવાનું છે, તે થાય છે અને જીવન ચાલ્યા કરે છે...

ચહેરાઓ પર કૃતજ્ઞતાના ભાવો પણ હતા. ઘણી બધી રીતે, તેમનો એક ભાગ એ હતો. ક્યાંક ને ક્યાંક, જે રીતે તેઓ અનુભવતા, જે રીતે તેઓ વિચારતા, જે રીતે તેઓ કાર્યો કરતા, અરે... તેમની દેહભાષામાં પણ તેનો પ્રભાવ હતો. તેણે હંમેશાં તેમને તેનું સંપૂર્ણ આપ્યું હતું અને એ પ્રક્રિયામાં તે તેમનો હિસ્સો બની ગયો. તેમનાં માનસિક સ્કેનર્સમાં તે બધાં વર્ષો પસાર થઈ રહ્યાં જેમાં તેઓ તેની સાથે જોડાયેલા હતા, અનેક ખાસ ક્ષણો, એમાંની ઘણી જીવન પરિવર્તક. જેમ તેણે એકનો હાથ પકડ્યો કે તેણે કહ્યું, "હું તમને ક્યારેય જવા નહીં દઉં." અવ્યક્તે ફીકું સ્મિત કરતાં કહ્યું, "તમે મારો હાથ પકડી શકો, પરંતુ મને પકડી રાખી નહીં શકો."

આઈસીયુને બદલે, તેના શરીરને તેના પ્રિયજનો વચ્ચે ત્યાગ કરવાની સ્વતંત્રતા માણવાનું પસંદ કર્યા બાદ, પલંગ પર આડો પડેલો તે અવ્યક્ત હતો. જો કોઈ હેતુલક્ષી જીવ્યું હોય તો, મૃત્યુ અંત નથી, પણ જીવનની જ ચરમસીમા છે. જો કોઈ ગતિશીલતાથી જીવ્યું હોય તો, તે તેને માટે મૃત્યુ જીવનનું સર્વોચ્ચ શિખર છે. તેની હંમેશાં ઈચ્છા હતી કે તે પોતાના જીવનના છેલ્લા દિવસ સુધી કામ કરતો રહે. એ ગુરુવાર સુધી, તે સક્રિય હતો અને લોકોને મળ્યો હતો. બે દિવસનો થાક અને જેવો રવિવારના સૂર્યોદય સાથે તે ઊઠ્યો, ત્યારે તેણે કહ્યું, "મને સૂવાનું મન થાય છે. મને લાગે છે કે હવે પૂરતું છે." તે પલંગમાં આડો પડ્યો અને ઊભો ન થઈ શક્યો. અન્ન કે જળ, જે કાંઈ આપવામાં આવે, તેને એ જ પ્રતિસાદ મળતો, "મને લાગે છે કે હવે પૂરતું છે."

તમારી સ્ફુરણા પર વિશ્વાસ રાખો અને તમારા હૃદયની વાત કહી દો - આ અવ્યક્ત પાસેથી શીખેલા બોધને તેમનામાંથી એકે, ઘણા સંકોચ સાથે અને છતાં હિંમત કરીને, અજમાવ્યો અને પૂછ્યું, "તમારા જીવનનો સંદેશ શો છે?" બધાએ પ્રશ્નકર્તા તરફ વળીને જોયું. કેટલાક ચહેરા પર અણગમો હતો, કેટલાકે સ્વીકાર દર્શાવ્યો, પરંતુ મોટાભાગના જિજ્ઞાસુ હતા, "અવ્યક્ત શું કહેશે?"

ઘણીવાર સુધી શાંતિ છવાયેલી રહી. ત્યારબાદ કેટલાક પ્રયત્નપૂર્વકનાં સ્મિત, કેટલાક ઊંડા શ્વાસ આવ્યા. નિર્બળ, પણ સ્પષ્ટ અવાજે કહ્યું, "ખરેખર, મારા જીવનમાં કોઈ નથી. મારું જીવન એક ખુલ્લી કિતાબ છે. હું ખુલ્લામાં જીવ્યો. હું તમારા સૌની વચ્ચે રહ્યો. હું પારદર્શક હતો. મારું જીવન પ્રત્યેકના જોવા માટે હતું. ખરેખર કોઈ રહસ્યો નથી."

અવ્યક્ત બોલતો હોવા છતાં, ત્યાં બિલકુલ શાંતિ હતી. એકવાર એક શિષ્યે ગુરુને પૂછયું, "તમારામાં અને અમારામાં શો ફેર છે?" ગુરુએ જવાબ આપ્યો, "હું બોલતો હોઉં ત્યારે પણ બિલકુલ શાંતિ હોય છે અને તમે જ્યારે શાંત હોવ તો પણ, ઘણો ઘોંઘાટ હોય છે." અહીં પણ એવું જ હતું. એ ક્ષણમાં કંઈક ધ્યાન જેવું હતું.

કેટલાક ઊંડા શ્વાસ અને અવ્યક્તે આગળ કહ્યું, "તમે સૌ જાણો છો કે હું ફોટોગ્રાફી માટે કેટલો ઉત્તેજિત રહ્યો છું. ક્યારેક, વર્ષો પછી, જ્યારે તમે અમુક ફોટાઓ સામે જુઓ તો, ખરેખર તમને એ પણ યાદ ન આવે કે તે ફોટા ક્યાં લેવાયા હતા કે ફોટામાં કોણ છે. કેટલાક એવા ફોટા પણ હશે કે જેની પાછળ સદ્ભાગ્યે તમે કાંઈક લખ્યું હશે, અને તેને વાંચીને તમારી યાદ તાજી થઈ જાય છે અને તમે તે સ્થળ અથવા વ્યક્તિને યાદ કરી શકો. અલબત્ત, કેટલાક ફોટા એવા પણ છે કે, જે જ્યારે પણ તમે તેમની તરફ જુઓ ત્યારે તે તમને સમગ્ર ભૂતકાળને ફરી જીવવા દે છે."

અવાજ થોડો અશક્ત હોવાથી, લોકો પલંગની વધારે નજીક આવ્યા. તેમનામાંથી એકે પાણી આપ્યું અને અવ્યક્તે ફરી કહ્યું, "મને લાગે છે કે હવે પૂરતું છે." ત્યાર પછી તેણે ઉમેર્યું, "લગભગ સિત્તેર દાયકા પહેલાં કર્યો હોવા છતાં પણ, આગ્રાનો એ મારો પહેલો પ્રવાસ હું હજી પણ આબેહૂબ યાદ કરી શકું છું. હું જેવો આગ્રામાં પ્રવેશ્યો કે, ત્યાંની ગંદકી, ખુલ્લી ગટરો, સૂકા અને ધૂળિયા પવનો અને હવામાં ગંદી વાસથી મને આઘાત લાગ્યો. હું વળી એવા સમયે આગ્રા ગયો કે જ્યારે શહેરે મને ગરમ કઢાઈ જેવો અનુભવ કરાવ્યો. તે એ સમય હતો જ્યારે, મારી આસપાસના સંજોગોની પરવા કર્યા વગર, કેન્દ્રિત અને

પ્રસન્ન થવાની કળા મારે હજુ શોધવાની બાકી હતી. તે દિવસોમાં મારે પ્રસન્ન થવા કારણની જરૂર હતી અને આગ્રાએ મને એવાં કારણો ન આપ્યાં. હું અનિચ્છાએ ગાઈડ પાછળ ચાલતો રહ્યો અને તેણે મને એક પ્રવેશદ્વાર આગળ પસાર થવા દીધો; અચાનક, એક ક્ષણ માટે મારો શ્વાસ અટકી ગયો... ત્યાં, મારી સામે, હતું સફેદ જાદુ... આરસપહાણનો ચમત્કાર... માણસજાતનું ગૌરવ અને ઈશ્વરની ઈર્ષ્યા... તાજમહેલ. અત્યારે પણ જ્યારે હું આ તમને કહી રહ્યો છું ત્યારે પણ, હું તાજમહેલ જોઈ શકું છું. એક એવી છાપ પડી જે માત્ર મૃત્યુ જ ભૂંસી શકે. મારી તાજમહેલ ક્ષણોને ફરીથી જીવવા કે યાદ કરવા મારે કોઈપણ પ્રકારના ફોટા કે છાપાના લેખોની જરૂર નથી. હું તો બસ તાજમહેલની સામે બેઠો. થોડી ક્ષણો માટે, મને એ પણ ખબર ન રહી કે હું શ્વાસ લઈ રહ્યો છું કે નહીં. મેં આંખનો પલકારો પણ ન માર્યો. આહા...!''

“તમે મને એ પૂછો છો કે મારા જીવનનો શો સંદેશ છે?'', અવ્યક્તે સમજાવ્યું, “મેં માત્ર મારા જીવનમાં ભવ્ય ક્ષણો સર્જી છે એટલું જ નહીં, પરંતુ એ ભવ્ય ક્ષણોને માણવા સમય પણ કાઢ્યો છે. મારા જીવનની એ તાજમહેલ ક્ષણોને મારી અંદર નીતરવા માટે મેં સમય કાઢ્યો છે. હું જીવન સાથે આગળ વધું તે પહેલાં મેં લાગણીઓને અંદર ઝમવા અનુમતિ આપી. મારા જીવનને મેં એક પછી એક અનુભવોની કવાયત જેવું નથી બનવા દીધું, પરંતુ મારા જીવનની તાજમહેલ ક્ષણોને અનુભવવા હું જીવનમાં ઘણીવાર રોકાયો છું. મારા માટે, જીવન માત્ર સફળતા જ નહોતું, આગળ શું, ફરી સફળતા અને આગળ શું; તે માત્ર ક્ષણોની પરેડ જ નહોતી... પરંતુ મારા જીવનની દરેક ભવ્ય ક્ષણે, તે ભૌતિકતાના હોય કે આધ્યાત્મિકતાના ક્ષેત્રમાં, હું રોકાયો, મેં ઉજવણી કરી, મેં જીવનના અનુભવોના નશાને માણ્યા. મારે ક્યારેય દારૂની જરૂર નથી, કારણ કે મેં જીવનમાંથી જ ઘણું પીધું છે અને તે પૂરતું હતું. મારું હૃદય ‘આહા...' કહે ત્યાં સુધી મેં તેને ઊતરવા દીધું છે, અને માત્ર તે પછી જ હું જીવનમાં આગળ વધ્યો. આમ, મારા જીવનનાં સંદેશાઓમાંનો એક સંદેશ છે જીવનમાં પૂરતી તાજમહેલ ક્ષણો સર્જવી અને એ તાજમહેલ ક્ષણોને અનુભવવાનો,

સમય ફાળવવો. મેં ક્યારેય ઉતાવળમાં જીવન જીવ્યું નથી. એનો અર્થ એવો નથી કે હું જીવનમાં સક્રિય નહોતો. હકીકતમાં, જે લોકોને હું જાણું છું તેમના કરતાં હું વધારે સક્રિય હતો. પરંતુ હું નિશ્ચિતપણે આ અશાંત દોડમાં નહોતો. જો તમે તમારી સફળતાની આસપાસ ઉજવણીની ક્ષણોનું સર્જન ન કરો તો સફળતા માત્ર ખાલી સફળતા છે."

અવ્યક્તે કહ્યું, "તમે તમારી સ્વપ્ન કાર માટે ઉત્કટ ઈચ્છા કરી; હવે જ્યારે તમારી ગાડી આવી ગઈ છે, ત્યારે મૂર્ખ મન બીજા લક્ષ્યની તૈયારી કરવા લાગ્યું. તમે જેને હંમેશ ઈચ્છતા તે સ્ત્રીનો હાથ તમે પકડ્યો, અને હવે તમારી પાસે હનિમૂનનો સમય નથી. તમે જેના માટે અથાગ પરિશ્રમ કર્યો, તે ઘરમાં છેવટે તમે આવી ગયા, અને હવે તમારી પાસે એ ઘરને માણવાનો સમય નથી. જે બાળકને તમે બહુ ઝંખતા હતા તે આખરે આ વિશ્વમાં આવી ગયું છે અને તમે ૧૪ કલાક કામમાં હોવ છો. આજની પેઢીનો શ્રાપ એ છે કે તેમને વિજય હરણફાળોને માણવાનો સમય નથી. ખરેખર મૂર્ખ!"

અવ્યક્તની અધખૂલી અને અડધી બંધ આંખોએ ત્યાં ઉપસ્થિત લોકો સામે જોયું અને આગળ કહ્યું, "એ ક્ષણ માટે તમે ચાર વર્ષ સુધી તાલીમ લો છો. અને પછી ૧૦૦ મીટરના ઓલિમ્પિક ટ્રેક પર, ૧૦ જ સેકન્ડમાં, તમને તમારાં ચાર વર્ષની તાલીમનાં ફળ મળે છે. ત્યાં, તમે સૌથી પહેલાં અંતિમ રેખા પાર કરી છે. સમગ્ર સ્ટેડિયમમાં ભીડ ખડે પગે છે. તેમના ટીવી પડદા પર તમને જોઈને વિશ્વના અસંખ્ય લોકો આ આનંદની ક્ષણને માણી રહ્યાં છે. હવે તમે નાચો-કૂદો, ખુશીથી ઉત્સવ ઊજવો. એક જ નહીં પણ બે, ત્રણ વાર કેમ નહીં... છલાંગ લગાવી ઊછળો, તમારા વિજયપથ પર દોડો, હર્ષોલ્લાસથી ઊછળો. આ ક્ષણ હવે ચાર વર્ષ સુધી નહીં આવે. આ તમારી ક્ષણ છે. આ જ તમારી તાજમહેલ ક્ષણ છે. તમારી જીતનો ડંકો વગાડો. તમારા હૃદયમાંથી આવતા 'આહા'ને સાંભળો. તે જીત નહીં, પરંતુ જીતની ખુશીની આપણે રાહ જોઈ રહ્યા હોઈએ છીએ... હવે જ્યારે એ ક્ષણ આવી ગઈ છે, ત્યારે તેને આમ પળવારમાં ન જવા દો. તમારી તાજમહેલની ક્ષણોના અનુભવને લંબાવો. જીવનને રાહ જોવા

દો... બીજાં અનુભવને પ્રતીક્ષા કરવા દો... ફોટોગ્રાફર્સને રાહ જોવા દો, ટીવી ઇન્ટરવ્યૂને પછી થવા દો... આ ક્ષણને લંબાવો અને આ ક્ષણને માણો. તમારા જીવનને ક્યારેય પૂરો ન થાય તેવો ઉત્સવ બનાવો."

પોતાની બંધ આંખો સાથે, અવ્યક્ત હળવેથી ગણગણ્યો, "હું વ્યક્તિ નથી પણ ઉપસ્થિતિ છું. હંમેશાં તમારી સાથે. હંમેશાં રહીશ. તમને અધિકતમ અને અધિકતરની શુભકામનાઓ..." ત્યારબાદ, લાંબા વિરામ પછી, તેમણે સાંભળ્યું, "મને લાગે છે કે હવે પૂરતું છે. મારે સૂઈ જવું છે." એ સ્વર જેણે હંમેશાં તેમને કહ્યું, "ખૂબ ધીમેથી તમારી આંખો ખોલો," એણે હાલ પૂરતી પોતાની આંખો મીંચી દીધી. અવ્યક્ત, પોતાના નામ પ્રમાણે... ફરીથી નિરાકાર હતો.

તે લોકોમાંથી એક સ્ત્રી આગળ આવી, અને તેના હાથોથી અવ્યક્તના ચરણ-સ્પર્શ કરીને, અશ્રુપૂર્ણ આંખે બોલી, "તમારી સાથે, તમારી સાથે, તમારા વગર પણ, તમારી સાથે તમારી ઉપસ્થિતિને અનુભવું છું. તમારી કૃપાને અનુભવું છું. તમારો પ્રકાશ અનુભવું છું. હંમેશાં તમારી સાથે જોડાયેલી રહીશ. અમને છેક સુધી દોરજો..."

એ દિવસે કોઈક રીતે, સામાન્ય કરતાં વધારે સમય થઈ ગયો હોવા છતાં, હજુ સુધી સૂરજ આથમ્યો નહોતો. છેવટે, જ્યાં પ્રકાશ હોય ત્યાં અંધકાર હોઈ જ ન શકે. બધું મીણ ખલાસ થઈ ગયું હોવા છતાં કેટલીક મીણબત્તીઓ પ્રજ્વલિત રહ્યા કરે છે.

એ ક્ષણ માટે તમે ચાર વર્ષ સુધી તાલીમ લો છો.
અને પછી ૧૦૦ મીટરના ઓલિમ્પિક ટ્રેક પર, ૧૦ જ
સેકન્ડમાં, તમને તમારાં ચાર વર્ષની તાલીમનું ફળ મળે છે.
ત્યાં, તમે સૌથી પહેલાં અંતિમ રેખા પાર કરી છે.
સમગ્ર સ્ટેડિયમમાં ભીડ ખડે પગે છે.
હવે, તમે નાચો-કૂદો, ખુશીથી ઉત્સવ ઊજવો.
એક જ નહીં, પણ બે, ત્રણ વાર કેમ નહીં...
છલાંગ લગાવી ઊછળો,
તમારા વિજયપથ પર દોડો.
આ ક્ષણ હવે ચાર વર્ષ સુધી નહીં આવે. આ તમારી ક્ષણ છે.
તમારી જીતનો ડંકો વગાડો. તમારા હૃદયમાંથી આવતા
'આહા'ને સાંભળો.
તે જીત નહીં, પરંતુ જીતની ખુશીની આપણે સૌ રાહ જોતા
હોઈએ છીએ... હવે જ્યારે એ ક્ષણ આવી ગઈ છે, ત્યારે
તેને આમ પળવારમાં ન જવા દો.
જીવનને રાહ જોવા દો...
બીજા અનુભવને પણ પ્રતીક્ષા કરવા દો...
આ ક્ષણને લંબાવો અને આ ક્ષણને માણો.
તમારા જીવનને ક્યારેય પૂરો ન થાય તેવો ઉત્સવ બનાવો.

તમારો જન્મ નેતૃત્વ કરવા માટે થયો હતો

અન્યો તરફ આદર રાખવો એ સકારાત્મક લક્ષણ છે, પરંતુ જો એ તમને આધીનતા તરફ લઈ જાય તો એ નબળાઈ બની જાય છે. તમારી જાતને આધીન બનાવ્યા વગર આદર આપો. તમે તમારા બોસ કરતાં વધારે સારા બની શકો. જે એક માણસ માટે શક્ય હોય તે બધા માણસો માટે શક્ય છે. જે એક માણસ કરી શકે, તે બધા માણસો કરી શકે; હકીકતમાં વધારે સારી રીતે કરી શકે. તમે કોઈને અનુસરવા માટે નથી જન્મ્યા. યાદ છે, તમે અગ્રણી બીજ હતા. એક બીજ તરીકે પણ, તમે અનુયાયી નહોતા. તમે નેતૃત્વ કરવા જન્મ્યા હતા. તમારા વારસા પ્રમાણે જીવી જાણો.